சிலை ஒளிந்த கற்கள்

துடநிபுணமதி

பதி வெளியீடு

எண்: 9, பிளாட் எண்: 1080A, ரோஹிணி பிளாட்ஸ்
முனுசாமி சாலை, கே.கே.நகர் மேற்கு,
சென்னை – 600 078. பேச: 99404 46650

வெளியீட்டு எண்: 0216

சிலை ஒளிந்த கற்கள் (கட்டுரைகள்),
ஆசிரியர்: **து.நிபுணமதி**©
Silai Olindha Karkal (Essays),
Author: **D.Nibunamathy**©
Print in India
1st Edition: Jan - 2023
ISBN: 978-93-95285-57-5
Pages - 288
Rs - 320

Publisher • Sales Rights

Padi Veliyeedu
(A Division Of Discovery Publications)
No: 9, Plot:1080A, Rohini Flats,
Munusamy Salai,
K.K.Nagar West, Chennai - 78.
Tamilnadu, India.
Mobile: +91 99404 46650

Discovery Book Palace (P) Ltd
No:1055-B, Munusamy Salai,
K.K.Nagar West,
Chennai - 600 078.
Tamilnadu, India.
Ph: (044) 4855 7525
Mobile: +91 87545 07070

discoverybookpalace@gmail.com
WWW.DISCOVERYBOOKPALACE.COM

இந்த நூலில் பிரசுரமாகியுள்ள எந்த ஒரு பகுதியையும் பதிப்பாளரின் எழுத்துபூர்வமான முன்அனுமதி பெறாமல் எடுத்தாள்வதோ, மறுபிரசுரம் செய்வதோ, மொழியாக்கம் செய்வதோ, அச்சு மற்றும் மின்னணு ஊடகங்களில் மறுபதிப்பு செய்வதோ, காப்புரிமைச் சட்டப்படி தடை செய்யப்பட்டுள்ளது. இந்த நூலிலிருந்து குறிப்பிட்ட பகுதிகளை மேற்கோள் காட்டி புத்தக விமர்சனம் செய்ய, ஊடகங்களுக்கு மட்டும் அனுமதி உண்டு.

உங்கள் மொபைல் போனிலிருந்து ஸ்கேன் செய்து டிஸ்கவரி புக் பேலஸின் மொபைல் ஆப்பை டவுன்லோடு செய்து, புத்தகங்களை வாங்குங்கள்.

சமர்ப்பணம்

தந்தை பொ.துரைசாமி - தாய் சி.கம்பீரம் ஆகியோருக்கு...

நன்றி

இந்த நூல் வெளிவர முழு முதல் காரணமான திரு. அ.ராமசாமி (தமிழ்த்துறை தலைவர், குமரகுரு கல்லூரி) அவர்களுக்கு என் சிரம் தாழ்த்திய வணக்கமும் நன்றியும்!

அணிந்துரை வழங்கியுள்ள திரு. V.அருண் அவர்களுக்கு நன்றி!

என் எழுத்தின் மீது நம்பிக்கை வைத்து, இந்த நூலை வெளியிடும் 'டிஸ்கவரி பப்ளிகேஷன்ஸ்' திரு. மு.வேடியப்பன் அவர்களுக்கு என் கரம் கூப்பிய நன்றி!

நூல் எழுத எனக்கு எல்லாவகையிலும் உறு துணையாய் இருக்கும் என் குடும்பத்தினருக்கு அன்பு வணக்கம்!

V. ARUN
Addl. Advocate General
Govt. of Tamil Nadu

O/o. Addl. Advocate General
IVth Floor, Law Officers Block,
Madras High Court Buildings,
Chennai - 600 104.
Mobile : 94440 31987

அணிந்துரை

திரு. பொ.துரைசாமி அவர்கள் தலைமை ஆசிரியர் ஆகப் பணி புரிந்தவர். பல மொழிகளும், இசையும் நன்கு அறிந்தவர். பெண் கல்வியை அக்காலத்திலேயே முன்னெடுத்தவர். தான் திருமணம் செய்துக் கொண்ட, தன் மனைவி கம்பீரம் அவர்களை 1950ம் ஆண்டிலேயே மயிலம் தமிழ் கல்லூரியில் சேர்த்து படிக்க வைத்தவர். அவர் மனைவி திருமதி. சி.கம்பீரம் அவர்களும் படித்து சிறந்த ஆசிரியையாக விளங்கியவர், சிறந்த மேடைப் பேச்சாளராகவும் திகழ்ந்தவர்.

இந்த இணையர்கள் சமூக அக்கறையுடன் இருந்தவர்கள். இந்த இணையர்கள் நூற்றுக்கணக்கான சிறந்த மானாக்கர்களையும் மனிதர்களையும் உருவாக்கியவர்கள். இவர்களின் மகள்தான் து.நிபுணமதி. இப்படி ஒரு இலக்கியச் சூழலில் பிறந்து தன் ஐந்தாம் வயதில் மேடை ஏறினார் இவர்.

மேடைப் பேச்சுக்கும், தமிழ்த் தனி நடிப்புக்கும் இவர் வாங்கிய பரிசுகள் ஏராளம். பள்ளி இறுதி வகுப்பில் ஒன்றுபட்ட விழுப்புரம் மாவட்ட அளவில் முதலாவது மாணவி. கல்லூரிக் காலத்தில் இவரது கவிதை "கணையாழி" யில் வெளியாகி உள்ளது. பல்லாண்டுகளாகத் தொடர்ந்து பல்வேறு வகையான புத்தகங்களை வாசித்து வருபவர்.

இவர் கடந்த மூன்று ஆண்டுகளாக சமூக வலைதளமான முக நூலில் கட்டுரைகள் எழுதி வருகிறார். தான் கண்ட, கேட்ட, அனுபவித்த நிகழ்வுகள் அனைத்தையும் எழுதுகிறார். அத்தனையும் வாழ்வில் நமக்கு நம்பிக்கை ஊட்டும் வரிகள்.

இந்தக் கட்டுரைகளை வரிசையாகத் தான் படிக்க வேண்டும் என்ற அவசியம் இல்லை. ஏதாவது ஒரு பக்கத்தைப் பிரித்து எப்போது வேண்டுமானாலும் படிக்கலாம். நம் வாழ்வில் அப்படி ஒரு நிகழ்வை நாமும் எதிர் கொண்டு இருப்போம்.

கலைகளும் இலக்கியங்களும் நிறைந்த ஒரு குடும்பப் பின்னணியில் வளர்ந்தவர் என்பதை நிபுணமதியின் காத்திரமான எழுத்து நமக்குச் சொல்கிறது. நமக்கு வேண்டிய ஒருவருடன் உரையாடும் அனுபவத்தை இந்த கட்டுரைகள் அளிக்கின்றன.

சென்னை
01.01.2023

V.அருண்

என்னுரை

வணக்கம்!

நான் உங்களில் ஒருத்தி!

எல்லோரையும் போல் வாழ்வில் அடிபட்டுப் பாடம் கற்றுக் கொண்டவள்.

நாம் அனைத்துப் பாடங்களையும் அனுபவித்து கற்றுக் கொள்ள ஒரு வாழ்நாள் போதாது அல்லவா? எனவே சுற்றியுள்ள அனைவரின் அனுபவங்களில் இருந்தும் தேவை ஆனதை எடுத்துக் கொண்டேன்.

உற்றுப் பார்த்துக் கற்றுக் கொண்டதை உங்களோடு பகிர்ந்து கொள்கிறேன்.

இந்த நூலைப் படிக்கும்போது... ஏதாவது ஒன்று உங்கள் கடந்த காலத்தை நினைவு படுத்தலாம்.

இதுவரை ஒரு பிரச்சனையை நீங்கள் பார்த்த கோணம் சற்று மாறிப் போகலாம்.

"அட! நாமும் இப்படித்தானே நினைத்தோம்!" என்று மகிழ்ந்து கொள்ளலாம்.

சில நேரம் புன்னகைத்துக்கொள்ளலாம்.

அரட்டை அடிக்கும் உங்கள் தோழி, மனதில் வந்து போகலாம்!

எதுவானாலும் படிக்கும்போது ஒரு நல்ல அனுபவத்தை இந்த நூல் உங்களுக்கு அளிக்கும் என்ற நம்பிக்கையோடு உங்கள் முன்னால் வைக்கிறேன்.

இந்த நூலை வாசிக்கும் உங்களுக்கு நன்றி!

அன்புடன்,
து.நிபுணமதி

#		பக்கம்
1.	சிலை	11
2.	வரம்	13
3.	பயமுறுத்தும் பள்ளங்கள்	15
4.	தொட்டிச் செடிகள்	18
5.	சுயம்பு	21
6.	பெரு நெருப்பு	24
7.	இது கூடத் தெரியாதா..!	27
8.	(மூட) நம்பிக்கை!	29
9.	ராசி	31
10.	பெண் என்றால்...	34
11.	பாவனைகள்..!	36
12.	விதி	39
13.	காணாதது	41
14.	அதிகார மாற்றம்	44
15.	வயதின் விருப்பங்கள்	46
16.	தியாக தீபங்கள்	49
17.	பாதிப்பு	51
18.	வயது என்பது..!	54
19.	இயல்பு	57
20.	பெண்ணும் ஆணும்	59
21.	மாங்கல்யம்	62
22.	தொடர்ச்சி... மாங்கல்யம்..!	65
23.	மருமகள்	68
24.	மாமியார் வேண்டாம்!	70
25.	மாமனார்!	72
26.	பந்தாட்டம்	74
27.	இன்றைய மாமியார்கள்	77
28.	எதுவரை..?	80
29.	தனித்துப்போன பெண்கள்...	83
30.	காயங்கள்	86
31.	இரத்த ரத்து..!	88
32.	உனக்கென்ன வேணும்?	90
33.	உள்ளே வெளியே...	93
34.	நிஜ வாழ்வின் தேவதைகள்!	96
35.	உடையும் உரிமையும்	99
36.	பழகும் மிருகம்	102
37.	செல்லிடத்துக் காப்பான்...	104
38.	வார்த்தைகள் ஜாக்கிரதை..!	107

39.	கோபுரத்து பொம்மைகள்	109
40.	நான் ஆனால்!	112
41.	தாயும் மகளும்	115
42.	தொடர்பு கொள்ளல்	118
43.	மெல்லச் சிதைகிறதா?	120
44.	பிரிதல்... கொஞ்சம் அன்போடு..!	122
45.	இன்று ஒரு நாள்...	124
46.	அக்கறை	126
47.	சந்தேகக் கோடு	128
48.	வாழ்தல்	130
49.	அனுசரித்துப் போவது..!	132
50.	பாரபட்சம்	135
51.	இரண்டு பக்கங்கள்	138
52.	எட்டி மரம்	141
53.	சமையல்	144
54.	கானல் நீர்	146
55.	அன்பென்று எதனைச் சொல்வீர்..?	149
56.	எங்கே தேடுவேன்..!	152
57.	வேறு எப்படி இருப்பது?	155
58.	இதன் பெயர்..?	157
59.	மாறி வரும் காலத்தில்...	160
60.	பெண்ணின் வாழ்க்கை..!	163
61.	பாசிகள்	166
62.	திருப்தி	169
63.	ஈர்ப்பு விசை	171
64.	எங்கே தேடுவது..?	173
65.	பார்த்து வெட்டுங்கள்..!	176
66.	இரண்டாம் பாகம்..!	179
67.	காதல் என்பது..!	182
68.	பேசாப் பொருள்	185
69.	வரப் போகும் பெரும் பஞ்சம்...	188
70.	கந்து வட்டி	191
71.	பூஜ்யம்	194
72.	தொட்டுத் தொடரும் ஒரு கெட்ட பாரம்பரியம்..!	196
73.	வெந்நீர்த்தவளைகள்!	199
74.	எனக்குப் பிடித்த ஆண் / பெண்	202
75.	முகமூடிகள்	205
76.	அத்தனைக்கும் ஆசைப் பட முடியுமா..?	208
77.	கடைசி காலம் வரையா..?	210
78.	காத்திருப்பு	213
79.	திருட்டும் திறமையும்!	216

80.	ஈத்துவக்கும் இன்பம்	218
81.	கடலைக் கடைந்து..!	221
82.	இருப்பை உணர்தல்	224
83.	தயக்கம் என்ன?	226
84.	நண்பர்கள் கவனிக்கவும்...	229
85.	பின்னம்	232
86.	விட்டுப்போனவர்கள்..!	235
87.	அது நிகழ்ந்தது...	237
88.	அன்பெனும் யானை	239
89.	சண்டை, சாடி..!	241
90.	எதை மாற்றுவீர்கள்?	243
91.	இருப்பதைவிட்டு..!	246
92.	குழந்தை	248
93.	எளிமையின் விலை	251
94.	எங்கே தொலைந்து போகிறோம்?	254
95.	என்ன பேச வேண்டும்..?	257
96.	முப்பத்து முக்கோடி தேவர்கள்..!	260
97.	வரிகளுக்கு இடையில்...	262
98.	வார்த்தைகள்..!	264
99.	சிற்றின்பம்	267
100.	மச்சினி	269
101.	தப்பென்று சொல்லுங்கள்..!	272
102.	ஆடாத ஆட்டம் எல்லாம்..!	275
103.	மாயமா மந்திரமா!	278
104.	வரமா... சாபமா..?	280
105.	இயந்திரர்கள்	283
106.	"சும்மா" இருக்கும் பெண்கள்..!	286

1. சிலை

நான் சென்னையில் வேலை செய்துகொண்டு இருந்தேன். அம்மாவுக்கு மாரடைப்பு வந்ததும் வேலையை விட்டு விட்டு ஊருக்குச் சென்று விட்டேன். சும்மா இருக்கப் பிடிக்கவில்லை. ஒரு தனியார் பள்ளியில் டீச்சர் ஆகிவிட்டேன்! (குலக்கல்வி கல்லாமல் பாகம் படும்!)

முதல் நாளே ஓர் ஆச்சரியம் காத்து இருந்தது. ஒரு சிறுவன் பள்ளி வராந்தாவில் தனியே அமர்ந்து இருந்தான். யாரும் அவனிடம் பேசவில்லை. அவன் தனியே சாப்பிட்டு வேடிக்கை பார்த்துக்கொண்டு இருந்தான். என் வகுப்பின் சன்னல் வழியே அவனை கவனித்துக்கொண்டு இருந்தேன். சக ஆசிரியைகளிடம் விசாரித்தேன்.

அந்தச் சிறுவன் வகுப்பினுள் வரவே மாட்டான். படிக்கவோ எழுதவோ மாட்டான். மீறி அவனை உள்ளே அழைத்தால் டீச்சரை அடிப்பான். பின்பு நிறுத்தாமல் அலறி அழுவான்! (யப்பா! ரொம்ப பயங்கரமா இருக்கானே!)

வகுப்பில் தினமும் கடைசி அரைமணி நேரம் நான் கதை சொல்வேன்; மாணவர்களையும் சொல்ல வைப்பேன். கதை வகுப்புக்கு பள்ளியின் மொத்த பிள்ளைகளும் வந்துவிடுவர். (அதிகம் போனால் ஓர் ஐம்பது பிள்ளைகள் இருக்கும்.)

இரண்டாவது நாளே, வராந்தா சிறுவன் சன்னல் வழியே எட்டிப் பார்த்தான். நான் வேண்டுமென்றே என் குரலின் ஒலியை குறைத்துக்கொண்டேன். சிறுவன் மெல்ல நகர்ந்து வகுப்பினுள் வந்தான். பிள்ளைகள்“மிஸ்! மிஸ்!” என்று கூச்சல் இட்டனர். நான் சைகையால் அடக்கிவிட்டு கதையைத் தொடர்ந்தேன்.

வார இறுதியில் பரிசு வகுப்பு..! சாக்லேட் பரிசு! எல்லாரும் பரிசு வாங்கும்படி பார்த்துக்கொள்வேன். அதுதான் இருப்பதிலேயே

கஷ்டம்! சும்மாவே இருக்கும் பெண்ணுக்கு 'அமைதிக்கான பரிசு' என்றெல்லாம் கொடுத்து இருக்கிறேன்!

இதை நம்ம ஆள் பார்த்ததும் அவருக்கு என்ன செய்வது என்று தெரியவில்லை! சாக்லேட் கேட்கவும் கௌரவக் குறைச்சலாய் இருக்கிறது! நானே அவனை முதன் முதலாகப் பெயர் சொல்லி அழைத்தேன். சாக்லேட் கொடுத்தேன். பள்ளி முடிந்தது.

திங்கள்கிழமை. பள்ளி திறந்ததும் அந்தச் சிறுவன், தானே உள்ளே வந்து அமர்ந்துகொண்டான். நான் "எழுதறியா?" என்று கேட்டதும், "சரி மிஸ்!" என்றான்.

நான்கு நாட்கள் கழித்து, அவன் பெற்றோர் வந்தார்கள், புது மிஸ் யாரென்று பார்க்க!

அடுத்து வந்த ஆண்டு விழாவில் முதலில் மேடை ஏறியதே அந்தச் சிறுவன்தான்!

'செதுக்காத கல்லுக்கு உள்ளே ஒரு சிலை இருக்கிறது!' என்பார்கள். 'சிறிதளவு கூடுதல் கவனம் எடுத்துச் செதுக்கினால் எல்லா கற்களும் சிலை ஆகும்!' என்று அங்குதான் நான் கற்றுக் கொண்டேன்.

2. வரம்

பதினைந்து ஆண்டுகளுக்கு முன்பு நாங்கள் புதுவீடு புகுந்த நேரம், அந்தத் தெருவில் இருந்த பெண்கள் சிலர் வீட்டுக்கு வந்தனர். "தினமும் மாலை இரண்டு மணி நேரம் கோவிலில் பஜனை பாடலாம்... வாருங்கள்" என என்னை அழைத்தனர்.

நான் பொறுமையாய்ச் சொன்னேன்:"அருகில் ஹவுசிங் போர்டு இருக்கு. அங்க நிறையபேர் படிப்பறிவு இல்லாத தொழிலாளிகளா இருக்காங்க. பலபேர் வீட்டுப் பணிப்பெண்களா பல வீடுகளுக்குப் போய் வேலை செய்றவங்களா இருக்காங்க. அவர்களின் குழந்தைகளுக்கு நாம் பாடம் சொல்லித் தரலாமே... எதுக்கு ரெண்டு மணி நேரம் வீணாக்கணும்?"

அவ்வளவுதான்! அதன் பிறகு நான் அங்கிருந்த 13 வருடங்களும் அவர்கள் யாரும் என்னிடம் பேசவில்லை! அதற்கு கவலைப்பட எனக்கு நேரமும் இல்லை.

நானே குழந்தைகளுக்குச் சொல்லித்தர ஆரம்பித்தேன். நான் எதிர்பார்த்தபடி அதிகம் பேர் படிக்க வரவில்லை."இலவசமாய் ஏன் சொல்லித் தர்றீங்க? ரெண்டு மணி நேரம்தான் சொல்லித் தருவீங்களா..? மிச்ச நேரம் இதுங்களை நாங்கதான் வச்சுக்கணுமா..?" என்று வித விதமாய்க் கேள்வி கேட்டார்கள்!

என் பிள்ளைகளின் உடன் படிக்கும் மாணவர் கூட்டம் எப்போதும் எங்கள் வீட்டில் இருக்கும். எனவே, மாலை நேரம் எப்போதும் கலகலப்பாய் இருக்கும். இவர்களில் படிப்பதற்காக வரும் பிள்ளைகள் ஒரு நான்கைந்து பேர்தான் இருப்பார்கள்.

என் தோழி வீட்டுப் பெண் ஒருத்தி எட்டாம் வகுப்பு படிக்கும்போது என்னிடம் வந்தாள். அவள் +2 படிக்கையில் நாங்கள் 7 கிலோமீட்டர் தள்ளி புதுவீடு கட்டி வந்துவிட்டோம்.

து.நிபுணமதி | 13

அவள் வேறு எங்கும் டியூஷன் போகமாட்டேன் என்று அடம் பிடித்து ஆட்டோவில் ஏறி என்னிடமே வந்து படித்தாள்!

என் பிள்ளையின் தோழர்கள், இப்போது ஆளுக்கு ஒரு நாட்டில் வேலையில் இருந்தாலும், இந்தியா வரும்போது எனக்கென்று ஒரு நாள் ஒதுக்கிப் பார்க்க வருகிறார்கள்.

என் தோழியின் பெண் திருமணத்தில் ஒரு பையன் (ஆள்!) வந்து, "என்னைத் தெரியுதா ஆன்டி?" என்றான். நான் உற்றுப் பார்த்து, "ஞாபகம் இல்லை!" என்றதும் சொன்னான்,"எனக்கு ஹிஸ்டரி சொல்லிக் கொடுத்தீங்க ஆன்டி! மார்க் வாங்க வச்சீங்க. அதுகூட பெரிசில்ல! எனக்கு ஹிஸ்டரி மேல ஓர் ஆர்வத்தை உண்டாக்கினது நீங்கதான். உங்களை மறக்கவே மாட்டேன் ஆன்டி!"

எனக்கு நினைவு வந்துவிட்டது! என் தோழியின் பக்கத்து வீட்டில் இருந்த பையன்! நான் அவனுக்குப் பாடம் சொல்லிக் கொடுத்து இருபத்தி மூன்று ஆண்டுகள் ஓடிவிட்டன!

என் மகன் இலவச விடுதிகளில் தங்கிப் படிக்கும் மாணவர்களுக்கு சிறப்பு அனுமதி வாங்கி அவர்கள் இருக்கும் இடம் போய் சொல்லிக் கொடுத்தான். தன் நண்பர்களையும் உடன் அழைத்துப் போவான், சென்னையில் இருந்தவரை.

சென்ற வாரம் என்னிடம் படித்த பெண் கல்லூரி விடுமுறையில் வந்து என்னுடன் ஒரு நாள் முழுவதும் அரட்டை அடித்துவிட்டுப் போனாள்! சாதாரணமாய் கடந்துபோகும் அன்றாட வாழ்வில் இது போன்ற நிகழ்வுகள் ஒரு புத்துணர்வைத் தருகின்றன.

உண்மையில் நான் அவர்களுக்குச் செய்ததை விட, அதிக உதவி அவர்கள் எனக்குச் செய்திருக்கிறார்கள். என் மாலைப் பொழுதுகளை அர்த்தம் உள்ளதாய் ஆக்கியிருக்கிறார்கள்! என் மூளையை மழுங்கவிடாமல் சுறுசுறுப்பாய் வைத்திருந்தார்கள்!

'எந்த பஜனையும் பாடாமல், எந்தக் கடவுளோ வரம் தந்து இருக்கிறார்' என்று நினைத்துக்கொள்கிறேன்!

3. பயமுறுத்தும் பள்ளங்கள்

நான்கு வீடுகள் கொண்ட ஒரு குடியிருப்பு. அதன் முகப்பில் ஒரு சிறிய சாக்கடைக் கால்வாய்.

அங்குள்ள ஒரு வீட்டில், இரண்டுவயதான ஒரு வால் குழந்தை! தன் வீட்டில் இருந்து யார் வெளியே சென்றாலும் உடன் போக அடம் பிடிக்கும்.

சிலசமயம், வீட்டுக்குக்கு வெளியே ஓடிச் சென்று கால்வாய்க் கரையில் நின்றுவிடும்!

தாண்டிப் போக பயம்! எனவே, அது எவ்வளவு அடம் பிடித்தாலும் யாரும் கண்டுகொள்ள மாட்டார்கள்.

"என்ன பெருசா... சாக்கடை வரைக்கும் போய் கத்தும்! அங்கியே கொஞ்சநேரம் நின்னுட்டு அப்புறம் வீட்டுக்கு வந்துடும்!"

ஒருநாள், அதன் அம்மா அது அசந்த நேரம் பார்த்துக் கிளம்பி விட்டார்; கால்வாய் தாண்டிப் போய் விட்டார். இதைப் பார்த்த குழந்தை வேகமாய் ஓடி வந்தது!

வழக்கம்போல் கால்வாய் ஓரம் தடுமாறி நின்றுவிட்டது!

திரும்பி வேகமாய் வீட்டின் புறம் ஓடியது. அதன் அப்பா சாவகாசமாக வந்தார். தன்னிடம்தான் ஓடி வருகிறது என்று நினைத்து குழந்தையைத் தூக்க கையை நீட்டினார்.

குழந்தை வேகமாய்த் திரும்பி ஓடியது. இந்த முறை, சற்றும் தயங்காமல் அந்தக் கால்வாயை எகிறிக் குதித்து, தாண்டி மறுபக்கம் ஓடிவிட்டது!

அப்பா அதிர்ந்து போய்ப் பிடிக்க ஓடினார். இதைப் பார்த்த மற்ற குடித்தனக்காரர்கள் தாமும் உதவிக்கு ஓடினார்கள்!

ஓடிய குழந்தை, பேருந்து செல்லும் சாலையில் நடந்து கொண்டிருந்த அம்மாவின் புடவையைத் தாவிப் பிடித்து இழுத்தது!

திரும்பி குழந்தையைப் பார்த்த அம்மாவுக்கோ அதிர்ச்சியில் பேச்சு வரவில்லை! மூச்சு வாங்கியதால் குழந்தைக்கும் பேச முடியவில்லை.

துரத்தி வந்த நான்கைந்து பேருக்கும் இரைக்கிறது!

அப்புறம்..? அப்புறம் என்ன..! அப்பா, அம்மா பயந்து போய் பேருந்து வரும் சாலை அருகில் இல்லாத வேறு வீட்டுக்கு மாறி விட்டார்கள்!

நான் அடிக்கடி யோசிப்பது உண்டு. 'அந்தக் கால்வாயைத் தாண்டிப் போக வேண்டும்' என்று, எந்த நொடியில் அந்தக் குழந்தை தீர்மானம் செய்து இருக்கும்?

தன் அம்மாவைப் பிடித்தே தீர வேண்டும் என்ற வேகம் அதன் பயத்தைப் போக்கி இருக்குமோ?

வளர்ந்துவிட்ட மனிதரான நாம்கூட அப்படித்தான்.

ஏதாவது ஒரு செயலைச் செய்யத் தயங்கி, தள்ளிப் போட்டுக் கொண்டே இருப்போம்.

வாழ்வில் நிறைய பள்ளங்கள் நம்மைப் பயமுறுத்திக்கொண்டு தான் இருக்கின்றன.

நாமும் பல காலம் அதன் கரையில் தயங்கி நின்றுகொண்டுதான் இருக்கிறோம்.

இந்தப் பள்ளம், பலசமயம் உறவுகள் நடுவே நிகழ்ந்துவிடுகிறது!

இருவர் இடையில் பள்ளம் இருந்தால், யார் முதலில் தாண்டி வருவது என்ற முறைப்புடன் இரு கரைகளிலும் நிற்கிறோம்.

மௌனத்தால் அதிக விரிசல் விழ, மேலும் விலகிப்போகிறோம்.

ஒரு கட்டத்தில் எதிராளியுடன் கை கோர்க்க நாம் நினைத்தாலும் முடியாத அளவுக்கு பெரும் பள்ளம் ஆகிவிடுகிறது.

இப்படி நாம் இழந்த உறவு, நட்பு, நல்ல வாய்ப்புகள் எத்தனை எத்தனை!

சிலசமயம் கடந்த காலம் பற்றி நினைக்கலாம்... தவறு ஒன்றும் இல்லை!

நீங்கள் தயங்கி நின்ற போதெல்லாம் என்ன நடந்தது?

நீங்கள் தாண்டிப் போன போதெல்லாம் என்ன நடந்தது?

உங்கள் வெற்றி என்று எண்ணும் தருணங்கள் எப்போது நிகழ்ந்தன?

உங்கள் உறவுகள் எப்போது பலப்பட்டன?

புதிதாய் நட்புகளை எவ்வாறு அடைந்தீர்கள்?

உங்கள் வாழ்வின் சாதனைகள் என்று நினைப்பவை எல்லாம் எப்போது சாத்தியப்பட்டன?

தயங்கியபோதா? தாண்டியபோதா?

உங்களைச் சுற்றி உள்ளவருக்கு அதை சொல்லிக்கொடுங்கள். நிச்சயம் உதவியாய் இருக்கும்!

அப்படியே எனக்கும் சொல்லுங்கள்!

பின் குறிப்பு: அந்த வால் குழந்தை யாரென்று கண்டு பிடித்து விட்டீர்கள் அல்லவா?!

4. தொட்டிச் செடிகள்

நம் சிறு வயதில், உறவினர் மற்றும் நண்பர்களின் வீடுகளுக்கு அடிக்கடி போவோம்.

அப்படிப் போன உடனே அந்த வீட்டில் இருக்கும் பிள்ளைகள் சூழ்ந்துகொள்வார்கள். அப்போது ஏறக்குறைய எல்லா வீடுகளிலும் நான்கைந்து குழந்தைகள் இருப்பார்கள்.

அவர்களில் மூத்த குழந்தை வசம் நம்மை ஒப்படைத்து விட்டு அம்மாவும் அப்பாவும் அந்த வீட்டுப் பெரியவர்களுடன் பேசிக் கொண்டு இருப்பார்கள்.

உணவு ஊட்டுவது மட்டும் அப்போது அம்மா செய்வார்.

அந்த வீட்டில் இருப்பவர்கள் அதற்குள் நம்மிடம் பழகிவிட்டால் அவர்களே ஊட்டி விடுவார்கள்.

சற்று வளர்ந்ததும் நம்மை சாப்பிட வைப்பார்கள்.

அங்கேயே தூங்கி விழுந்துவிட்டு மறுநாள் நம் வீட்டில் கண் விழிப்போம்!

அதற்குள் அந்த வீட்டுப் பிள்ளைகள் பேசியதோ பாடியதோ கதை சொன்னதோ ஏதோ ஒன்று நம்மைக் கவர்ந்து இருக்கும்.

நிறைய சந்தேகங்கள் எழும்!

(உங்களுக்கு எல்லாம் எப்படியோ... எனக்கு நிறைய கேள்வி எழும்!)

அதை எல்லாம் அம்மாவிடம் கேட்டுவிட்டு, 'மீண்டும் எப்போது அங்கே போவோம்' என்று நினைத்துக்கொண்டே, ஆசையுடன் காத்து இருப்போம் அல்லவா?

அடுத்து, நாம் எல்லாம் எப்படி பிள்ளைகளை வளர்த்தோம்?

ஒன்றோ இரண்டோ குழந்தைகள். நாம் போகிற வீட்டில் பிள்ளைகள் இருந்தாலும், 'பார்த்துக்கொள்ளுங்கள்!' என்று உரிமையாய் சொல்லத் தயங்கினோம்! (வேலை வாங்குவதாய் தப்பாக நினைத்து விடுவார்களோ!)

நாமே சோறு ஊட்டி நம் அருகிலேயே வைத்து இருப்போம்.

மிக அரிதாக அந்த வீட்டுப் பிள்ளைகளுடன் விளையாட விடுவோம்.

அவ்வப்போது 'நம் பிள்ளை பாதுகாப்பாய் இருக்கிறதா?' என்று ஒரு கண்ணையும் காதையும் பிள்ளை மீது வைத்தபடி பேசிக் கொண்டு இருப்போம்.

அப்போதும், வீடு வந்த பிறகு, நம் பிள்ளைகள் நம்மிடம் கேட்க நிறைய கேள்விகள் இருந்தன.

அவர்கள் கற்றுக்கொள்ள நிறைய விஷயங்கள் இருந்தன.

இப்போது என்ன நிலைமை?

ஒரு குழந்தையை அழைத்துக்கொண்டு நம் வீட்டுக்கு வருபவர்கள் தன் குழந்தையை விட்டு விலகுவதே இல்லை!

அதன் ஆடல் பாடல் மட்டும் இன்றி பெற்றோரின் பேச்சு முழுக்க குழந்தை பற்றியே இருக்கிறது!

இரண்டு குழந்தைகள் எனில் அவர்கள் இடையே சமாதானத் தூதுவர் வேலையை மட்டுமே பெற்றோர் செய்கிறார்கள்.

என் சந்தேகம் என்னவெனில் (இப்போதுமா!) வேறு வீட்டுக்கு செல்வதன் மூலம் இந்தக் குழந்தைகள் என்ன கற்றுக் கொள்வார்கள்?

அவர்கள் விளையாடும் பொம்மை கூட அவர்கள் வீட்டில் இருந்து கொண்டு வரப் படுகிறது.

தன் வீடு போலவே பெற்றோர் ஊட்டி விட்டு அதன் அருகிலேயே அமர்ந்து அதைப் பற்றியே பேசிக் கொண்டு இருக்கிறார்கள்.

இந்த சூழலில் ஒரு குழந்தை என்ன செய்யும்?

"ஓ! நம்மைப் பற்றித்தான் பேசுகிறார்கள்! இவர்களைக் கவர இன்னும் என்ன செய்யலாம்?" என்று யோசித்து இன்னும் கொஞ்சம் குதித்துக் கொண்டு உருண்டு புரள்கிறது!

தன்னை விட்டு பிறர் கவனம் சற்று திரும்பி விட்டாலும் குழந்தையால் அதைத் தாங்க முடிவது இல்லை.

இதே கவன ஈர்ப்பு பள்ளியிலும் கிடைக்க வேண்டும் என்று எதிர்பார்க்கத் தொடங்கிவிடுகிறது.

பெற்றோருக்குப் பிறரிடம் பேச இப்போதெல்லாம் ஒன்றுமே இல்லை – தன் பிள்ளைகள் தவிர்த்து!

வீட்டிலும் வெளியிலும் தன்னைச் சுற்றியே பிறர் இயங்க வேண்டும் என்ற எண்ணம் வந்து விடாதா?

தான் மட்டுமே முக்கியம் என்று வளர்ந்த பிள்ளை நாளை பிறரை – ஏன்... தன் பெற்றோரைக்கூட எப்படி மதிக்கும்?

சிலர் இன்னும் அதிக செல்லம் என்ற பெயரில் குழந்தைகளை "அவங்க, வாங்க, போங்க" என்று பேசுகிறார்கள்.

இந்த மரியாதையை வெளியில் யார் கொடுப்பார்கள்?

குழந்தை எதிர்பார்த்து ஏமாந்து போகாதா?

இவை எல்லாம் என் சந்தேகங்கள் மட்டுமே.

யாரையும் புண்படுத்த எழுதப் படவில்லை!

காலம் தோறும் குழந்தை வளர்ப்பு என்பது மாறிக் கொண்டே தான் வருகிறது.

ஆனால் இன்றைய வளர்ப்பு நமக்கும் குழந்தைகளுக்கும் என்ன விளைவைத் தரப் போகிறது?

மண்ணில் செடி நடும் காலம் போய் நாம் தொட்டி செடிகளுக்கு மாறி வருகிறோம்.

ஆனால் மண்ணில் வேர் பிடித்து பரந்து வளர்ந்து பலன் தரும் மரங்களை நாம் தொட்டியில் உருவாக்க முடியுமா?

5. சுயம்பு

எங்கள் பள்ளி நாட்களில் எங்களின் ஆதர்ச ஆசிரியை அவர். ஒரு நாள் அவருக்காகவே மேலதிகாரி ஆய்வு செய்ய எங்கள் பள்ளிக்கு வந்தார். யாரோ அனாமதேயக்கடிதம் எழுதி விட்டார்கள்!

வந்த அதிகாரி (பெண்!) ஏகப் பட்ட கேள்விகள் கேட்டார். ஆசிரியை மென்று விழுங்கியபடி பதில் சொல்லிக் கொண்டு இருந்தார்.

தலைமை ஆசிரியை அறை அருகில் எங்கள் எட்டாம் வகுப்பு வேப்ப மரத்தடியில் நடந்து கொண்டு இருந்தது.

"என்னம்மா..! ரொம்ப ஸ்டைலா ஸ்கூலுக்கு வர்றீங்களாம்... நீங்க பாடம் சொல்றதை பொண்ணுங்க கவனிக்குமா? இல்ல... உங்க அலங்காரத்தை கவனிக்குமா ன்னு மொட்டைக் கடுதாசி போட்டு இருக்காங்க. இதுக்கு நான் வெய்யில்ல இவ்வளோ தூரம் வர வேண்டி இருக்கு.

ஏம்மா..இப்படி நெத்தியில முடி வெட்டிக்கிட்டு இருக்கிங்க.. இந்தக் கண்ணு மையை குறைச்சுடுங்க. காதுல எதுக்கு வளையம்? தோடு போடுங்க.

ஜனம் ஆயிரம் சொல்லும். ஆனா அது சொல்ற மாதிரி நாம நடக்கக் கூடாது. நாம என்ன நடிக்கவா போறோம்? நம்ம வேலை பாடம் சொல்லித் தரது. பசங்க நம்மைப் பார்த்து அப்படியே எல்லாம் செய்யும்மா.

அதனால கொஞ்சம் பார்த்து நடந்துக் கோங்க."

கேட்டுக் கொண்டு இருந்த எங்களுக்கு எல்லாம் ஒரே கோபம்! எவ்வளவு நல்ல ஆசிரியை அவர்! அவர் அலங்காரம் செய்து கொள்வது எவ்வளவு அழகாய் இருக்கிறது!

அவரைப் போய்..! என்று புலம்பிக் கொண்டே வீடு வந்தேன்.

அம்மாவுடன் ஒரே தர்க்கம். அம்மா சொன்னார்...

“இங்க எல்லாருக்கும் ஒரு பொறுப்பு இருக்கு. தன்னைப் பத்தி மட்டும் யோசிக்கக் கூடாது. அவங்க சொன்ன மாதிரி நடிகையின் தொழிலுக்கு அலங்காரம் முக்கியம். ஆனா டீச்சர் தொழிலுக்கு அது அனாவசியம் தான்.

அவங்க நல்ல டீச்சர் தான். ஆனா பாக்கிற பொது ஜனத்துக்கு அது தெரியாது.

“நம்ம பொண்ணு இதே மாதிரி ஸ்டைல் பண்ணித் திரியும்“னுதான் யோசிப்பாங்க. என்ன செய்யறது..!”

ஆம்! அப்படி ஒரு காலம் இருந்தது!

ஆசிரியர்கள் பாடத்துடன் நல்ல பழக்கங்களையும் சேர்த்து சொல்லித் தர வேண்டும் என்பது எழுதப் படாத விதி!

வீடு வரும் சொந்தங்கள் சிறுவர்களுக்கு தின் பண்டங்களுடன் அறிவுரைகள் சேர்த்து கொடுப்பார்கள்.

அக்கம் பக்கம் இருப்பவர்கள் பாடம் சொல்லித் தருவார்கள். படித்து நல்ல நிலையில் இருப்போர் உதாரணமாய் காட்டப் படுவார்கள்.

பிள்ளைகள் சொல் பேச்சு கேட்காவிட்டால் அப்போது பெற்றோர் அடித்தும் திருத்தினார்கள். அதில் எந்த ஒரு குற்ற உணர்வும் கொள்ளவில்லை. பிள்ளைகளின் வருங்கால நன்மைக்காக திட்டுவது தமது கடமை என்று நினைத்து இருந்தார்கள்.

பதின் பருவப் பெண்கள் தங்கள் உடையில் கண்ணியமாய் இருக்க வேண்டும் என்று வலியுறுத்தி வளர்க்கப் பட்டார்கள்.

பதின் வயது ஆண்கள் புகை பிடித்தாலோ மதுக்கடை அருகில் போனாலோ அடி வெளுத்து துவைக்கப் படுவார்கள்!

யாராய் இருந்தாலும் பாடத்தில் 35 மதிப்பெண் எடுக்கா விட்டால் அன்று அடியுடன் பட்டினியும் பரிசாய்க் கிடைக்கும்.

உண்மையில் இது போன்ற வாழ்வில் பிள்ளைகளின் பொறுப்பு குறைவாய் இருந்தது. வழி நடத்த சுற்றிலும் ஆட்கள் இருந்தார்கள். சற்று தடுமாறினாலும் எல்லோரும் கை பிடித்துக் கரை ஏற்றி விடுவார்கள்.

இப்போது பதின் வயதினரின் நிலை என்ன?

பெற்றோர் கூட சட்டென்று எதையும் கேட்டு விட முடியாது. கேட்டால் பிள்ளைகள் மனம் புண் பட்டு விடும். மேலும் "என்ன செய்கிறாய்?" என்று கேட்பது நாகரீகம் இல்லை!

உறவினர்? அதற்கெல்லாம் அவர்களுக்கு யார் அனுமதி கொடுப்பது..!

ஆசிரியர்கள் யாரும் மாணவர்களை திட்டவோ அடிக்கவோ கூடாது.

பிறகு பிள்ளைகளுக்கு நல்லது கெட்டதை யார் கற்றுத் தருவது?

"அதெல்லாம் அவங்களுக்கே தெரியும்! நல்ல மார்க் எடுத்து வெளிநாடு போயிட்டா போதும்!"

பிள்ளைகள் அலைபேசி வழியாகவும் திரைப் படங்கள் மூலமாகவும் கற்றுக் கொள்கிறார்கள்!

அப்போது புகை பிடித்து விட்டு மது குடிப்பவன் வில்லன்!

இன்றைய திரையில் அவனே கதாநாயகன்!

சுற்றிலும் இறைந்து கிடக்கும் குப்பைகளில் இருந்து தன்னை விடுவித்துக் கொண்டு தனக்கான ஒரு நல் வாழ்வை ஒரு குழந்தை இன்று தேடிக் கண்டடைய வேண்டும்.

எவ்வளவு சிரமம்..?

இன்றைய இளம் தலைமுறை பற்றி நாம் அனைவருமே குற்றப் பத்திரிகை வாசிக்கிறோம். உண்மையில் அவர்களை நினைத்தால் பாவமாய் இருக்கிறது.

அவர்கள் உள்ளங்கையில் உலகம் என்ற பெயரில் எல்லா ஆபாசங்களையும் அவர்களைச் சுற்றி இறைத்து விட்டு, சுதந்திரம் என்ற பெயரில் அவர்களை தனித்து விட்டு விட்டு, "வாழ்க்கையில் ஜெயித்து விடு பார்ப்போம்!" என்று நாம் காத்திருப்பது சற்று குரூரமாகத்தான் இருக்கிறது.

அனைத்தையும் தாண்டி ஒரு நல் வாழ்க்கைக்கு வர முடிந்தவர்கள் சுயம்பு! கை எடுத்து வணங்கலாம்...தவறு ஏதுமில்லை..!

6. பெரு நெருப்பு

பத்து வயது கூட நிரம்பாத ஒரு சிறுவன். அவன் இருக்கும் இடத்தில் அரைமணி நேரம் கூட எங்களால் இருக்க முடியவில்லை!

அவ்வளவு அட்டகாசம்! எந்த நேரம் எது வந்து மேலே விழும் என்று தெரியவில்லை! சற்றும் மரியாதை இல்லாத பேச்சு!

அவனை யாரும் அதட்டவோ, தவறு என்று கண்டிக்கவோ இல்லை.

மாறாக மிகப் பெருமையாக "அவன் அப்படித்தான்! நாங்க அவ்வளவு செல்லமா வளர்க்குறோம்!" என்றார்கள்!

எவ்வளவு எடுத்துச் சொல்லியும் புரிய வைக்கவே முடியவில்லை.

அந்தச் சிறுவனுடன் விளையாட யாரும் வருவது இல்லை. உறவினர் வீட்டில் அவனைச் சேர்ப்பது இல்லை.

இதெல்லாம் அவர்கள் கண்ணில் படாமல் எது தடுக்கிறது..?

பாசம்!

ஆம்! அதைத்தான் அன்பென்று சொல்லிக் கொள்கிறார்கள்!

அதுவும் அவர்கள் கையில் அதிகமாக காசும் இருந்து விட்டால்....அவ்வளவு தான்!

அந்தச் சிறுவன் வாழ்க்கை கெட்டுப் போவது நிச்சயம்.

"நான் எப்படி செல்லம் கொடுக்கிறேன்... பார்!"

"தெரு பூரா கேட்டுப் பாரு! அவனை எப்பிடி உயிரா வளக்கறோம்னு..!"

"அவனைக் குறை சொல்றது யாரா இருந்தாலும் சரி. அத்தோட அவங்க மூஞ்சிலயே முழிக்க மாட்டேன்!"

இது போன்ற வசனங்களை நீங்களும் கேட்டு இருக்கலாம்.

கூர்ந்து கவனித்தால் தெரியும்...இப்படி வளர்க்கப் படும் குழந்தைகள் பிற்காலத்தில் யாருடனும் ஒத்துப் பழகத் தெரியாமல் தனித்துப் போய் விடுகிறார்கள்.

(உடைத்துச் சொன்னால்...உருப் படாமல் போய் விடுகிறார்கள்!)

பிறகு ஏன் மக்கள் இப்படி இருக்கிறார்கள்?

"நான்!" என்ற எண்ணமே இங்கு முன்னால் நிற்கிறது.

நல்லது கெட்டது சொல்லித் தர வேண்டும் என்பதே மறந்து போகிறது.

குழந்தை கேட்கும் அனைத்தையும் செய்வதே தங்கள் அன்பைக் காட்டும் விதம் என்று நினைத்துக் கொள்கிறார்கள்.

எங்கள் ஊரில் கேட்பார்கள்...

"கொள்ளிக் கட்ட கையில இருக்குன்னு அதால தலைய சொறிஞ்சிக்கவா முடியும்?"

ஆம்! கொள்ளிக் கட்டையின் பயன்கள் வேறு!

அதை வைத்து அடுப்பு எரிக்கலாம்!

குப்பைகளைக் கொளுத்தலாம்!

கொஞ்சம் விறகு சேர்த்து குளிர் காயலாம்!

அப்படிச் செய்வது தானே அறிவு..?

நெருப்பை எங்கு எவ்வளவு மூட்ட வேண்டும் என்று தெரிந்து அல்லவா பயன் படுத்த வேண்டும்..!

அன்பும் அப்படித்தானே..?

யாருக்கு? எவ்வளவு? எந்த விதத்தில்?

என்று தெளிவாய் யோசித்து அல்லவா அன்பு காட்டப் பட வேண்டும்?

அன்பு செலுத்துவது குற்றமா? என்று கேட்டால்...

ஆமாம்!

அந்த அன்பு ஒருவரது வாழ்வைப் பாழாக்கும் என்றால்...

அன்பு காட்டுவது தவறு தான்!

“என்னவோ..! பாசமா இருந்தேன்! இப்படிப் பாழாப் போவும்னு நா கண்டனா..?”

என்று பிற்பாடு கண்ணீர் விட்டுப் பயன் ஏதுமில்லை.

உங்கள் அன்பு நெருப்பு போல என்பதைப் புரிந்து கொள்ளுங்கள்.

சற்று எச்சரிக்கையுடன் உங்கள் அன்பை உற்றுப் பாருங்கள்.

யார் மீது செலுத்துகிறோம்? எந்த விதத்தில் காட்டுகிறோம்?

இதன் விளைவு என்ன? என்று யோசியுங்கள்!

ஈர விறகைப் பற்ற வைக்க அதிக நெருப்பு தேவைப் படலாம். ஊதி ஊதிப் பெரிது ஆக்கலாம்!

அதில் மெல்லச் சமைத்து எல்லோரும் பசி ஆறலாம்.

காய்ந்த வைக்கோல் போர் பற்றிக் கொள்ள நெருப்பின் சிறு பொறி ஒன்று போதும்.

மாதக்கணக்கில் பயன் படக் கூடிய தீவனம் அனைத்தும் சில நிமிடங்களில் சாம்பல் ஆகி விடும்....யாருக்கும் பயன் இன்றி.

அன்பு நெருப்பு எனில்....

பேரன்பு..?

அது பெரு நெருப்பு!

எப்போதும் எச்சரிக்கை உணர்வுடன் தள்ளி இருந்தே கையாளப் பழகுங்கள்!

அது சுற்றி இருப்போரை மட்டும் அல்ல..!

உங்களையும் சுட்டு விடக் கூடும்..!

7. இது கூடத் தெரியாதா..!

நான் கல்லூரியில் படித்துக் கொண்டு இருந்த நேரம். என் அண்ணி வீட்டில் அமர்ந்து அரட்டை அடித்துக் கொண்டு இருந்தேன்.

(ஆமாம்! அப்போதும் இப்படித்தான் இருந்தேன்!)

அண்ணிக்குத் தெரிந்த ஒரு நடுத்தர வயது மாது ஒரு தேங்காய் எடுத்துக் கொண்டு வந்து துருவத் தொடங்கினார்.

என்னிடம் ஒரு கேள்வி கேட்டார்!

"உனக்கு தேங்கா துருவத் தெரியுமா?"

நான் அவர் துருவிக் கொண்டு இருந்த கருவியைப் பார்த்தேன். அரிவாள்மணை தலையில் துருவி இருந்தது!

நான் அது போல் பார்த்தது இல்லை!

(பார்த்துட்டா மட்டும்..!)

எங்கள் வீட்டில் தனியாய் ஒரு பிடி வைத்த துருவி இருந்தது.

எனவே நான் அந்தப் பெண்மணியிடம் இந்த உண்மையைச் சொல்லி, அவர் வைத்துள்ள கருவியில் எனக்கு துருவத் தெரியாது என்று அறிவித்து விட்டேன்.

அவர் பிலு பிலுவென்று பிடித்துக் கொண்டார்!

"படிச்சா போதுமா? நீ கல்யாணம் பண்ணி எப்படிக் குப்பை கொட்டுவ? இப்பிடி வளர்ந்து ட்டு தெரியாதுன்னு சொல்றியே!...."

அண்ணி பதறிப் போய் அவர் வாயை அடக்கினார்!

நான் ஒன்றும் சொல்ல மாட்டேன்! என் அம்மா முகம் அண்ணியின் மனதில் வந்திருக்க வேண்டும்!

பிறகு ஒரு நாள் ஒரு குடும்பத்தை சந்தித்தேன். உறவினர் அறிமுகம் செய்தார்.

உடனே அந்த வீட்டுப் பெண்கள்,

“என்ன புக்கு படிப்ப? எந்த எழுத்தாளர் பிடிக்கும்?

இந்தக் கதை படிச்சிருக்கியா? படிக்கப் பிடிக்குமா?”

என்று கணக்கற்ற கேள்விகள் கேட்டார்கள்!

என்னை எடை போடுகிறார்களாம்!

நான் பொறுமையாய் பதில் சொல்லிக் கொண்டு இருந்தேன்!

இது போன்ற நிகழ்வுகளில் எனக்குக் கோபம் வருவது குறைவு. அவர்கள் மீது ஒரு பரிதாபம் வந்து விடுகிறது.

பாவம்! எவ்வளவு சிறிய உலகம் இவர்களுடையது!

தனக்குத் தெரிந்த ஒன்றை மட்டுமே வைத்துப் பிறரை எடை போடுவது அபத்தம் என்பதை உணராதவர்கள்.

அதுவும் தாங்கள் மட்டுமே புத்திசாலிகள் என்று வேறு நினைத்துக் கொண்டு ஒரு பார்வை பார்ப்பார்கள் ! அதைப் பார்த்தால் நிச்சயம் உள்ளே சிரிப்பு வரும்!

எல்லோருக்கும் எல்லாம் தெரிந்து விடுமா என்ன?

நமக்குத் தெரியாதது எவ்வளவோ இருக்கிறதே!

அவற்றைத் தெரிந்து கொள்ள முதலில் முயற்சி செய்யலாம்.

எனக்கு இசை பற்றித் தெரியாது.

யாராவது ராகம் பற்றி சொல்லி விட்டு

“இது கூடவா தெரியாது?” என்றால் நான் உடனே “ஆமாம்! தெரியாது!” என்று சொல்லி விடுவேன்!

அதில் எனக்கு எந்தத் தயக்கமும் இல்லை.

பட்டியல் போட்டால் தெரியாதவையே அதிக எண்ணிக்கையில் இருக்கும் எனக்கு!

அதே நேரம்...அந்தக் கேள்வியை நான் யாரிடமும் கேட்பது இல்லை.

ஆனால் ஒன்று மட்டும் உண்மை! இப்படி கேள்வி கேட்பவரை யாரும் நெருங்கிப் பழகுவதே இல்லை!

இது மட்டும் நன்றாகத் தெரியும் எனக்குஞ்!

8. (மூட) நம்பிக்கை!

அடுக்குமாடி குடியிருப்பில் வசித்த போது ஒரு வெள்ளிக் கிழமையின் மாலை நேரம். சலவை வண்டிப் பெண் என் வீட்டு வாசலில் வந்து என்னைக் கூப்பிட்டார்.

"அம்மா! இன்னிக்கு ஒரே வீட்டு துணிங்க தாம்மா இஸ்திரி போட்டேன். அவசரமா வேணும்னு சொன்னதால் வேறு வீட்டு துணி எடுக்கல. இப்போ வந்து துணி கொடுத்துட்டேன். ஆனா விளக்கு வச்சாச்சுன்னு சொல்லி காசு குடுக்கல. நான் போய் அரிசி வாங்கிதாம்மா சமைக்கணும். மூணு பசங்களும் பசியோட இருக்கும். நீங்க எழுபது ரூவா குடுங்கம்மா. காலையிலே வாங்கி குடுத்துடறேன்," என்றார்.

நான் உடனே உள்ளே போய் எழுபது ரூபாய் கொண்டு வந்து கொடுத்தேன்.

இதைப் பார்த்தவர், "நீங்களும் தான் விளக்கு ஏத்திட்டீங்க. ஏன் கொடுத்தீங்க?" என்றார்.

"நான் செஞ்சது சின்ன உதவி. இதுக்காக எந்த தெய்வமாவது என்னைத் தண்டிக்கும்னா பரவாயில்ல. நான் ஏத்துக்கிறேன். ஆனா என்னால மூணு பசங்க பட்டினியா இன்னிக்கு தூங்கினா என் மனசாட்சி என்னைக் கொன்னுடும்", என்று பதில் சொன்னேன்.

இதைச் செய்யாதே, அதைச் செய்யாதே என்று ஆயிரம் விதமாய் சொல்கிறார்கள். அவற்றைக் கடைப் பிடித்தால் செல்வம் வரும் என்கிறார்கள். ஆனால் அடுத்தவரைத் துன்பப் படுத்தும் காரியத்தை செய்யாதே என்று ஒருவரும் சொல்லித் தருவது இல்லை!

வாழ்க்கைக்கு நம்பிக்கை என்பது அவசியம் தேவை. அதை நாம் பின்பற்ற வேண்டிய தும் தேவைதான். ஆனால் நான் முன்னேற பிறரை துன்புறுத்துவது என்ன நியாயம்?

நம்பிக்கைகள் என்பவை கால ஓட்டத்தில் மெல்ல மெல்ல பொருள் திரிந்து மூட நம்பிக்கைகள் ஆக உருவெடுத்து விட்டன. அவற்றைக் களைந்து நீக்க வேண்டிய பொறுப்பு நம் எல்லோருக்கும் இருக்கிறது.

எது மூட நம்பிக்கை என்று எப்படி கண்டுபிடிப்பது என்கிறீர்களா? நான் எளிமையாய் ஒரு வழி வைத்து இருக்கிறேன்.

வெள்ளிக்கிழமை நான் பூஜை முடித்த பிறகுதான் சாப்பிடுவேன் என்பது நம்பிக்கை__ பிறருக்கு எந்த தொல்லையும் தராதது! நான் பூஜை செய்த பிறகுதான் எல்லோரும் சாப்பிட வேண்டும் என்பது தேவை அற்றது, பிறரின் சாப்பிடும் சுதந்திரத்தில் தலையிடுவது !__ மூட நம்பிக்கை!

பிறரின் உணர்வுகளுக்கு மதிப்பளித்து நடந்து கொண்டால் பாதிப் பிரச்னைகள் தீர்ந்து விடும்.

ஒரு குரு வளர்த்த பூனை குறுக்கும் நெடுக்கும் ஓடியதாம். எனவே அதைக் கட்டிப் போட்டு விட்டு பாடம் நடத்தினாராம். அவர் காலம் முடிந்து விட்டது. அந்தப் பூனையும் போய் விட்டது. அடுத்து வந்த குருக்கள் அனைவரும் வேறு பூனையைக் கஷ்டப் பட்டு தேடிக் கொண்டு வந்து அதைக் கட்டிப் போட்டு பிறகு பாடம் நடத்தத் தொடங்கி விட்டார் களாம்!

நாம் எல்லோரும் அப்படித்தான் பூனை கட்டிப் பாடம் நடத்துகிறோம்!

9. ராசி

ஓர் இளைஞனின் அப்பா, "பையனுக்கு முப்பது வயசாவுது. நூறு பொண்ணுங்க பாத்திருப்போம், இதுவரைக்கும் ஒண்ணும் அமையல!" என்று என் கணவரிடம் வருத்தப்பட்டிருக்கிறார். உடனே அவர்" அடுத்த தடவை பொண்ணு பார்க்கப் போகும்போது என் மனைவியை கூட்டிப் போங்க! கல்யாணம் முடிஞ்சுடும்!" என்று சொல்லிவிட்டு என் போன் நம்பரைக் கொடுத்துவிட்டார்!

அப்புறம் ஆரம்பித்தது இடைவிடாத போன் பேச்சு! முதலில் பையன்.

"இதுவரை பார்த்த பெண்கள் ஏன் அமையவில்லை?"

இதே கேள்வியை அவன் அப்பா, அம்மா அனைவரிடமும் கேட்டு தகவல் சேகரித்து ஒரு முடிவுக்கு வந்தேன்.

பையன் படித்த சற்று ஒல்லியான பெண் தேடுகிறான். பையனும் சற்று மெலிவுதான். அம்மா வாட்டசாட்டமான பெண்ணை தேடுகிறார்!

"ஏம்மா! ஒரு நல்ல நாள் வந்தா ஒரு இருபது பேருக்கு சோறு ஆக்க பானையைத் தூக்கி வைக்க வேணாமா?" என்று என்னிடம் கேட்டார்!

"நீங்க பையனுக்கு ஏத்த மாதிரி பொண்ணு தேடுங்க! நல்ல நாள் வந்தா கேட்டரிங் ல ஆர்டர் பண்ணி சாப்பாடு வாங்கிக்கலாம்!" என்று அவரை சமாதானம் செய்தேன்!

அப்பா நல்ல குடும்பமா இருக்கணும் என்றார். "அதை முதல்ல விசாரி ங்க! அப்புறம் பொண்ணை பார்க்கலாம்", என்று சொல்லி விட்டேன்.

அவன் அக்காக்கள் இருவரையும் பெண் பார்க்கும் படலத்தில் சேர்க்க வேண்டாம் என்று கூறி விட்டேன். அவர்கள் எப்படியோ தெரியாது. பொதுவாக பெண்கள் இன்னொரு பெண்ணை“நன்றாக இருக்கிறாள்!” என்று சொல்ல மாட்டார்கள்.

மேலும் தன்னை விட நன்றாக ஒரு பெண் தன் வீட்டுக்கு வருவதை விரும்ப மாட்டார்கள்!

இவர்கள் அனைவரும் சேர்ந்து பெண் பார்த்து ஒவ்வொரு முறையும் ஒவ்வொரு ஆளாய் தட்டிக் கழித்து இருக்கிறார்கள்.

முன்னேற்பாடுகள் முடிந்ததும் ஒரு வீட்டுக்கு பெண் பார்க்கப் போவதாய் முடிவு செய்தோம்.

பையனுக்கு திடீரென பெண் தன்னை விட உயரமோ என்று சந்தேகம் வந்து விட்டது.

போன் செய்து பெண்ணின் உயரம் கேட்டேன். திருப்தியாய் இருந்தது.

பையன், அப்பா, அம்மா, நான் மட்டும் போனோம். பெண்ணைப் பார்த்தோம், பேசினோம்.

பையன் பிடித்து விட்டதாய் சொல்ல பெண் வீட்டாரும் சம்மதம் சொன்னார்கள்.

நான் பெண்ணிடம்,“ஏம்மா! பட்டுப்புடவை வேர்க்குதே! நீ போய் உன் வழக்கமான டிரஸ் மாத்திட்டு வாயேன்!” என்றேன்.

அதற்குள் பையனின் அப்பா ராகு காலம் வருவதற்குள் கிளம்ப வேண்டும் என அழைத்து வந்து விட்டார்!

திரும்பி வரும்போது பையன் கேட்டான்,”ஏன் ஆன்டி அந்தப் பெண்ணை ட்ரெஸ் மாத்திட்டு வரச் சொன்னீங்க?”

“தினமுமா பொண்ணு புடவை கட்டிக்கிட்டு இருக்கப் போவுது? சாதாரண சுடிதார்ல எப்படி இருக்குன்னு பார்க்கலாம், அதுவும் கொஞ்சம் சௌகரியமா ஃபீல் பண்ணும் இல்ல?” என்றேன்.

பையன் காரை ஓரம் கட்டி நிறுத்தினான்! அவன் பக்கத்தில் முன் இருக்கையில் இருந்த என் கால் பக்கம் எதுவோ தேடினான்!

“என்ன தேடுற?” என்று கேட்டேன்.

“தெய்வமே! உங்க காலைத் தேடுறேன் தொட்டுக் கும்பிட!”என்றான்!

"கல்யாணம் பண்ணிக்கிட்டு கால்ல விழு! இப்போ ரோடைப் பார்த்து ஓட்டு!" என்று அழைத்து வந்தேன்.

அதே பெண்ணை மணந்து இரு குழந்தைகளுடன் நன்றாக இருக்கிறான்! அந்த குடும்பம் நான் ராசியானவள் என்று சொல்லிக் கொண்டு இருந்தது!

கொஞ்சம் யோசித்து குறைகள் களைந்து ஒரு விஷயத்தை செய்தோம் என்றால் வெற்றி பெற வாய்ப்புகள் அதிகம்! இதை யார் வேண்டுமானாலும் செய்யலாம்! அதை "ராசி" என்ற ஒற்றைச் சொல்லில் முடித்து விட்டால் எப்படி!

10. பெண் என்றால்...

பதினைந்து ஆண்டுகளுக்கு முன்பு நாங்கள் வீடு கட்டிக்கொண்டு இருந்த நேரம்.

ஒப்பந்ததாரர் பார்த்துக்கொள்வார் என்றாலும் நம் வீடு அல்லவா!

நான் தினமும் பிள்ளைகள் பள்ளி சென்றபின் வீடு கட்டுவதைப் பார்க்கச் சென்று விடுவேன்.

என் கணவர் அப்போது வெளிநாட்டில் இருந்தார்.

ஒருநாள் மேஸ்திரி, "காலணிகள் வைக்கும் அலமாரி கட்ட முடியாது" என மறுத்துவிட்டார். அதற்கான சிமெண்ட் பலகைகள் கூட அறுத்தாகிவிட்டது.

நான் காரணம் கேட்க, அவர் சரியாய் பதில் சொல்லவில்லை.

நான் மீண்டும் கேட்டேன்.

அவர், "அதெல்லாம் உங்களுக்குப் புரியாது. ஒரு அடி இடம் இல்லை. கதவு இடிக்கும். நீங்க தனியாய் மரத்தில் வாங்கி வச்சுக்கோங்க" என்று கூறிவிட்டு, "வந்துட்டாங்க குடைபிடிச்சுக்கிட்டு! போய் வீட்டு வேலையைப் பார்க்க வேண்டியதுதானே!" என்று சத்தமாய் முணுமுணுக்க, அது என் காதில் விழுந்தது! (விழட்டும் என்றுதான் பேசுகிறார்!)

நான் கொஞ்சநேரம் யோசித்தேன். சித்தாள் பெண்ணைக் கூப்பிட்டு செங்கல் கொண்டு வரச் சொன்னேன்.

குடையையும் கைப்பையையும் ஓரமாய் வைத்தேன். செருப்பைக் கழட்டி விட்டு சிமெண்ட் குழம்பில் போய் நின்றேன்.

செங்கற்களை எடுத்து அடுக்கினேன்.

சிமெண்ட் பலகையை கொண்டு வரச் சொன்னேன்.

உட்புறம் சாய்ந்த வாக்கில் பலகையை அடுக்க முக்காலடியே போதுமானதாக இருந்தது.

முன்புறம் உயரமாகவும் பின்னால் அரை செங்கல் குறைவாகவும் அடுக்க அலமாரி உருவாகி விட்டது.

மேஸ்திரியை கூப்பிட்டேன்."இது மாதிரி கட்ட முடியும் தானே?" என்று கேட்டேன்.

தயக்கமாய்,"முடியும்மா!" என்றார்.

"அப்ப கட்டுங்க!" என்று சொல்லிவிட்டு,"இது என் வீடு. என் வீட்டு வேலையைத்தான் நான் பார்க்கிறேன் மேஸ்திரி! குடை பிடிப்பது என் வசதிக்காக!" என்று குடையை எடுத்து விரித்தேன்.

பிறகு வீடு கட்டி முடிக்கும் வரை அவர் என்னிடம் மரியாதையாகவே நடந்துகொண்டார்!

11. பாவனைகள்..!

இருபத்தைந்து ஆண்டுகளுக்கு முன்பு மல்டி லெவல் மார்கெட்டிங்க் என்பது எங்கும் பரபரப்பாய்ப் பரவிக் கொண்டு இருந்தது.

முதலில் அதைப் பற்றி ஒன்றும் தெரியாது. என் தோழி உஷாவும் நானும் அந்த அறிமுகக் கூட்டத்திற்குப் போய் இருந்தோம்.

அந்தக் கூட்டத்தில் பேசிய பெண்மணி அத்தனை அழகாய் பேசினார். கூட்டம் முடிந்தபிறகு எங்கள் இருவரை மட்டும் நிறுத்திக் கொண்டார்!

மீண்டும் சிரித்துப் பேசி எங்களைப் புகழ்ந்து ரொம்ப நெருக்கம் ஆகி விட்டார்!

அடுத்த அறைக்கு தேனீர் குடிக்கப் போனோம். உஷா"சேர்ந்து விடலாமா?" என்று கேட்க எனக்குமே சேரலாம் என்ற எண்ணம் தான்!

அப்போதுதான் நான் திரும்பிப் பார்த்தேன்!

அங்கு இருந்த கண்ணாடியில் தெரிந்தது..! அந்தப் பெண்மணி சைகை செய்துகொண்டு இருந்தார்!

எங்களை அழைத்தவர் நிற்க, சைகையிலேயே

"எப்படிப் பேசினேன்..பார்த்தியா! ரெண்டு பேரும் அவுட்! இவங்களை எல்லாம் நான் ஊதித் தள்ளிடுவேன்..!"

என்று கட்டை விரல் உயர்த்தினார்!

நான் நம்ப முடியாமல் ஓர் அதிர்ச்சியுடன் நின்றேன்!

கொஞ்ச நேரம் முன்பு பார்த்த முகத்திற்கும் இப்போது பார்க்கும் முகத்திற்கும்தான் எத்தனை வித்தியாசம்?

நான் உஷாவின் கையைப் பற்றிக் கொண்டேன்! கண்ணாடியையே பார்த்துக்கொண்டு இருந்தோம்.

அந்தப் பெண் நான் பார்ப்பதை பார்த்துவிட்டார்! முகம் சட்டென மீண்டும் மாறி விட்டது!

நான் அருகில் போனேன்.

“ரொம்ப நன்றி! நல்லாப் பேசினீங்க! உங்க கிட்ட கத்துக்க நிறைய இருக்கு! அப்புறம் வந்து பேசறோம்!”

வந்து விட்டோம்!

வெளியில் வந்த பிறகும் அந்த அலட்சியமான சைகைப் பேச்சு மறக்கவே இல்லை.

“என்ன ஒரு பாவனை! நம் மீது மரியாதை கொண்டது போல் எத்தனை அருமையான நடிப்பு? தலை மறைந்த உடனே எத்தனை நக்கல்...நையாண்டி...? “

மனிதர்கள் தங்கள் ஆதாயத்திற்காக யாரிடமாவது ஏதாவது பாவனை செய்துகொண்டேதான் இருக்கிறார்கள் என்பது நன்கு புரியத் தொடங்கியது.

என் தோழி சொல்வார்...

“மனசிலே மரியாதையே கிடையாது! ஏதோ அதை மறைச்சு கொஞ்சம் இருக்கிற மாதிரி பாவனை யாவது பண்ணக்கூடாதா!”

சில நேரம் சில இடத்தில் அது பொருந்திப் போய்விடும்.

ஆனால் பல நேரம் இந்தப் பாவனை என்பது காலை வாரி விட்டுவிடும்.

சமையல் தெரியாத ஒருவர் எத்தனை நாளைக்குத் தெரிந்தது போல் பாவனை செய்ய முடியும்?

ஒருவர் மீது அன்பு இருப்பதாய் எத்தனை நாள் நடிக்க முடியும்?

அதேபோல் அன்பு இல்லாதது போலவும் எப்படி நடிக்க முடியும்!

இன்னும் சிலர்“இப்படி எல்லாம் நடந்து கொண்டால் நம்மை அறிவாளி என்று சொல்லுவார்கள்!”

என்று சில பாவனைகள் செய்வார்கள்!

“அய்யோ பாவம்!” என்று இருக்கும்!

நிறைய பேர் மனதில் நினைப்பதை வெளியில் சொல்லத் தொடங்கினால் பல குடும்பங்கள் சிதறி விடும்!

அவர்கள் ஊமைபோல் பாவித்து மௌனம் காப்பதே சிறப்பு!

சிலர் நம்மை மதிப்பதாய் நடித்துக்கொண்டு உள்ளே வசை பாடுவார்கள்!

என்னதான் கவனமாய்ப் பிறர் அந்த வேலையைச் செய்தாலும்....

அது பாவனை என்பது பலநேரம் நம் பாழும் மனதிற்குப் புரிந்து விடுகிறதே..!

என்ன செய்வது..?

"பாவனை செய்ய வரவில்லை!" என்பதை சில நேரம் பெருமையாகவும் பல நேரம் குறையாகவும் எண்ணியபடி பொழுது போகிறது!

பாவனை என்பது நல்லதா..? கெட்டதா..?

12. விதி

சென்னையின் ஒரு பிரபல துணிக்கடைக்கு போயிருந்தேன். வரிசையில் நின்று பில் போடும் பெண்ணின் அருகில் சென்றுவிட்டேன். அந்தப் பெண் என்னை நிமிர்ந்து பார்த்தார். நான் வாங்கிய வற்றை தள்ளி வைத்துவிட்டு அடுத்தவருக்கு பில் போட்டார்.

"என்னம்மா இது! என்னை விட்டுட்டு அடுத்தவருக்கு போடற?"என்றேன். பதிலே சொல்லவில்லை. எனக்கு பயங்கர கோபம். போய் மேலாளரிடம் முறையிடலாம் என்று யோசித்தேன். பிறகு வேண்டாம் என முடிவுசெய்து இன்னொரு வரிசைக்கு மாறினேன். முதல் பெண் என்னிடம்"இங்கேயே வாங்க! உங்க இஷ்டத்துக்கு போய் நிக்கிறீங்க!" என்று சிடுசிடுத்தார்.

நான் அதற்குள் அமைதியாகி விட்டேன். என்னதான் நடக்கிறது பார்க்கலாம் என்று முடிவு செய்துவிட்டேன்.

பேசாமல் நின்று இருந்தேன். அந்தப் பெண்ணின் கடுத்த முகத்தை பார்த்து யோசித்து கொண்டு இருந்தேன். மேலும் ஒருவருக்கு பில் போட்டு விட்டு அந்தப் பெண் எனக்கு போட்டார். நான் புன்னகையுடன்" தேங்க்ஸ் மா !"என்று வந்து விட்டேன்.

பாவம் ! வீட்டை விட்டு வந்து உழைக்கிறார்கள். காலையில் இருந்து நின்று கொண்டிருக்கும் கடுப்பை நம்மீது காட்டினார் போல் இருக்கிறது. நாம் வேறு ஏன் புகார் அளித்து மாட்டி விட வேண்டும் என்று தோன்றியது. அத்துடன் அதை மறந்து விட்டேன்.

நாங்கள் வழக்கமாகச் செல்லும் அங்காடியில் ஒரு சின்னப் பெண். என்னைக் கண்டதும் சந்தோஷமாய் அருகில் வந்து பேசுவாள். எனக்கு என்ன வேண்டும் என்று கேட்டு தானே

கொண்டு வருவாள். வராத விருந்தாளி வந்தது போல் என்னை நடத்துவாள். சில சமயம் எனக்கே கூச்சமாக இருக்கும்.

என் கணவர் கேட்டார்,"என்னதான் செய்தாய் அந்தப் பெண்ணுக்கு?!"

"ஒன்றுமே செய்யலயே! ஒருவேளை அந்தப் பெண்ணின் அம்மா போலவோ வேறு யாராவது பிடித்தவர் போலவோ என் சாயல் இருக்கலாம்."

இதைச் சொல்லும்போதே எனக்கு துணிக் கடை பெண்ணின் நினைவு வந்தது. ஒருவேளை அந்தப் பெண்ணுக்கு பிடிக்காதவர் சாயலில் நான் இருக்கிறேன் போல!

நமக்கு நடக்கும் எல்லாவற்றுக்கும் எல்லா இடங்களிலும் நாம் மட்டுமே காரணம் இல்லை! சில சமயம் நாம் காரணமே இல்லை! ஒருவேளை இதுதான் முன்னோர் சொன்னதுவோ?!

13. காணாதது

இருபது ஆண்டுகளுக்கு முன்பு ஒரு சம்பவம் நடந்தது. என் தோழி ஒருவர் என்னை உடனே வரச்சொல்லி பதட்டத்துடன் அழைத்தார். போனால் அவருக்கு நிஜமாகவே உடம்பு நடுங்கிக் கொண்டிருந்தது. விஷயம் இதுதான்....

அவரது உறவுக்காரப் பெண் காதலித்து இருக்கிறாள். வீட்டில் ஒப்புக்கொள்ளவில்லை என்றதும் தற்கொலைக்கு முயன்று இருக்கிறாள். காப்பாற்றிக் கொண்டு வந்து தோழி வீட்டில் விட்டு இருக்கிறார்கள்.

இடையில் அந்தப் பையன் பெண்ணின் அப்பாவை தொலைபேசியில் அழைத்துப் பெண்ணை தூக்கிப் போவதாய் மிரட்டி இருக்கிறான். பெண் அவனுடன் போகத் தயாராய் இருப்பதுதான் பிரச்னை. தோழி அந்தப் பெண்ணுடன் தனியாக வீட்டில் இருக்கவே பயந்துவிட்டார்.

நான் அவரை அமைதியாய் இருக்கச் சொன்னேன். பிறகு அந்தப் பெண்ணின் அறைக்குப் போனேன்.

"லவ் பண்றியாமே! கையைக் கொடு! அதுக்கு எவ்வளவு தைரியம் வேணும்னு இவங்களுக்கு என்ன தெரியும்?" என்றேன். அந்தப் பெண் கொஞ்ச நேரம் மலங்க மலங்க விழித்துவிட்டு கை கொடுத்தாள்.

"சரி! யார் அவன்? என்ன செய்கிறான்? எல்லா விஷயத்தையும் சொல்லு. என்னால் முடிந்த உதவியை கட்டாயம் பண்றேன்." என்றேன்.

பெண் முதுகலை பட்டம் வாங்கி வேலைக்கு போகிறாள். பையன் +2 ஃபெயில்! சும்மா ஊரைச்சுற்றிக்கொண்டு இருக்கிறான். +2 வில் ஒன்றாய் படித்தவர்கள்! கண்டதும் காதல்!

"அவன் ஏம்மா படிக்கல? எதை வச்சு குடும்பம் நடத்துவான்?"

"எந்த வேலைக்காவது போய் என்னை காப்பாத்துவான் ஆன்டி!"

"சரி! அதை ஏன் இவ்வளவு நாளா பண்ணல?"

பதில் இல்லை. "ஏழு வருஷமா எந்த வேலைக்கும் போகாதவன் திடீர்னு எந்த வேலைக்குப் போக முடியும்? யார் வேலை கொடுப்பாங்க?"

பதில் இல்லை.

"உன் நகையை வச்சு தொழில் பண்ணுவான்னு சொல்றியே ....உன் அப்பா சொல்ற அட்வைஸ் வேணாம், அவர் சம்பாதிச்சது மட்டும் வேணுமா? நீ கொண்டுபோய் கொடுத்தாலும் அவனுக்கு என்ன தொழில் செய்யத் தெரியும்?"

பதில் இல்லை.

"நீ படிச்ச பொண்ணு தானே! +2 ஃபெயில் ஆனவனுக்கு என்ன வேலை கிடைக்கும்னு யோசிக்க மாட்டியா?"

பதில் இல்லை.

"ஒருவேளை சொந்தமா தொழில் ஆரம்பிக்கிற அளவுக்கு வசதியான வீட்டுப் பையனா?"

"இல்ல ஆன்டி!"

"சரி! இப்போ சொல்லு! நீ பார்க்கிற இந்த வேலையில் வர்ற சம்பளத்துல உன்னால் குடும்பம் நடத்த முடியுமா? எதுக்கும் போய் உன் அப்பா கிட்ட நிக்கக் கூடாது. அவர் உனக்கு செஞ்ச நகைய எடுத்து போகக் கூடாது. ரோஷமா வாழ்ந்து காட்டணும். முடியும்னு நீ நம்பினா சொல்லு. நானே உன்னை அவனோட அனுப்பி வைக்கிறேன்".

நான் ஒருமணி நேரம் அவளை யோசிக்க விட்டு அருகில் அமர்ந்து இருந்தேன். அவள் பெற்றோர் வந்து ஹாலில் காத்து இருந்தனர்.

"சாரி ஆன்டி! நான் யோசிக்காம தப்பு பண்ணிட்டேன். யாரும் இதுமாதிரி என்னை கேக்கல. லவ் பண்றது தப்புன்னு சொன்னாங்க. ஏன் பண்ணக் கூடாதா என்று தோணுச்சு. அவ்வளவு தான். அப்புறம் நீங்க இப்போ கேட்ட கேள்வி எல்லாம் யோசிச்சா பயமா இருக்கு!" என்றாள்.

"எனக்கு எதுக்கு சாரி சொல்ற? உங்க அப்பா அம்மாகிட்ட சொல்லு"

என்று கூறி விட்டு வெளியில் வந்தேன்.

எனக்கு அப்போது முப்பது வயது. என்னைவிட இரு மடங்கு வயதான அந்த அப்பா என் கைகளை பிடித்துக் கொண்டு," இது உன் கை இல்லம்மா, காலு!" என்று குலுங்கி அழுதது என்னை மிகுந்த சங்கடத்துக்கு உள்ளாக்கியது.

பிறகு ஒரு மாப்பிள்ளை பார்த்து எதையும் மறைக்காமல் சொல்லி மணம் முடித்தார்கள். மறக்காமல் எனக்கு முதல் பத்திரிக்கை வைத்தார்கள். நான் போகவில்லை.

பத்து ஆண்டுகள் கழித்து அந்தப் பெண்ணை பார்க்க நேர்ந்தது. ஓடி வந்து என் கால் தொட்டு வணங்கினாள். தன் குழந்தைகளை விழுந்து வணங்க வைத்தாள்.

"ரொம்ப நல்லா இருக்கேன் ஆன்டி! உங்க மொபைல் நம்பர் கொடுங்க!" என்றாள்.

நான் சந்தோஷமாய்ப் பேசினேன். ஆனால் நம்பர் கொடுக்க மறுத்து விட்டேன். வாழ்வில் நடந்த சில விஷயங்களை மறக்க வேண்டியது முக்கியம்! அதை நினைவுபடுத்தும் நபரை சந்திக்காமல் இருப்பது அதைவிட முக்கியம்!

14. அதிகார மாற்றம்

நான் பிறந்த கால கட்டத்தில் ஆண் குழந்தைகள் மட்டுமே கொண்டாடப் பட்டனர். ஆண்கள் உயர்வு என்ற எண்ணம் எங்கும் பரவி இருந்த காலம். ஆண் என்பவன் சம்பாதிக்கவும் அதிகாரம் செய்யவும் பிறந்தவன் என்பது எழுதப் படாத சட்டம்.

என் அப்பா வீட்டில் சமைப்பார். தன் துணிகளை தானே துவைப்பார். எனக்கு உணவு ஊட்டுவார்.

தினமும் மாலை உலாவ அழைத்துப்போகையில் பேசிக்கொண்டே இருப்பார். கற்றுக்கொள்ளும் ஆசையை என்னுள் தூண்டிக்கொண்டே இருந்தார்.

என் ஒன்பது வயதில் எங்கள் தெருவில் நான் சைக்கிள் ஓட்டிய போது மிகுந்த சந்தோஷம் அடைந்தார்."உனக்கு இஷ்டமானதை செய். நான் பெண் ஆச்சே...இதை எல்லாம் செய்யலாமா என்று தயங்காதே!" என்று சொல்லிக் கொடுத்தார்.

என் காலத்துப் பெண்கள் செய்யத் தயங்கும் நிறைய விஷயங்களை நான் இயல்பாய் செய்துகொண்டு இருந்தேன்.

தனியாய் கடைகளுக்குப் போவது தொடங்கி நண்பர்களுடன் கிட்டிப் புள் விளையாடுவது, பம்பரம் விடுவது, மாவளி சுற்றுவது, செஸ் விளையாடுவது என அடுக்கிக்கொண்டே போகலாம்.

ஆனால் எந்த ஒரு தருணத்திலும்"உன்னைப் போல் உண்டா?" என்று தலையில் வைத்து ஆடியதில்லை!

இப்போது நிறைய குடும்பங்களில் பெண் என்றால் உயர்வு என்று நினைக்கத் தொடங்கி இருக்கிறார்கள். நல்ல விஷயம் தான்! ஆனால் பெண்ணுக்கு நல்ல வாழ்க்கை வாழ கற்றுத் தருகிறார்களா ?

"பெண் என்றால் குறைவா? என் பெண் எந்த வேலையும் செய்ய மாட்டாள். சமைக்க மாட்டாள். படித்து சம்பாதிப்பாள். யாரையும் மதிக்க வேண்டிய அவசியம் இல்லை."என்று பேசத் தொடங்கி இருக்கிறார்கள்.

வெளியூரில் தங்கி வேலைசெய்யும் பெண்ணோ ஆணோ சமைக்கத் தெரியா விட்டால் ஆரோக்கியம் கெடும் என்பது கூட புரியவில்லை.

யாருடனும் அனுசரித்துப் போகத் தெரியவில்லை எனில் ஆண் என்றாலும் பெண் என்றாலும் வாழ்வு வீண் அல்லவா?

காலங்காலமாய் பெண் தாழ்வாய் நடத்தப்பட்டாள்; உண்மைதான். ஆனால், அதற்குத் தீர்வு இன்றைய பெண்களை அளவுக்கு அதிகமாக கொண்டாடி அவர்கள் வாழ்வை வீண் ஆக்குவதா?

பிறப்பால் ஆண் என்பதால் கொண்டாடப்பட்டது தவறு என்றால் இன்று பிறப்பால் பெண் என்ற ஒன்றிற்காக கொண்டாடுவதும் தவறு தானே?

கொஞ்சம் யோசித்துப் பார்த்தால் பெண் தாழ்வு என்று நினைப்பவரே பெண்ணை அதிகம் உயர்த்திப் பிடிக்கிறார்கள்!

"எனக்குப் பெண் குழந்தை தான். ஆனால் அதை எப்படி வளர்க்கப் போகிறேன்... பார்க்கிறாயா?"

இந்த வாக்கியத்தில் உங்களுக்கு என்ன புரிகிறது? பெண் என்றால் குறைவு என்ற எண்ணம் புரிகிறது அல்லவா?

ஆணோ பெண்ணோ பிறப்பதை இயல்பாய் ஏற்றுக்கொள்ளும் பக்குவம் தான் எப்போதும் தேவை. நல்ல குணங்கள் கொண்ட மனிதர்கள் மட்டுமே எப்போதும் தேவை.

அதற்கு கற்றுக்கொடுங்கள். ஆண் பெண் பேதம் பிரிக்காமல் அனைத்தையும் கற்றுக் கொடுங்கள். உயர்வு என்று சொல்லி ஒன்றும் தெரியாத, தெரிந்து கொள்ள மறுக்கின்ற ஒரு தலைமுறையை உருவாக்கி விடாதீர்கள்!

ஆண் என்றோ பெண் என்றோ யாரையும் உயர்த்தியோ தாழ்த்தியோ நடந்து கொள்வதன் மூலம் நாம் முதலில் கெடுப்பது நம் குழந்தைகளின் வாழ்வு! அடுத்தது நம்மைச் சுற்றி உள்ள சமுதாயம்!

இன்றைய பெற்றோர் இதை உணர்ந்து நடக்காவிட்டால் ஒரு காலத்தில் ஆணின் கையில் இருந்த அதிகாரம் பெண்ணின் கைக்கு மாறும். அவ்வளவுதான்!

தேவை அதிகார மாற்றமா நல்ல சமுதாய மாற்றமா என்று யோசித்து முடிவெடுங்கள்!

15. வயதின் விருப்பங்கள்

என்னுடன் ஒன்பதாம் வகுப்புவரை படித்த தோழியை 38 ஆண்டுகள் கழித்து சந்தித்தேன்!

நலம் விசாரித்து முடித்தபின் தோழி கேட்ட முதல் கேள்வி, என் காதைத் தொட்டு,"இன்னுமா நீ வளையம் போட்டுக்கற?!"

நான் சிரித்துக்கொண்டே"போட்டா என்ன?" என்றேன்!

"பார்க்கறவங்க என்ன சொல்வாங்க?"

அடுத்து போனது வழக்கமாய் போகும் தோழி வீடு.

பண்டிகைக்கு புடவை எடுப்பது பற்றிய பேச்சு வந்தது.

"என் பொண்ணு, மருமக எல்லாருக்கும் புதுப்புடவை எடுத்துட்டேன். இதுக்கு மேல நமக்கு என்ன கிடக்குன்னு எனக்கு ஒண்ணும் எடுக்கல", என்றார்.

நான் கேட்டேன்,"தினம் வீட்டில் புடவைதானே கட்டிக்க போற?"

"ஆமாம்."

"அப்புறம் ஏன் வேணாம்னு விடணும்? நிஜமா சொல்லு! உனக்கு புதுப்புடவை கட்ட ஆசை இல்லையா?

யாரை திருப்திபடுத்த இப்படி நாம சொல்லிக்கணும்?"

தோழி யோசித்து விட்டு நான் சொன்னதை ஒப்புக் கொண்டார்.

இன்னொரு தோழி இப்போது வயதாகிவிட்டதால் பாடுவதை நிறுத்திவிட்டதாய் சொன்னார்.

அவருக்கு உள்ளூர பாட ஆசைதான்!

இதுபோல் இன்னும் நிறைய பேரை சொல்லிக்கொண்டே போகலாம்.

சின்னச் சின்ன ஆசைகள் முதல் பெரிய ஆசைகள் வரை!

பிறர் என்ன சொல்வார்கள், பிறர் என்ன நினைப்பார்கள் என்று உள்ளுக்குள் அடக்கி வைத்துக்கொண்டு, வயதாகிவிட்டதாக நினைத்துக்கொண்டு, என்னவோ எமன் வந்து வாசலில் காத்துக்கொண்டு நிற்பதான ஒரு கற்பனையில் தன்னைத்தானே ஏமாற்றிக்கொண்டு வாழும் பெண்கள் நம்மைச் சுற்றி எத்தனை பேர்!

இப்படி நாம் அடக்கிக் கொள்ளும் ஆசைகளை பிறர் செயல்படுத்தும்போது நமக்கு ஆச்சரியமாக இருக்கிறது. அல்லது பொறாமைப்பட தூண்டுகிறது!

உண்மையில் நாம் நினைப்பதுபோல் அடுத்தவர் யாரும் நம்மைப்பற்றி பேசிக்கொண்டே இருக்கப்போவதில்லை!

அவரவருக்கு அவரவர் வேலை இருக்கும் அல்லவா!

"வயதாகிவிட்டது... நான் இதைச்செய்யலாமா?"

இந்த எண்ணத்தை முதலில் விட்டுவிடுங்கள்!

உங்கள் விருப்பப்படி சாப்பிடுங்கள்!

விரும்பியபடி உடை அணியுங்கள்!

பாடுங்கள்! ஆடுங்கள்! படியுங்கள்!

உங்களுக்கான ஆசைகளை அடக்கிக்கொண்டு வலம் வராதீர்கள்! அதற்கு இப்போது எந்த அவசியமும் இல்லை!

(யாரையாவது குத்திவிட வேண்டும்! அடித்துப்போட்டுவிட வேண்டும்! என்று எண்ணுவது எல்லாம் அநியாய ஆசை! அதை செயல்படுத்தினால் வரும் விளைவுகளுக்கு நான் பொறுப்பு இல்லை!)

நீண்டநாள் ஆசையோ, திடீர் ஆசையோ... ஏதேனும் ஒன்றை இன்றே செயல்படுத்திப் பாருங்கள்!

எவ்வளவு சந்தோஷமாய் இருக்கிறது என்று பாருங்கள்!

அதிலும் தன் குடும்பத்திற்கு என்று நேர்ந்துவிட்ட வாழ்வு வாழும் தன்னைப்பற்றி யோசிக்க நேரமின்றி அந்தப் பழக்கமே அற்ற குடும்பத் தலைவிகள் இதை ஒருமுறையாவது முயற்சி செய்து பார்க்கலாம்!

பீரோவில் தூங்கும் ஒரு நல்ல புடவையை எடுத்து உடுத்திக் கொள்ளலாம்!

(கொரோனா வந்த பிறகு எங்கே வெளியில் போனோம்!)

நமக்குப் பிடித்ததை சமைத்து உண்ணலாம்!

நமக்குப் பிடித்தமாதிரி தலைவாரிக்கொள்ளலாம்!

நமக்குப் பிடித்த பாட்டை பாடலாம்!

குறைந்தபட்சம் ஒரு ஐஸ்கிரீம் வாங்கி சாப்பிடலாம்! மழை பெய்து சளி பிடித்தாலும் பரவாயில்லை!

பின்குறிப்பு: இந்தப் பதிவில் நான் ஆண்களைக் குறிப்பிடவில்லை! அதற்கான அவசியம் இருப்பதாய் நான் கருதவில்லை!

16. தியாக தீபங்கள்

என் சிறு வயதில் எனக்கு பூக்கள் மிகப் பிடிக்கும்! அதை கட்டி என் அம்மாவின் பின்னலில் வைக்க மிகுந்த ஆசை எனக்கு!

நீளமும் அடர்த்தியுமாய் கனத்த பின்னல் அம்மாவுக்கு! ஆனால் ஆசிரியர் என்பதால் தினம் கொண்டைதான் போடுவார். வெளியில் போகும்போது பின்னல் போடத் தயங்குவார்.

முப்பது ஆண்டுகள் முன்புவரை அம்மாக்கள் தலைமுடியை கொண்டை போட்டுக்கொள்ள வேண்டும் என்ற எழுதப்படாத விதி ஒன்று இருந்தது!

பின்னல் பின்னித் தொங்கவிட்டால் நாலுபேர் ஏதாவது சொல்வார்கள்!

மகள் தோளுக்கு மேல் வளர்ந்து விட்டால் அம்மா தன் எளிய அலங்காரங்களைக் கூட தவிர்த்து விடுவார்.

நம் இந்தியக் கலாசாரத்தில் நாம் பல விதமான பிம்பங்களை உருவாக்கி அதற்குள் மனிதர்களை அடைத்து வைக்கிறோம்.

அவர்கள் மூச்சு முட்ட அதனுள் உயிர் பிழைத்துக் கிடந்தார்கள்! வாழவே இல்லை!

இந்த பாவப்பட்ட பட்டியலில் முதலிடம் நம் பெற்றோருக்குத்தான்.

அம்மா என்பவள் தன் ஆசை, சுகம், பசி, தூக்கம், ஆரோக்கியம் உட்பட அனைத்தையும் தன் குடும்ப நலனுக்காக விட்டுவிட வேண்டும் என்ற எண்ணம் இந்த சமுதாயத்தில் இருந்தது.

இந்த எண்ணம் வலிந்து திணிக்கப்பட்டது என்று சொல்ல முடியாது.

ஆனால் இப்படி தியாகம் செய்பவர்கள் மட்டுமே போற்றப்பட்டார்கள். பிறருக்கு ஓர் உதாரணமாய் காட்டப்பட்டார்கள்.

எனவே தியாக தீபம்போல் வாழவே பெண்களுக்கு விருப்பம் இருந்தது.

து.நிபுணமதி

இதேபோல் ஆண்களுக்கும் ஒரு பிம்பம் கட்டமைக்கப்பட்டு இருந்தது.

தன் குழந்தைகள் மீதான பாசத்தை ஒரு தந்தை தன் மனதில் வைத்து பூட்டிக்கொள்ள வேண்டும்.

மேலுக்கு இறுகிய முகத்துடன் பிள்ளைகளை முறைத்தபடி வலம் வரும் வேடம் அப்பாவுக்கு!

எப்போதும் அப்பாவுக்கு அடங்கி பணிந்துபோகும் வேடம் அம்மாவுக்கானது!

யார் வகுத்த விதிகள் இவை? இவற்றை எந்தக்கேள்வியும் இன்றி ஏன் பின்பற்றுகிறோம்?

எவரோ எப்போதோ சொல்லிப்போன விதிகளின்படி ஒரு வெற்று வாழ்வை நாம் ஏன் வாழ வேண்டும்?

என் பெற்றோரிடம் இந்தக்கேள்விகளை இடையறாது நான் கேட்டுக்கொண்டே இருந்தேன்.

இப்போது பெற்றோருக்கான வடிவம் மாறி விட்டது. அவர்கள் தங்கள் குழந்தைகளுடன் நட்பாய் பழகத் தொடங்கி விட்டார்கள்.

ஆனாலும் பிம்பங்கள் தொடரத்தான் செய்கின்றன ஒவ்வொரு வீட்டிலும்!

தாத்தா பாட்டி என்றால் மரியாதை எதிர்பார்த்து ஏமாந்து போகிறார்கள்!

"மனைவி கணவனிடம் மரியாதை செலுத்த வில்லையே!" என்று பார்ப்பவர் பதறிப் போகிறார்கள்!

"அம்மா என்பவளின் நடை உடை பாவனைகள் மாறிவிட்டன!"

"கலி முற்றிப் போய்விட்டது!"

இன்னும் இது போன்ற குற்றச்சாட்டுகள் காதில் விழுந்து கொண்டுதான் இருக்கின்றன.

அப்பா என்பவர் இப்படித்தான்... அம்மா என்பவர் இப்படித்தான் என்று ஒவ்வொரு உறவுக்கும் ஏன் இலக்கணம் வகுக்க வேண்டும்?

எவரையும் எந்த ஒரு வட்டத்தின் உள்ளும் அடைக்காமல் அவர்களை நிம்மதியாய் வாழ விடலாமே!

அப்படி குறை காணாமல் வாழும்போது நம் உறவும் நட்பும் மேலும் பலப்படும்!

உண்மையில் நம் வாயில் குறைவராத வாழ்வே நிறைவான வாழ்வு!

17. பாதிப்பு

என் தோழி சொன்னார், "நேத்து திடீர்னு அதை பார்த்துட்டேன். அதிலிருந்து மனசே சரியில்ல!"

அது ஒரு நரை முடி! நடு வயது வந்தோர் இந்த அனுபவத்தை தாண்டித்தான் வந்திருக்க வேண்டும்.

அனைத்து வயதினரும் தினமும் ஏதோ ஒரு காரணம் வைத்து தன் புற அழகைப்பற்றி கவலைப்படுவதாய் ஒரு புள்ளி விவரம் சொல்கிறது.

உயரம், நிறம், தலைமுடி, கண், மூக்கு, பல் என்று எத்தனையோ விஷயங்கள் நாம் கவலைப்பட இருக்கிறது.

தொலைக்காட்சி விளம்பரங்களில் இவை அத்தனைக்கும் தீர்வு உண்டு என்று இனிக்க இனிக்க சொல்கிறார்கள்.

சில சமயம் அவை உண்மை ஆகவும் இருக்கலாம். ஆனால் அதன் பலன் என்ன என்று நாம் ஒருமுறையாவது ஆழ்ந்து யோசித்து இருக்கிறோமா?

நம்மிடமுள்ள தோற்றக் குறைகளை உடனடியாய் களைந்துவிடத் துடிக்கிறோம். உண்மையில் அவை குறைகள் அல்ல. நம் தனிப்பட்ட அடையாளம் அல்லவா!

நிறைய பேர் தன் உண்மை முகத்தை அலங்காரம் செய்து மறைத்துவிட்டால் இளமை திரும்பிவிடும் என்று நினைத்துக்கொள்கிறார்கள்.

இப்படி ஒப்பனையுடன் வந்த ஒரு பெண்மணியை ஒரு திருமண வீட்டில் பார்த்துக்கொண்டு இருந்தேன்.

என் அருகில் இருந்த இளம் (உண்மையான இளம்..!) பெண்கள் அவரைப் பார்த்து தங்களுக்குள் பேசி சிரித்துக்கொண்டார்கள்.

அவர்கள் பேச்சில் இருந்து அவர்கள் அதை ரசிக்கவில்லை என்பது புரிந்தது.

முதிய பெண்கள் வெளிப்படையாகவே முகம் சுளித்துக் கொண்டார்கள்.

எனக்கு ஒரு விஷயம் புரியவே இல்லை. அவர்கள் வயது அவர்களுக்குத் தெரியும். அவர்களை சார்ந்தவர்களுக்கும் தெரியும்.

புதிதாய் பார்ப்பவர்கள் அந்த ஒப்பனையை வைத்தே வயது அதிகம் என்ற முடிவுக்கு வந்து விடுகிறார்கள்.

பிறகு எதற்கு இவர்கள் வயதை மறைக்கப் பெரும்பாடு படுகிறார்கள்?

ஒப்பனை என்பது தன்னம்பிக்கை தருவதாய் பலர் நினைக்கிறார்கள்.

ஆனால் நிறைய நேரம் அது பிறரின் கேலிப் பொருளாய் ஆகி விடுவதை அவர்கள் உணர மறுத்து விடுகிறார்கள்.

என் மகனை ஒன்றாம் வகுப்பில் சேர்க்கும்போது அந்தப் பள்ளியில் ஒரு ஆசிரியை இருந்தார். உள்ளே நாம் நுழையும்போதே புன்னகைத்து ஓரிரு வார்த்தைகள் பேசுவார்.

குழந்தைகளை தொட்டு உள்ளே அனுப்புவார். அவரை பிடிக்காதவர்கள் யாரும் அங்கு இல்லை.

ஒருமுறை பள்ளியில் நான் காத்திருக்கும் நேரம் தொலைவில் அவரைப் பார்த்தேன்.

புதிய ஒருவரைப் பார்ப்பது போல் கொஞ்சநேரம் பார்த்துக்கொண்டு இருந்தேன்.

அவர் ஐம்பது வயது தாண்டியவர். எப்போதும் போல் நூல் புடவை. மிகக் குறைந்த நகை. எந்த ஒப்பனையும் இல்லாத முகம். நரைத்த கூந்தல்!

அவரை மிகுந்த அழகு என்றே நான் மனதில் அதுவரை பதித்து வைத்து இருந்தேன்!

ஆம்! ஒரு புன்னகையும் வாஞ்சையும் அவரை அத்தனை நாளும் மிக அழகாய் காட்டி வந்திருக்கிறது என்பதை அன்று நான் உணர்ந்தேன்!

ஆம்! அழகு என்பது நடந்துகொள்ளும் விதம் அல்லவா?

அனைத்து சாமுத்திரிகா லட்சணங்கள் உள்ள ஒருவர் நம்மீது எரிந்து விழுந்தால் நமக்கு அவரைப் பிடிக்குமா?

மிகுந்த அழகு என்று பெயர் வாங்கியவர் மரியாதை இன்றி நடந்தால் நாம் மன்னித்து விடுவோமா?

பதின் வயதுகளில் என் வீட்டில் இருந்த ஒரு அடி நீள அகல கண்ணாடியில் இரண்டாம் முறை முகத்தை பார்த்துவிட்டால் என் அம்மா சொல்லுவார்,

"என்ன சும்மா அழகு பார்க்கிறது? பொட்டு வச்சியா... போதும்... கிளம்பு! குட்டியில் கழுதைகூட அழகாய்த்தான் இருக்கும்!"

அழகு என்பது பெரிய விஷயம் இல்லை என்பதை அந்தக்கால அம்மாக்கள் உணர்ந்து இருந்தனர்.

அதை மகள்களுக்கு சொல்லித் தரவும் செய்தனர். அழகைவிடத் திறமைகளை வளர்த்துக்கொள்வதே முக்கியம் என்ற எண்ணம் எல்லோரிடமும் இருந்தது.

ஆனால் வரவர விளம்பரங்களின் பிடியில் சிக்கி அனைவரும் நம் அழகு குறித்து எந்நேரமும் கவலைப்படத் தொடங்கிவிட்டோம்.

இதனால் மன உளைச்சலுக்கு ஆளாகி அது முகத்தில் பிரதிபலித்து உள்ள அழகையும் கெடுத்துவிடுவதாய் தோன்றுகிறது!

இந்த உயரத்தில் இந்த நிறத்தில் இந்த அளவுகளில் அமைவதுதான் அழகு என்று தீர்மானம் செய்தவர் யார்?

பிறர் கூறும் அழகுக்கான இலக்கணங்கள் உங்களைப் பாதிக்க விட்டுவிடாதீர்கள்.

அன்பும் புன்னகையும் ஆரோக்கியமும் அனைவருக்குமே அழகு!

18. வயது என்பது..!

எங்கள் ஊர் மலைக்கோவில் பூஜை மிக விசேஷமானது. வெளியூரில் இருந்தெல்லாம் ஆட்கள் வருவார்கள். (திரு நாதர் குன்றம்)

ஆள் அரவமற்ற மலை அன்று நிரம்பி வழியும். அந்த நாளுக்காக ஆவலுடன் காத்திருப்போம்.

விடியலில் எழுந்துவிட்டேன். புதுப் பாவாடை தாவணி! அம்மாவிடம் மல்லுக் கட்டிக்கொண்டு இருந்தேன்.

"அம்மா அம்மா! ஒத்தைப் பின்னல் போடு!"

"வேணாம்... தலைக்கு வேற குளிச்சிருக்க. முடி நிறைய தெரியும். சொன்னாக் கேளு!"

கேட்கவில்லை! அம்மா ஒற்றைப் பின்னல் போட்டு நிறைய பூ வைத்துவிட்டார்.

கழுத்தில் ஒரு நெக்லஸைப் போட்டு கோவிலுக்கு அப்பாவுடன் அனுப்பி வைத்தார்.

வந்த விருந்தினருக்கு சமைக்கவேண்டும் என்று அம்மா வரவில்லை.

கோவிலுக்குப் போனதும் அப்பா என்னை பெண்கள் பக்கம் உட்காரச் சொல்லிவிட்டு நண்பர்களுடன் பேசப் போய் விட்டார்.

அருகில் இருந்த பெண்மணி என்னை யார் என்று விசாரித்தார். நானும் ஒழுங்காய் பதில் சொல்லிவிட்டு வந்தேன்.

அன்று வீடு முழுக்க ஆட்கள் வந்து போய்க்கொண்டே இருந்தார்கள்.

அம்மா கொடுக்கும் காபி மோர் இவற்றைக் கொடுத்து உதவிக்கொண்டு இருந்தேன்.

திடீரென்று அம்மாவின் குரல் சற்று உயர்ந்து ஒலித்தது. நான் வேகமாய் ஹாலுக்கு வந்து பார்த்தேன்.

நான் கோவிலில் பார்த்த அம்மா! உடன் சிலர்!

என்னைப் பார்த்ததும்,

“இந்தப் பொண்ணு தாங்க! சொன்னா இல்லைன்னு சொல்றீங்க? இதைத்தான் கோயில்ல பார்த்தோம். பிடிச்சிருக்குன்னு தானே வீடு தேடி வந்து இருக்கோம்!”

அப்பாவும் அம்மாவும் பார்த்துக்கொண்டார்கள்.

அப்பா,“இல்லைங்க...என் பொண்ணு ரொம்பச் சின்னது. ஒன்பதாம் க்ளாஸ் தான் படிக்குது. உயரமா வளர்ந்திருக்கு. தப்பா நினைக்க வேண்டாம். காபி குடிச்சுட்டு கிளம்புங்க” என்றார்.

அம்மா என்னை உள்ளே போகும்படி சைகை செய்ய நான் ஓடிவிட்டேன்.

அன்றும் மறுநாளும் அம்மா புலம்பிக்கொண்டும் இடையே என்னைக் கொஞ்சம் திட்டிக்கொண்டும் இருந்தார்.

“சொன்னாக் கேக்கறியா? ஒத்தை ஜடை போட்டு பெரிய பாவாடை கட்டிப் பெரிய பொண்ணாட்டம் இருக்க! இப்ப பாரு... பொண்ணு கேட்டு வந்து இருக்காங்க!”

நான் ஒரு முறுக்கைக் கடித்த படி,

“லூசுங்க! அப்பவே என் கிட்ட சொன்னா ‘தூ’ன்னு சொல்லி இருப்பேன் இல்ல? ஏன் சொல்லல?”

அம்மா தலையில் நோகாமல் அடித்துக்கொண்டார்!

என் வயது ஏன் அவர்களுக்குத் தெரியவில்லை..?

ஒரு திருமண வீடு. என் இரண்டு குழந்தைகளுடன் சென்று இருந்தேன்.

ஒரு தூரத்து உறவினர் என்னைப் பார்த்து,

“என்ன... லேட்டா கல்யாணம் ஆச்சா? பசங்க சின்னதா இருக்கு?”

நான் சிரித்துவிட்டு பேசாமல் இருந்தேன். அவர் விடாமல்,

“என்ன வயசு உனக்கு?” என்றார்!

“32..!”

"பார்த்தா நாற்பது மாதிரி இருக்க!"

என் வயது ஏன் அவருக்குத் தெரியவில்லை..?

யோகா வகுப்பு சென்ற புதிது. ஒரு தோழி

"எப்படி கிளாஸ் வறீங்க?"

"பையன் வண்டியில."

"என்ன படிக்கிறான்?"

"காலேஜ் பைனல் இயர்."

"அய்யோ! நம்பவே முடியல! அவ்வளவு பெரிய பையனா?"

"பெரியவன் MBA படிக்கிறான்!"

"உங்க வயசு என்ன சொல்லிடுங்க!"

"49..!"

"நான் நாப்பதுக்குள்ளதான் நினைச்சேன்! ஐயோ..!"

அவருக்கு ஏன் என் வயது தெரியவில்லை..?

உண்மையில் நம்முடைய வயது என்பது நமக்கு மட்டும்தான் நினைவில் ஒட்டிக்கொண்டே இருக்கிறது!

பார்ப்பவர்கள் நம்முடைய நடை உடை பாவனைகள் பார்த்து அந்த நேரம் தோன்றும் எண்ணை நம் வயதாய் நினைத்துக்கொள்கிறார்கள்!

அப்படி இருக்கும்போது வயது ஆகிறதே என்று எதற்கு கவலைப்படுவது?

இந்த வயதில் இதைச் செய்யவேண்டும் என்ற ஒரு மாயவலையில் மட்டும் சிக்கிக்கொள்ளாமல் இருந்தால் போதும்!

வயது என்பது வெறும் எண் தானே?

அதனால் அதை நினைத்து ஒரு போதும் கவலைகொள்ள வேண்டாம்!

நம் வயது, நமக்கு மட்டுமே தெரியும் என்பதை ஒரு நல்ல விஷயமாகவும் எடுத்துக்கொள்ளலாம்.

பின் குறிப்பு: என் பதிவுகள் படித்த ஒரு முகம் அறியா நண்பர் சொன்னார்,

"உங்க வயசு 54 ன்னு போட்டு இருக்கீங்க! நான் 70 இருக்கும்னு இல்ல நினைச்சேன்!"

அப்படியே இருக்கட்டும்..! என்ன ஆகிவிடப் போகிறது..!

19. இயல்பு

என் தோழிக்குத் தெரிந்த பெண்மணியொருவர், வீட்டில் இருந்தவாறே வியாபாரம் செய்து கொண்டிருந்தார். தான் பெரிய செல்வந்தர் குடும்பம் என்றும் பொழுதுபோக்காக அதை செய்வதாகவும் கூறினார். வீட்டில் சோம்பி இருக்காமல் இப்படி சுறுசுறுப்பாய் இருக்கும் பெண்களை எனக்குப் பிடிக்கும். எனவே எனக்குத் தெரிந்தவர்களை அழைத்துப்போவேன்.

தோழி வேற்றூர் போன பிறகும் நான் இந்தப் பெண்மணியை ஆண்டிற்கு இருமுறையாவது பார்த்துவிடுவேன். என் வீட்டு விசேஷங்களுக்கு அழைத்தபோது அப்படி வருவது தனக்குப் பழக்கம் இல்லை என்று கூறிவிட்டார். நானும் அதை தவறாய் நினைக்கவில்லை.

ஒருநாள் என் பிள்ளைகளின் பள்ளிக்கு கிளம்பியபோது என் கணவரும் வெளியே கிளம்பினார். நான் அவருடன் காரில் போய்விட்டேன். பள்ளி சென்று இறங்கும்போது அந்தப் பெண்மணி அருகில் நின்று இருந்தார்.

நான் இறங்கும்போதே முகமெல்லாம் சிரிப்பாய் என்னிடம் வந்தார்!"எப்படி இருக்கீங்க?" என்றார்!

நான் சற்று குழம்பி விட்டேன். ஏழெட்டு வருடப் பழக்கத்தில் அவர் அந்த அளவு சிரித்து நான் பார்த்ததே இல்லை! தானாய் வந்தும் அவர் இதுபோல் பேசியது இல்லை!

பிறகு கேட்டார்,"காரில் வந்தது உங்க வீட்டுக்காரரா? எங்க வேலை செய்யறார்?"

அவர் ஜெர்மனியில் இருப்பதாய் சொன்னதும்,"என்ன நீங்க! இத்தனை நாள் சொல்லவே இல்ல?" என்றார்.

து.நிபுணமதி | 57

"நீங்க கேட்கவே இல்லையே!" என்று பதில் சொன்னேன்!

கிளம்பும்போது, "உங்க அட்ரஸ் கொடுங்க! ஒரு நாளைக்கு வரேன்!" என்றார்.

எனக்கு வீடு திரும்பிய பின்னரும் மனம் வருந்திக்கொண்டே இருந்தது. அவர் அதிகம் பேசாதது அவர் இயல்பு என்று அத்தனை வருடங்களும் நான் நினைத்து வந்திருக்கிறேன்!

என் எளிமையான புடவை, நான் அணிந்திருக்கும் மிகக்குறைந்த நகை இவற்றை வைத்து அவர் எடை போட்டு இருக்கிறார்!

என் பின்னணி தெரிந்தபின் அவர் காட்டிய திடீர் அன்பு அவரிடம் இருந்து என்னை விலக்கிவிட்டது.

அதன் பிறகும் எப்போதாவது அவரைப் பார்க்கிறேன். ஆனால் இன்றுவரை என் விலாசமும் கொடுக்கவில்லை, வீட்டிற்கு வரச்சொல்லி அழைக்கவும் இல்லை!

ஒரு விதத்தில் அவருக்கு நான் நன்றி சொல்லவேண்டும்! அதன் பின்னர் நான் மனிதர்களை இன்னும் தீவிரமாய் உற்று கவனிக்கத் தொடங்கினேன்! யாரைப்பற்றியும் லேசில் ஒரு முடிவுக்கு வருவதில்லை.

இன்னொரு முக்கிய விஷயம்... அவர் மதிக்கவில்லையே என்று என் உடைகளை, நகைகளை, என் இயல்பை நான் மாற்றிக்கொள்ளவே இல்லை!

20. பெண்ணும் ஆணும்

நேற்று ஒரே தலைவலி. யாராவது சூடாகத் தேனீர் போட்டுக் கொடுத்தால் நன்றாக இருக்கும் என்று நினைத்துக்கொண்டு இருந்தேன்.

மகன்களும் கணவரும் தீவிரமாய்ப் பேசிக்கொண்டு இருந்தார்கள்.

அரைமணி நேரம் பொறுத்துப் பார்த்துவிட்டு எழுந்து போய் தேனீர் தயாரித்தேன்... ஒரு முனகலுடன்..!

"இந்த வீட்டுல ஒரு டீ போட்டுக்கொடுக்க ஆள் இருக்கா? ஒரு மனுஷி தலைவலி ன்னு சொல்றா...எதுவாவது ஒண்ணு ஏன்னு கேட்டுச்சா?"

மகன் பிலுபிலுவென்று பிடித்துக் கொண்டான்!

"நீ கேட்டியா? டீ போடுன்னு சொன்னா போடப் போறேன். நீ ஏன் வாயத் திறந்து சொல்லல?"

"அதானே?" மற்ற இருவரும்!

ஆண்கள் சூழ் உலகு!

"நீங்க யாராவது தலைவலின்னா நான் சும்மாவா இருக்கேன்? உடனே என்ன வேணும்னு கேட்டுக் கொடுக்கல?"

இதுதான் பெண் மனதின் யோசனை!

என்னைப் பொறுத்தவரை ஆணும் பெண்ணும் வெவ்வேறு உயிரினங்கள்!

இருவர் சிந்தனை, எதிர்பார்ப்பு, செயல்பாடு எல்லாமே வேறு வேறாகத்தான் இருக்கின்றன.

இதில் ஒன்றுபட்டு வாழ்வது என்பது எல்லாம் மிகப் பெரிய சாதனை!

"நான் எவ்வளவு விட்டுக் கொடுத்தேன்?"

"உன்னை இத்தனை காலம் சகிச்சுக்கிட்டு வாழறேன்!"

"எப்போ தான் என்னைப் புரிஞ்சுக்கப் போற?"

"என் காலம் இப்படியே ஏங்கிப் போயிடப் போகுது!"

இதெல்லாம் எல்லா வீடுகளிலும் கேட்கும் வார்த்தைகள் தான்.

பெற்ற குழந்தைகள் நிமித்தம்...

ஊரார் என்ன சொல்வார்கள் என்ற பயம்...

உறவுகள் ஒதுக்கி வைத்தால்? என்ற அச்சம்...

இன்ன பிற காரணங்களால் மட்டுமே இங்கு பெரும்பாலான குடும்பங்கள் இழுத்துப் பிடித்து வாழ்ந்து கொண்டு இருக்கின்றன.

நம் வழிக்கு அடுத்தவரை வளைக்கப்பார்த்தால் கசப்பே மிஞ்சும்!

"என்னைப் புரிந்துகொள்ளவில்லை!"

என்ற குற்றச்சாட்டை விட்டுவிடுவோம்.

நாம் சற்றேனும் புரிந்துகொள்ள முயற்சி செய்வோம்.

எதிர் பாலினத்தை மட்டம் தட்டாமல்,

கீழாக நினைக்காமல்,

ஒன்றுமே தெரியாது என்று பிறரிடம் குறை கூறாமல்,

நம்மைப்போலவே அவர்களும் சிந்திக்க வேண்டும் என்று எண்ணாமல்...

அவர்களுக்குக் கொஞ்சம் மரியாதை கொடுத்து நடத்துவோம்.

சேர்ந்து வாழ வேண்டும் என்று ஆகிவிட்டது! அதற்கு என்ன வழி என்று யோசிப்பதே தீர்வு.

இரு பாலரும் ஒருவரை ஒருவர் மதிக்கக் கற்றுக்கொள்ளல்தான் முதல் படி.

எதுவானாலும் வாய்விட்டு மனம்விட்டுப் பேசுங்கள்.

ஒருவர் மனதில் நினைப்பதை எல்லாம் அடுத்தவர் பேச வேண்டும்..! அதுவே புரிதல்... காதல்... என்றெல்லாம் எந்த ஒரு வலையிலும் மாட்டிக்கொள்ள வேண்டாம்!

உங்கள் இணையைப் புரிந்துகொள்ள முடியவில்லை என்றாலும் பரவாயில்லை.

பரஸ்பரம் குற்றம்சாட்டி காயப்படுத்திக் கொள்ளாமல் இருங்கள்.

கடைசிவரை நீடிக்கும் ஒரு உறவை உரசல் இல்லாமல் கொண்டுசெல்லும் கடமை இருபாலருக்கும் உண்டு.

கடைசிவரை செல்லும் தண்டவாளங்கள் போல..!

ஆணுக்கும் பெண்ணுக்கும் இடையில் ஒரு இடைவெளி கண்டிப்பாய் இருக்கும்.

முடிந்தால் கொஞ்சம் அன்பால்... கொஞ்சம் விட்டுக் கொடுத்தலால் அந்த இடைவெளியை இட்டு நிரப்பிச் செல்லலாம்!

மற்றபடி எப்போதும்...எந்தக் காலத்திலும்...

ஆண் வேறு உயிரினம்!

பெண் வேறு உயிரினம் தான்!

ஒருவர் மனதை மற்றவர் தானாகப் புரிந்து ஒன்றாகிப் போவதெல்லாம்.....

வெறும் கட்டுக்கதை..!

21. மாங்கல்யம்

ஒரு தோழி மிகுந்த மனவேதனையுடன் ஒரு செய்தியைப் பகிர்ந்து கொண்டார். அவர் மருமகள் தாலியைக் கழற்றி வைத்துவிட்டு எப்போதேனும் ஒரு முறை அணிந்துகொள்கிறார் என்று.

நான் முன்பே இதுபோன்ற நிகழ்வுகளைப் பார்த்து இருப்பதால் அதிர்ச்சி அடையவில்லை.

ஆனால் பல ஆண்டுகளுக்கு முன்பு வெளிநாடு சென்றபோது நம் ஊர்ப் பெண்மணி விமானம் ஏறிய உடன் தாலியைக் கழற்றி வைத்தது கண்டு அதிர்ந்துபோய் இருக்கிறேன்.

நடுவயது தாண்டியவர்களுக்கு கொஞ்சம்... கொஞ்சமில்லை... அதிகம் சங்கடம் தருகிற விஷயம்தான்.

ஆனாலும் பேசியாக வேண்டிய ஓர் இடத்திற்கு வந்துவிட்டோம் என்று நினைக்கிறேன்.

இளம் தலைமுறை ஏகப்பட்ட கேள்விகள் கேட்கிறார்கள்.

1. தாலி கட்டும் வழக்கம் இடையில் வந்ததுதானே? அதை பின்பற்றாமல் விட்டால் என்ன?
2. அடையாளம் என்றால் அது எதற்கு?
3. பெண்ணும் ஆணும் சமம் என்றால் பெண் மட்டும் ஏன் ஓர் அடையாளத்தை சுமக்க வேண்டும்?
4. கணவன் மீது மனைவி செலுத்தும் அன்பை ஒரு தாலி என்ற நகையை வைத்துத்தான் மதிப்பீடு செய்வீர்களா?
5. அது ஒரு தங்கத்துண்டு! அவ்வளவுதானே? அதற்கு ஏன் இப்படி அலட்டிக் கொள்கிறீர்கள்?

6. அந்தத் தங்கநகை எந்த விதத்தில் என் கணவர் உயிருக்கு உத்தரவாதம் தருகிறது?
7. வெறும் சடங்கு சம்பிரதாயங்கள், தாலி இவை மட்டும் ஒரு நல்ல வாழ்க்கையைத் தந்துவிட முடியுமா?
8. தழைய தழைய தாலி கட்டிக்கொண்டு கணவனை வெறுப்பவர் எத்தனை பேர்?
9. திருமணம் தாண்டிய பந்தத்தில் சிக்குபவர்களும் விவாகரத்து என்று செல்பவரும் அந்தத் தாலியை கட்டிக்கொண்டுதானே இருக்கிறார்கள்? எதற்கு?
10. உண்மையாய் உள்ளம் புரிந்து வாழப்போகும் எங்களுக்கு எதற்கு ஓர் அடையாளம்? எங்கள் இருவருக்கும் தேவை இல்லாத ஒன்றை ஊருக்காக நான் ஏன் அணிந்துகொள்ள வேண்டும்?

நம்மிடம் பெரும்பாலான கேள்விகளுக்குப் பதில் இல்லை. அதுதான் உண்மை..!

நாம் காலங்காலமாய் நம் மனதில் ஊறிப்போன விஷயங்களில் இருந்து வெளிவர முடியாமல் தவிக்கிறோம்.

ஒரு பெண் தாலியை மறுக்கும்போது அது ஒரு புரட்சி மனப்பான்மை என்று எத்தனைப் பேரால் நினைக்க முடிகிறது?

உடனே அந்தப் பெண்ணின் ஒழுக்கம் பற்றிய கேள்விதான் முன்வைக்கப்படுகிறது.

இந்தக் கேள்விகளுக்கு நீங்கள் என்ன பதில் சொல்வீர்கள்?

தயக்கம் இல்லாமல் உங்கள் பதிலை பின்னூட்டத்தில் பதிவு செய்யுங்கள்.

அனைவரும் சேர்ந்து எதிர்கொள்ளலாம்.

கண்டிப்பாய் தேவையா இல்லையா என்பதையும் சொல்லுங்கள்.

நான் சொன்ன பதில்

அதை அடிமைத் தனம் என்று ஏன் நினைக்கிறீர்கள்? பெண்ணாகப் பிறந்ததால் எத்தனை விஷயங்களை அனுபவிக்கிறீர்கள்?

பூ, நகை, வித விதமான உடைகள் இதை எல்லாம் பெருமையாய் நினைக்கும்போது தாலியை மட்டும் ஏன் தவிர்க்க வேண்டும்?

எப்போதும் எல்லாவற்றிற்கும் கேள்விகேட்க முடியும் என்பதால் மட்டுமே கேட்டுவிட முடியாது.

சமூகத்தில் திருமணம் ஆன பெண் என்ற அடையாளம் நிச்சயம் ஒரு பாதுகாப்பைத் தரும்.

ஒரு சில விதிவிலக்குகள் எதிலும் உண்டு. பெரும்பாலான ஆண்கள் திருமணம் ஆன பெண்களை ஒரு மரியாதையான இடத்தில் வைப்பதை நாம் பார்க்கிறோம் அல்லவா?

கணவனை கண்டிப்பாய் நேசிப்பேன் என்று சொல்லும்போது தாலி அணிவது ஒரு சின்ன விஷயம் தானே? செய்துவிட்டு போனால் என்ன? இருவீட்டு ஆட்கள் மனங்களும் அமைதி ஆகிவிடும் அல்லவா?

இதற்குமேல் வாதாட முடியவில்லை!

நான் மதிக்கும் ஒரு பெரியவர் ஒருமுறை சொன்னார் தாலியுடன் பவழம் சேர்த்து அணிந்தால் கணவருக்கு நல்லது என்று!

மறுநாள் போய் இரு பவழங்கள் வாங்கி அணிந்து கொண்டேன்!

என்னைப் பொறுத்தவரை,

எப்படி நடக்கும்? நடக்குமா நடக்காதா என்று ஏன் குழப்பிக்கொள்ள வேண்டும்?

நல்லவை நடக்கும் என்ற நேர்மறை நினைவை ஒரு பொருள் எனக்குத் தந்தால் அது என்னோடு இருந்துவிட்டுப் போகட்டுமே!

இளைய தலைமுறையே!

ஏதோ ஒரு விதத்தில் நான் மற்றவரைவிட உயர்வு என்று காட்டிக்கொள்ளத்தான் நீங்கள் மாங்கல்யத்தை மறுக்கிறீர்கள் என்று நான் நினைக்கிறேன்.

உண்மைதானா?

22. தொடர்ச்சி... மாங்கல்யம்..!

மாங்கல்யம் பதிவு போட்டதிலிருந்து பேசிப்பேசி என் தொண்டை கட்டிவிட்டது!

கேட்டுக்கேட்டு காது வலிக்கிறது!

எத்தனை விதமான கோணங்கள் ! எத்தனை விதமான பேச்சுகள் !

முதலில் இன்றைய இளம் தலைமுறை தங்களுக்கு நகை, பூ இவற்றில் எல்லாம் ஆசை பெரிதாய் கிடையாது என்கிறார்கள். ஆம்..! நானும் பார்க்கிறேன்..இது உண்மைதான்.

இன்றைய இளம் தலைமுறை ஆண்கள் சிறுவயது முதல் பெண்களுடன் சேர்ந்து படித்து பணி செய்வதால் ஒரு நல்ல சுமுகமான சூழல் நிலவுகிறது.

பெரும்பாலும் பெண்களுடன் நட்பாக இருப்பதால் தவறான கண்ணோட்டம் இல்லை என்று ஒரு வாதத்தை முன் வைக்கிறார்கள்.

(சில இடங்களில் சில விதிவிலக்குகள் இருக்கலாம். இங்கு சொல்லப் படுவது பெரும்பான்மை மக்கள் பற்றி.)

திருமணம் ஆகாத பெண்ணுக்கு இளம் ஆண்கள் மரியாதை கொடுப்பது இல்லையா? யாராய் இருந்தாலும் இன்று மரியாதை கொடுத்தால்தான் பதிலுக்கு கிடைக்கும்.

அப்படி இருக்கும் போது ஆண்கள் கொடுக்கும் மரியாதைக்காக தாலி என்ற வாதம் பொருளின்றிப் போய்விடுகிறது.

"கணவன்மீது மனைவி செலுத்தும் அன்பு கணவனுக்குப் புரிந்தால் போதாதா? பிறருக்கு அதைக்காட்ட நான் ஏன் ஒரு நகையை சுமந்து அலைய வேண்டும்?" என்ற கேள்வியை முன் வைக்கிறார்கள்.

"ஏன் கேள்வி கேட்கக் கூடாது? கேள்வி கேட்காமலே இருந்தால் இன்றும் கணவன் இறந்ததும் மனைவியைப் பிடித்து தீயில் தள்ளி எரித்து இருப்பீர்கள் அல்லவா?"(ஆனாலும் சதி என்பது மிகக் கொடூரம்!)

"நாங்கள் தாலி என்ற ஒரு அடையாளத்தை அணியப் பிடிக்காமல் கேள்வி கேட்கிறோம். அவ்வளவுதான்!"

"ஆனால் நீங்கள் இதை வைத்து எங்கள் குணத்தை நடத்தையை எடை போடுவதை நாங்கள் வெறுக்கிறோம்."

"குழந்தைத் திருமணம், சதி எல்லாம் நிறுத்தப்பட்டது கேள்வி கேட்டுத்தானே?"

"பெண் கல்வி கிடைத்தது போராடித்தானே?"

"இன்னும் நிறைய மக்கள் மனதில் ஆணுக்குப் பெண் சமமில்லை என்ற எண்ணம் வலுவாய் இருக்கிறது."

"நாங்கள் அதை எதிர்த்துத்தான் போராடுகிறோம். இதில் அன்பும் மதித்தலும் இருவருக்கும் பொதுவானவை. இருவரும் சேர்ந்து மோதிரம், மெட்டி போன்று ஏதாவது அணிந்துகொள்கிறோம்."

"இந்த அறிவியல் யுகத்தில் ஒரு அரைப் பவுன் நகையில் என் கணவர் உயிர் இருப்பதாய் என்னால் நம்ப முடியவில்லை."

"நான் நம்பாத ஒன்றை செய்வது எனக்கு நடிப்பாய் படுகிறது."

"தாலி வேண்டுமா இல்லையா என்பதை நானும் என் கணவரும் தீர்மானித்துக் கொள்கிறோம்."

"தயவு செய்து வேறு யாரும் தலையிடாதீர்கள்!"

"உங்கள் அம்மா சொன்ன சின்னச்சின்ன சடங்குகளை, சம்பிரதாயத்தை நீங்கள் கேள்விகேட்டு ஒதுக்கித்தானே இருப்பீர்கள்! நாங்கள் சொல்வது தாலி என்பதால் உங்களுக்கு அது அதிர்ச்சியாய் இருக்கிறது!"

இருக்கலாம்! இளம் தலைமுறை நிறைய யோசித்துத் தான் பேசுகிறார்கள்.

அவர்கள் கேட்கும் கேள்விகளுக்கு நம்மிடம் சரியான பதில் இல்லை என்பதை நான் ஏற்றுக் கொள்கிறேன்.

நாம் வளர்ந்த சூழலும் சில விஷயங்களில் பெரியவர்கள் சொல்வதை அப்படியே பின்பற்ற வேண்டும் என்ற பணிதலும் நம்மை ஒரு கட்டுக்குள் வைத்து இருக்கின்றன.

இளம் தலைமுறையை இப்படி கேள்வி கேட்கப் பயிற்றுவித்தது யார்? நாம்தான் அல்லவா?

நம்முடைய நம்பிக்கைகள் நம்மோடு இருக்கட்டும். அவர்கள் தங்கள் பாதையைத் தேர்ந்தெடுத்து பயணம் போகட்டும்.

பாதை தவறானால் திரும்பிவரும் தைரியம் அவர்களுக்கு உண்டு.

ஒருவேளை அவர்கள் செல்லும் பாதை சரியாகவும் இருக்கலாம்!

நம் வாரிசுகள் எத்தனை வயதானாலும் அவர்கள் குழந்தைகள்தான்!

அதற்காக அவர்களுக்கு ஒன்றும் தெரியாது என்று நாம் பெரும்பாலான நேரங்களில் தவறாய் முடிவு செய்து விடுகிறோம்!

உண்மையில் அவர்கள் நம்மைவிட அறிவாளிகள்!

அவர்கள் கேட்பது போல் அவர்கள் நம்பிக்கைக்கு மதிப்பளித்து கொஞ்சம் ஒதுங்கி நிற்போம்!

மாற்றம் வரும் காலத்தில் கருத்து வேறுபாடுகள் வரத்தான் செய்யும்.

வரட்டும்..! மாற்றம் என்ற ஒன்றே என்றும் மாறாதது!

எனவே...இந்த மாங்கல்யம் என்ற ஒரு நகையை நம் முன்னோர்கள் அணிந்தார்கள் என்று படிக்கும் காலம் ஒன்று வரலாம்!

அந்தக் காலம் சீக்கிரம் வந்து விடும் என்று தான் தோன்றுகிறது நாம் விரும்பினாலும் விரும்பா விட்டாலும்..!

அதற்குள் அதை எதிர்நோக்க நம் மனங்களை தயாராக வைத்துக் கொள்வோம்!

அது எல்லோருக்கும் நல்லது..!

23. மருமகள்

முப்பத்திரண்டு ஆண்டுகளுக்கு முன்பு என் திருமணம் நிச்சயித்த நேரம். பார்க்கும் எல்லோரும் அறிவுரை மழை பொழிந்து கொண்டிருந்தார்கள். அவற்றை நன்கு கவனித்து ஒரு முடிவுக்கு வந்தேன்.

மொத்த அறிவுரையையும் இரண்டே தலைப்பில் அடக்கிவிடலாம். ஒன்று மாமியார் வீட்டில் எது நடந்தாலும் அடங்கிப் போக வேண்டும் என்று சொல்லும் அடிமை தத்துவம்! இரண்டாவது எதற்கும் அடங்காமல் கணவனை கைக்குள் போட்டுக் கொண்டு ஜெயித்து விடச் சொல்லும் ஆளும் தத்துவம்!

ஏதோ போர்க் களத்திற்கு போவது போன்ற மனநிலை வந்து விட்டது. எல்லோரும் எதிரிகள்! நாம் மட்டும் தனியாய் ஒரு பக்கம்! சதுரங்க ஆட்டத்தில் தனியாய் நிற்கும் ராணி போல் ஒரு பிரமை! ஓடுவதும் வெட்டுவதும் ராணியின் வேலை!

எது நடந்தாலும் எந்தப் பக்கமாவது ஒரே ஒரு அடி எடுத்து வைக்கும் ராஜாவை ஜெயித்து விட்டால் ஆட்டம் வெற்றி!

நான் கத்தியின்றி களமாடத் தீர்மானித்தேன்!

திருமணம் என்பது வெறும் இருவரின் வாழ்க்கை அல்ல. நம் பண்பாட்டில் இரு குடும்பங்களின் சேர்க்கை. இதில் இடையில் மாட்டிக் கொள்வது மருமகள் தான். இரு குடும்பங்களும் தங்கள் கருத்து வேறுபாட்டை அவளிடம் தான் சொல்கிறார்கள். எது நடந்தாலும் சட்டென்று குற்றம் சாட்டப் படுபவள் மருமகள்.

முதலில் கணவரிடம் சொல்லி விட்டேன், "இரண்டு குடும்பத்தில் யார் தவறு செய்தாலும் அதை தவறு என்று இருவரும் ஒப்புக் கொள்ள வேண்டும்." இன்று வரை என் குடும்பம் தான் சரி என்று இருவரும் பேசியதே கிடையாது.

அடுத்து நான் செய்த ஒரு நல்ல விஷயம் உங்கம்மா, உங்கப்பா, உன் தங்கை என்ற வார்த்தைகளை உபயோகப் படுத்தியதே இல்லை. கருத்து வேறுபாடு ஏற்படும் தருணங்களில் கூட மாமா, மாமி என்றுதான் குறிப்பிடுவேன்.

பண்டிகைக் காலங்களில் எல்லோருக்கும் மிகுந்த அக்கறையுடன் உடைகள் எடுப்பேன். பேசத் தெரிந்தும் பல நேரம் அமைதியாகவே இருப்பேன். எல்லோரையும் அரவணைத்துச் செல்லவே ஆசைப்படுகிறேன் என்பது என் கணவருக்கு நன்றாகப் புரிந்தது.

பல ஆண்டுகள் கழித்து எல்லோருக்குமே புரிந்து விட்டது.

இன்றைய மருமகள்கள் நிலை நன்றாகவே இருக்கிறது. யாரும் விரோதமாய் பார்ப்பதில்லை. புதுக்குடும்பத்தில் நுழையும் ஒரு விருந்தினர் எதிர்கொள்ளும் சின்னச்சின்ன பிரச்னைகள் மட்டுமே உள்ளன.

அடுத்து வரும் உங்கள் ஆயுட்காலம் முழுவதும் உங்கள் கணவருடன் வாழப் போகிறீர்கள். அவர் குடும்பத்திடம் அன்பு செலுத்துவது உங்கள் இருவரையும் அதிகமாய் பிணைக்கும். அவர் குடும்பம் உங்கள்மேல் பதிலுக்கு அன்பு செலுத்தாவிட்டால் கவலைப் படாதீர்கள்! அதற்கும் சேர்த்து உங்கள் கணவர் அன்பாய் இருப்பார்!

விட்டுக்கொடுப்பது என்ற சிறு விதையை ஊன்றி வையுங்கள். உங்கள் கணவரின் பேரன்பு என்ற பெரும் விருட்சமாய் காலப் போக்கில் வளர்ந்து நிற்கும்.

ஒன்றை மட்டும் நினைவில் வையுங்கள்.....நீங்கள் போருக்குச் செல்லவில்லை! உங்கள் வாழ்வை வாழப் போகிறீர்கள்!

எனவே கத்தி (,) சண்டைபோட வேண்டாம்!

24. மாமியார் வேண்டாம்!

தோழி மிகவும் வாடிப்போய் இருந்தார். விசாரித்தேன்."பிள்ளை வீட்டுக்கு போயிருந்தேன்.

என் பிள்ளையை எப்படி எல்லாம் செல்லமா வளர்த்திருப்பேன்! ஒரு வேலை வாங்கினதில்லை! இப்போ என்னடான்னா பெண்டாட்டிக்கு சாமான் தேச்சுக் கொடுக்கிறான். எனக்கு மனசே ஆற ல!" என்றார்.

"அவன் கிட்ட சொன்னீங்களா?"

"எப்படி சொல்றது? என்னை தப்பா நினைச்சுட் டா?"

"சரி! நீங்க சொல்றது ஞாயம்தான். ஒரு நிமிஷம் யோசிச்சு உண்மையா சொல்லுங்க! இதுவே நீங்க அந்தப் பெண்ணின் அம்மாவா இருந்தா என்ன சொல்வீங்க?"

சற்று யோசித்து விட்டு தயங்கியபடி சொன்னார்,"என் பெண்ணை மாப்பிள்ளை ரொம்ப நல்லா பாத்துக்கிறான்னு சொல்வேன்!"

அவ்வளவுதான் நாம் செய்ய வேண்டியது! வேறு ஒன்றும் இல்லை!

புதிதாய் ஒரு பெண் நம் வீட்டில் மருமகளாக நுழையும்போது எல்லா மாமியாரும் தாங்கள் உள்ளே வந்ததை நினைத்துக் கொள்கிறார்கள்.

"என் மாமியார் எப்படி எல்லாம் படுத்தினார்! நான் அப்படியா செய்கிறேன்?" என்று கேட்டுக்கொண்டே வேறு விதத்தில் நம் அதிகாரம் காட்ட ஆசைப்படுகிறோம்!

இப்போது காலம் மாறியதில் மாட்டிக் கொண்டவர்கள் புது மாமியார்கள் தான்! முப்பது வருடம் முன்பு தங்கள் மாமியாரிடம்

வாய் திறக்க முடியாது! இப்போது தங்கள் மருமகளிடம் வாய் திறக்க பயமாய் இருக்கிறது!

நாம் மருமகளை ஓர் இளம் பெண்ணாய்ப் பார்க்கும்போது நம் இளம் பருவத்தை நம்மை அறியாமல் நினைவு படுத்திக் கொள்கிறோம். நாம் அனுபவிக்காத வசதிகள் எல்லாம் அவள் அனுபவிப்பது ஒரு மனச் சோர்வை கொடுத்து விடுகிறது. விளைவு? மருமகள் சொல்வது, "மாமியார் வேண்டாம்!"

பார்வையை சற்று மாற்றுங்கள். நம் பிள்ளையை விட சின்னப் பெண்! நம் பிள்ளை நமக்கு இன்னும் குழந்தை என்றால் அவளும் குழந்தை தானே? நம்மிடம் இல்லாத வசதிகளை பிள்ளைக்கு கொடுக்க வாழ்நாள் முழுதும் உழைக்கும் நாம் அந்த வசதிகளை மருமகள் அனுபவித்தால் ஏன் முகம் சுளிக்கிறோம்? உண்மையில் அவள் சந்தோஷமாய் இருந்தால்தானே மகன் சந்தோஷப்பட முடியும்?

புதிதாய் ஒரு நபர் குடும்பத்தில் சேரும்போது ஒத்துப் போக சில காலம் ஆகும். அனுபவம் உள்ளவரான மாமியார்கள் சற்று விட்டுக்கொடுத்துப் போனால் சண்டைவர வாய்ப்புக் குறையும். மனம்விட்டுப் பேசுங்கள். தவறு என்று பட்டால் கட்டாயம் திருத்துங்கள். ஆனால், அது உங்கள் மகளுக்கு சொல்லித்தருவது போன்ற அக்கறையுடன் இருக்க வேண்டும்! குறை கண்டால் அதை அவளிடம் தனியாய் எடுத்துச் சொல்லுங்கள்! ஊரைக்கூட்டிச் சொல்லாதீர்கள்!

என்னைக் கேட்டால் மாமியார் என்ற சொல்லை நம் அகராதியில் இருந்து நீக்கி விடலாம் என்று சொல்வேன்! அந்த அளவுக்கு அந்த வார்த்தைக்கு பயங்கரமான அர்த்தம் கொடுத்து வைத்து இருக்கிறார்கள்! நாமும் ஒரு மாமியார் என்று நினைத்தாலே நம் மருமகளின் குறைகள் வரிசை கட்டி தெரிகின்றன!

தயவுசெய்து யாராவது புது வார்த்தைக் கேட்டாலே மென்மையாய் தோன்றும் படி கண்டுபிடியுங்கள்! மாமியார் வேண்டாம்!

25. மாமனார்!

இப்படி ஒருவர் வீட்டில் இருப்பது எப்போதாவதுதான் வெளியில் தெரியும்! ஏன் என்று யோசித்து இருக்கிறீர்களா?

வீட்டில் மனைவி எது புலம்பினா லும் பேப்பர் படித்துவிட்டு, "நல்லதா ஒரு டீ போடு" என்று சொல்வார்கள்!

சிலர் மருமகள் எது செய்தாலும் பாராட்டி நல்ல பெயர் எடுத்து விடுவர்! என் தோழி இவர்களைப் பற்றி பேசுகையில்," அவர் சோத்துக்கு ஏற்பாடு பண்ணிட்டார்" என்று குறிப்பிடுவார்!

உண்மையில் ஒரு திருமணம் நடந்துமுடிந்த வீட்டில் ஆண்களின் பங்கு என்ன?

மகன் தன்னை முக்கியம் என்று நினைக்காமல் போய்விடுவானோ என்று தாய் பயப்பட ஆரம்பிக்கிறார். இதில் கணவரும் சேர்ந்து மருமகளைப் பாராட்டினால் பயம் அதிகமாகிவிடுகிறது. "என்னை இதுவரை யார் மெச்சிக் கொண்டார்கள்?!" என்ற சுய இரக்கம் வந்துவிடுகிறது. இது எல்லாம் சேர்ந்து மருமகள் மீதான வெறுப்பாய் உருவெடுத்துவிடுகிறது.

மகன் சிலசமயம் அம்மாவுக்கு முக்கியத்துவம் கொடுத்து மனைவியிடம் பேசலாம்."அம்மா கிட்ட கத்துக்கோ!" என்று சொன்னால் அம்மா மனம் குளிர்ந்து விடும்! (கற்றுக் கொள்வது கட்டாயம் இல்லை! சொல்வதே போதும்!)

மாமனார் மருமகள் செய்வதை பாராட்டும் அதே நேரம்,"உன் அத்தை பிரமாதமா பாடுவா! தெரியுமா?" என்று சின்னதாய் பாராட்டி வைக்கலாம்!

மாமியார் என்று அறியப்படும் பல பெண்களுக்கு வீடே உலகம். அதில் தானே ராணி! அவர்கள் உள்மனம் தன் பதவிக்கு

ஆபத்து வருகிறதா என்று சதா நேரமும் கண்காணித்தபடி இருக்கும்.

நாளை தனக்கும் மருமகளுக்கும் பிரச்னை வந்தால் கணவரும் பிள்ளையும் யார் பக்கம் பேசுவார்கள் என்று எடை போடும்.

ஒருவேளை தன் சொந்த வீட்டிலேயே தான் அகதி ஆகி விடுவோமோ என்ற பயம் தான் நிறைய மாமியார்களை கடுமை காட்ட வைக்கிறது. மேலும் அந்த வயதுக்கு உண்டான நோய்களும் பலவீனமும் அவர்கள் மனதை மேலும் பலவீனம் ஆக்கி விடுகிறது. இதை உளவியல் ரீதியாகப் புரிந்துகொண்டு அரவணைக்கும் கடமை மாமனாருக்கு உண்டு.

தன் இளம் வயதில் தன் அம்மாவுக்கு பயந்து சொல்லாமல் விட்டிருப்பார்கள். பிறகு வயதான பின் எதற்கு சொல்வது என்று பேசாமல் இருப்பார்கள். சிலர் "வாயைத் திறந்து சொன்னால்தான் தெரியுமா!" என்பர். மாமனார் பதவி ஏற்ற அனைவருக்கும் ஒரு வார்த்தை.... இப்போதாவது உங்கள் மனைவியிடம் சொல்லுங்கள், "எது நடந்தாலும் நான் உன்பக்கம் இருக்கிறேன். கவலைப் படாதே".

பிறகு நடப்பதை நீங்களே பாருங்கள்!

தேவதையும் ராட்சசி யும் ஒரே பெண்ணின் இருவேறு குணங்களே! எதை வெளியே கொண்டுவருகிறோம் என்பது வீட்டில் உள்ள ஆண்களைப் பொறுத்தது.

26. பந்தாட்டம்

எனக்குத் திருமணம் ஆன புதிது. உறவினர் வீட்டில் பிறந்த குழந்தைக்கு ஒரு தங்க மோதிரம் வாங்கிப் போட்டோம். அவ்வளவுதான்! அது எப்படி எல்லாம் என்னோடு விளையாடப் போகிறது என்று அப்போது தெரியவில்லை!

தெரிந்த பெண்மணி வந்தார்.

"மோதிரம் வாங்கிப் போட்டியாமே?"

"ஆமா! பார்த்தீங்களா?"

"என்னவோ போ! வட்டி இல்லாக் கடன்னு சொல்லுவாங்க. உனக்கு குழந்தை பொறந்தா அவங்க பதிலுக்கு போடப் போறாங்க."

பேச்சின் திசை புரியாமல் நான் ஏதோ பதில் சொல்ல வேண்டுமே என்று "ஆமா.." என்று சொல்லி விட்டேன்.

மறுநாள் உறவினர் வந்து ஒரே சண்டை!

"நீ பதிலுக்கு மோதிரம் போடணும்னு சொன்னியாமே? அப்படியா அவன் போடாம விட்டுடப் போறான்? இப்பவே இப்படிப் பேசறியே... உன்னை யாரு மோதிரம் வாங்கச் சொன்னது? இப்பவே திருப்பிக் கொடுக்கச் சொல்லிடறேன்..."

நான் எவ்வளவு சொல்லியும் பேச்சு நிற்கவே இல்லை. எனக்கு பயங்கர கோபம்!

சரசரவென்று அந்தப் பெண்மணியிடம் போனேன்.

"ஏங்க..! நானா பதிலுக்கு மோதிரம் போடணும்னு சொன்னேன்? நீங்க தானே சொன்னீங்க? "

அவர் பொறுமையாய்

"ஆமா நிபு ! அதானே முறை?"என்றார்.

"நான் சொல்லலையே. எதுக்கு நான் சொன்னதா சொன்னீங்க?"

"யாரு சொன்னா என்ன? பதில் மரியாதை செய்யணும் தானே? அதான் முறை..."

எனக்கு கோபத்தில் என்ன பேசுவது என்றே புரியவில்லை.

என் கேள்வியை அப்படியே அந்தரத்தில் தொங்க விட்டுவிட்டு அவர் பாட்டுக்கு பேசிக்கொண்டிருந்தார்.

எனக்கு அப்புறம் புரிந்துவிட்டது. அவர் அசரவே மாட்டார் என்று.

நான் எதிர்பார்த்தது போல் அவருக்கு எந்த ஒரு குற்ற உணர்வும் இல்லை.

நான் கஷ்டப்பட்டு அடிக்கும் பந்தை அவர் அலட்டிக் கொள்ளாமல் தன் இடது கை சுண்டு விரலால் தடுத்து ஆடிக் கொண்டு இருந்தார்!

அவர் அடித்த பந்துகள் குறி தவறாமல் என்னை அடித்து காயப் படுத்திக் கொண்டு இருந்தன.

என்னால் ஒன்றுமே செய்ய முடியவில்லை.

பெரும் மன அழுத்தமே மிச்சம்!

அதன் பிறகும் பல வருடங்கள் யாராவது ஏதாவது சொன்னால் வருத்தமாகவே இருக்கும்.

"நாம சொல்லாததை எதுக்கு சொல்றாங்க?

இதில் என்ன லாபம் அவங்களுக்கு?'

"நாம் அந்தக் கல்யாணத்தில் பேசின எல்லார் கிட்டயும் மரியாதையா பதில் சொன்னோமே... அப்புறம் எதுக்கு திமிர் புடிச்சவன்னு சொல்றாங்க?"

பல வருடங்கள் கழித்து ஒரு புத்தி வந்தது!

யார் என்ன வேண்டுமானாலும் சொல்லிக்கொண்டு போகட்டும்! அதை யார் வேண்டுமானாலும் நம்பிக்கொண்டு இருக்கட்டும்!

அதை எல்லாம் மனதில் போட்டுக்கொள்ளவே கூடாது!

நாம் யார் என்று நமக்குத் தெரிந்தால் போதும்!

நமக்கு வேண்டியவர் நம்மை நம்பினால் போதும்!

து.நிபுணமதி

எல்லோரிடமும் நம்மை நிரூபிக்க வேண்டிய அவசியம் இல்லை.

பிறர் பேசும் பொய்களை பொருட் படுத்தினால் நமக்குத் தான் நேர விரயம்.

அவர்கள் யாரும் தன்னை மாற்றிக் கொள்ளப் போவதில்லை.

அதை எதிர்கொள்வதைவிட முக்கியமான வேலைகள் நிறைய இருக்கின்றன.

மைதானத்தில் நிறைய பந்துகள் நம்மை நோக்கி எறியப் படுகின்றன. அவை அனைத்தையும் எதிர் கொண்டு திருப்பி அடிக்க வேண்டும் என்ற அவசியம் இல்லை.

நம் மீது படாமல் ஒதுங்கிக்கொண்டு போய்விடலாம்.

பட்டுவிட்டாலும் அமைதியாய் இருந்துவிடலாம்.

திருப்பி அடிக்க நினைத்தால் அதே மைதானத்தில் ஆடிக்கொண்டே இருக்க வேண்டியதுதான்.

நல்லவை எதற்கும் நமக்கு நேரம் இருக்காது.

சிலரை... அவர்கள் பேச்சைக் கண்டுகொள்ளாமல் கடந்து போய்விடக் கற்றுக்கொள்ள வேண்டும்.

சில ஆட்டங்களை ஆடாமல் விடுவதே இங்கு வெற்றி என்று கொள்ளப்படும்.

ஆடாமல் ஜெயிப்போம்..!

27. இன்றைய மாமியார்கள்

என் தோழி என்னிடம் மனம்விட்டுப் பேசிக்கொண்டு இருந்தார்.

"நான்தான் பா சமைக்கிறேன். மருமகளை ஒரு வேலைகூட செய்யின்னு சொல்றது இல்ல. ஆனா எப்பப் பாரு... உம்முன்னுதான் இருக்கு. சாப்பாடு நல்லா இருக்குன்னு வாயத்தெறந்து ஒரு வார்த்தை சொல்லாது.

"நான் கண்டுக்காம இருக்கக் கத்துக்கிட்டேன். இல்லன்னா எனக்குப் பைத்தியம் பிடிச்சிடும்."

இவர் போன்று நிறைய பேரை இப்போது பார்க்கமுடிகிறது. இவர்கள் எல்லாம் தங்கள் மாமியாரின் அடாவடியைக் கடந்து வந்தவர்கள்.

அந்த சகிப்புத் தன்மைக்கு ஆயிரம் காரணம் இருக்கலாம். பெருந்தன்மை, பக்குவம், சகிப்புத் தன்மை, தன் வருங்காலம் குறித்த கவலை அல்லது கணவன் மீது கொண்ட அன்பு!

காரணம் எதுவாக இருந்தாலும் இந்தப் பெண்கள் அப்போது நினைத்து இருப்பார்கள்..." என் மருமகளை நான் நல்லா வச்சுக்குவேன்!"

ஆனால் பெரும்பாலான இன்றைய மருமகள்கள் இது பற்றிய புரிதல் இல்லாமல்தான் மண வாழ்வில் கால் வைக்கிறார்கள்.

அவர்கள் தன் கணவனுடன் ஒன்றாய் வாழ்ந்தாலே போதும் என்று பல இடங்களில் தோன்றி விடுகிறது.

குடும்பம் என்ற அமைப்பின் முக்கியத்துவம் சென்ற தலைமுறையுடன் முடிவுக்கு வந்து விட்டதோ என்று பல சமயம் நினைக்கத் தோன்றுகிறது.

இப்போது திருமணம் ஆவதற்கே ஆண்கள் நீண்டகாலம் காத்திருக்க வேண்டி உள்ளது.

பொருளாதார ரீதியில் தன்னைப் பலப்படுத்திக் கொள்வது இப்போது முக்கியம்.

இப்போது பெண் வீட்டில் செலவு செய்ய யாரும் கேட்கமுடியாது. ஆனால் பையன் வீட்டில் நகை போட்டே ஆக வேண்டும்.

பையன் வெளிநாட்டில் வேலை செய்தால் நல்லது. இல்லை என்றால் தன் செலவில் தேன் நிலவு என்று சொல்லி கட்டாயம் வெளிநாடு அழைத்துச்செல்ல வேண்டும்.

இதை எல்லாம் தாண்டி வீட்டில் பெண்களை யாரும் சமைக்கச் சொல்லிவிட முடியாது!

அத்துடன் மணவாழ்க்கை முடிந்துவிடும்!

இதில் பெண்வீட்டார் மருமகன் வீட்டில் எதில் எல்லாம் குற்றம் கண்டுபிடிக்கலாம் என்று காத்து இருக்கிறார்கள்.

ஒரு வாய்ப்புக் கிடைத்தால் பெண்ணைப் பிரித்து அழைத்துப்போய் விடுவார்கள்!

(பெண்ணின் சம்பளம் பெற்றோர் வாங்கியதை விட அதிகம்!)

இளம் தலைமுறைக்கணவன் இன்று ஒரு கதா நாயகன் போல் இருக்க வேண்டும். மனைவியைத் தாங்கிக் கொண்டே இருக்க வேண்டும்.

எந்த நேரமும் மனைவி உதறி விட்டுப் போகும் வாய்ப்பு உண்டு.

இத்தனை களேபரத்தில் மாமியார் யார்?

ஆடிக் காற்றில் அம்மியே பறக்கும்போது அப்பளம் என்ன ஆகும்?

(இதற்கு நேர் மாறாக அன்பு காட்ட நினைக்கும் மரு மகளை ஆட்டி வைக்கும் மாமியார்களும் உண்டு.)

மருமகளை சமாளிக்கக் கற்றுக்கொள்ளுங்கள்! வேறு வழி இல்லை!

"நான் மருமகளாய் வந்தபோது..!" இந்த வார்த்தைகளை மறந்துவிடுங்கள்!

அவள் மகனின் மனைவி! மகனும் மரு மகளும் ஒத்துப் போய் மகிழ்வாய் இருக்கிறார்களா? அது போதும் என்று நகர்ந்துவிடுங்கள்.

அவர்கள் விஷயத்தில் தலையிடாதீர்கள். இப்படி இருந்தால் "ஹாய் ஆண்ட்டி!" என்ற அழைப்பாவது கிடைக்கும்!

இன்றைய தம்பதிகளின் வாழ்வில் பெற்றோர் என்பவர்கள் மூன்றாம் மனிதர்தான்.

அதைப் புரிந்துகொண்டு, அதிகம் எதிர்பார்க்காமல், நம்மால் முடிந்த உதவிகள் செய்துவிட்டுத்தள்ளி நின்றுகொண்டால் அது நமக்கு நல்லது.

அவர்களுக்கே ஆயிரம் பிரச்னை! நாம் வேறு எதற்கு அவர்களுக்கு ஒரு பிரச்னை ஆக வேண்டும்?

மேலும் அவர்கள் இருவர் வாழ்க்கையில் பிறர் (வேறு யார்! பெற்றோர்தான்!) தலை இடுவதை அவர்கள் விரும்புவது இல்லை.

எனவே... என்னிடம் யோசனை கேட்கும் மாமியார் தோழிகளே!

எவ்வளவு பேரைச் சமாளித்து இருப்போம்!

இனியும் அப்படியே சமாளிப்போம்!

குறிப்பு... இதைப் படித்துவிட்டு எத்தனை பெண்ணியவாதிகள் சண்டைக்கு வரப் போகிறார்களோ..? தெரியவில்லை!

28. எதுவரை..?

எனக்குத் திருமணம் ஆன புதிது. என் கணவர் எனக்குப்பிடித்த மாதிரி ஒரு புடவை எடுத்துக்கொள்ளச் சொன்னார்.

நானும் எடுத்துவிட்டு, பெருமையாய் அதை உடுத்திக் கொண்டு என் அம்மா வீட்டுக்குப் போனேன்!

வெடித்தது சச்சரவு..! ஏகப்பட்ட கேள்விகள்!

"என்ன விலை?"

"ஏன் விலை குறைவாய் எடுத்த?"

"உன் புருஷன் காசுன்னா செலவு பண்ண மனசு வரலையா?"

"இந்த ரூபாய்க்குள்ள எடுக்கணும் னு உன் மாமியார் வீட்டுல சொல்லி அனுப்பினாங்களா?"

நான் அயர்ந்து போய்விட்டேன்!

அப்படி எல்லாம் எதுவுமே நடக்கவில்லை என்று நான் சொன்னதை என் அம்மா நம்பவே இல்லை!

ஒரு சாதாரண நிகழ்வுக்கு எத்தனை உள் நோக்கம் கற்பிக்கப் பட்டது.

இன்றும் பெரும்பாலான வீடுகளில் இதுபோல் நடந்து கொண்டுதான் இருக்கிறது.

என்ன ஒன்று... நாம் அறியாமல் அதைச் செய்துகொண்டே இருப்போம்.

"என் பிள்ளைக்கு ஒன்றும் தெரியாது! அவனை மருமக ஏமாத்தி வேலை வாங்கறா!"

"என் பொண்ணுக்கு சமைக்கவே தெரியாது! இப்போ அவ மாமியார் சமைக்கச் சொல்றாங்க!"

“நான் சொல்ற மாதிரி குழந்தை க்கு ஊட்ட மாட்டேன்னு சொல்றா! நாங்க எல்லாம் பிள்ளை பெத்து வளர்க்கலையா?”

“நாலு காசு சேர்த்து நகை வாங்குன்னா முகத்தை சுளிக்கிறா!”

இதுபோன்ற பேச்சுகள் முதலில் கூட்டுக்குடும்பத்தை உடைத்துவிடுகின்றன.

அடுத்து பல வீடுகளில் இரண்டு தலைமுறைப் பெண்களையும் பேச்சு வார்த்தைக்கூட இல்லாமல் செய்துவிடுகின்றன.

மகன், மகள் யாராய் இருந்தாலும் ஓரளவுக்கு மேல் பெற்றோர் அவர்கள் விஷயத்தில் தலையிடாமல் இருப்பது நல்லது!

திருமணம் முடிந்தபின் அவர்கள் வாழ்வை அவர்கள் வாழட்டும்.

இப்போது தலைமுறை இடைவெளி எல்லாம் இல்லை! சில வருட இடைவெளியிலேயே மனிதர்கள் மாறிக்கொண்டு வருகிறார்கள்!

இருபது முப்பது ஆண்டுகள் முன்பு நாம் சந்தித்த பிரச்னைகள் வேறு. அதற்கான தீர்வுகளும் வேறு.

அதை வைத்து நாம் அடுத்த தலைமுறைக்கு அறிவுரை சொல்லிவிட முடியாது.

இந்தப் புரிதல் இருந்தால் நாம் தனித்துப் போய்விட மாட்டோம்.

எல்லோரும் தடுமாறும் இடம் ஒன்று இருக்கிறது... பேரக்குழந்தைகள்..!

அவர்கள் மீதான உரிமைப் போராட்டம் பலர் நிம்மதியைக் கெடுத்துவிடுகிறது.

நான் தோழியிடம் சொல்லிக்கொண்டு இருந்தேன்...

“நீ உன் குழந்தைகளுக்கு ஊட்டிவிட்டு, படிக்கவைத்து, வேலை கிடைக்கும் வரை அல்லாடிவிட்டு, அப்புறம் கல்யாணம் செய்ய அலைந்து... இப்ப பேரனும் பாத்துட்ட!

நிம்மதியா இரு!

திரும்ப பேரனுக்கு என்ன ஊட்டணும்... எந்த ஸ்கூல்ல சேர்க்கணும்னு எதுக்கு வாரித் தலையில் போட்டுக்கற?

அது அவர்கள் குழந்தை! அவங்க ரெண்டு பேரும் பாத்துக்கட்டும்.

நீ எதுக்கு மூக்கை நுழைக்கிற?”

"அப்போ...என் பேரன்னு நான் என்ன தான் பண்றது..?"

பக்கத்துவீட்டுக் குழந்தைகிட்ட எப்படி நடந்துப்போம்?

கொஞ்சநேரம் பார்த்துக்க சொன்னா செய்வோம். விளையாடுவோம்.

அப்படியே இங்கேயும் இருப்போம்... வேற எதிலும் தலையிடாம..!"

நம் வாழ்க்கை வாழ்ந்துவிட்டோம்..!

நம் வாரிசுகளின் வாழ்வை அவர்கள் வாழட்டும்..!

நாம் வெறும் பார்வையாளராய் இருப்போம்!

உதவி கேட்டால் செய்யலாம்!

பெற்றோரின் கடமை, பாசம், பரிவு எல்லாம் வாரிசுகளின் திருமணம் வரை மட்டுமே செல்லும்!

ஒருவராய் இருக்கும்போது அது பிடிக்காவிட்டாலும் சகித்துக்கொள்வார்கள்.

இருவராய் ஆனபிறகு அந்த சகிப்புத் தன்மை மாறிப்போய்விடும்.

(பாவம்! அவர்களே ஒருவரையொருவர் சகித்துக்கொள்ள திண்டாடிக்கொண்டு இருக்க... நாம் வேறு எதற்கு குறுக்கே போகவேண்டும்..?)

அவர்களுக்கும் நம்மீது பாசம் பரிவு உண்டுதான்..!

ஆனால் அது நாம் நினைக்கும் வடிவத்தில் வருவது இல்லை!

மாறிவரும் காலத்தில் பெற்றோரும் மாறக் கற்றுக்கொள்வதே சிறப்பு..!

இல்லாவிட்டால்....

மகளாய் இருந்தால் திட்டிக்கொண்டே உடன் இருப்பாள்!

மருமகள் அமைதியாய் வேறு வீடு போய்விடுவாள்!

அப்போது மகன், மருமகன் என்ன செய்வார்கள்? என்று கேட்கிறீர்களா?

பாதி பேர் பேச்சை மனைவி கேட்பது இல்லை!

மீதி பேர் "என் பேச்சை மனைவி கேட்பது இல்லை!" என்று சொல்லிக்கொள்வார்கள்!

29. தனித்துப்போன பெண்கள்...

தோழி வருத்தமுடன் ஒரு உண்மைக் கதையை பகிர்ந்து கொண்டார்.

ஒரு சிறிய வளையல் கடை வைத்திருந்த பெண்மணி அவர் (அக்கா.)

தன் உழைப்பால் அதை பெரிய பேன்சி ஸ்டோர் ஆக வளர்த்து எடுத்தார். மிகுந்த ஆளுமை கொண்டவர் அக்கா.

வியாபாரத்தில் அவர் கணவரும் மகனும் உதவி செய்தார்கள். எல்லாம் நல்லபடியாக போய்க்கொண்டு இருந்தது மகனுக்கு திருமணம் ஆகும்வரை.

மருமகள் வந்தாள். உரசல்கள் எழுந்தன. ஒரு கட்டத்தில் சோர்ந்துபோன அந்த அக்கா தனக்கு வேண்டியவர்களிடம், "என்னால் எதுவும் செய்ய முடியல. மருமகள் என்னவோ மருந்து வச்சிட்டா. நான் சீக்கிரம் போயிடுவேன்" என்று சொல்லி இருக்கிறார்.

கொஞ்சநாளில் திடீரென்று இறந்துவிட்டார்.

எனக்கு வருத்தம் ஒருபக்கம், ஆச்சரியம் மறுபக்கம்.

மருந்து வைத்தல், சூன்யம் இதை எல்லாம் மக்கள் நிஜமாகவே இன்னும் நம்பிக் கொண்டு இருக்கிறார்களா?!

தோழி சொன்னார், "நிஜம் தான். வாட்ட சாட்டமாய் சுறுசுறுப்பாய் இருந்த அந்த அக்கா ஒடுங்கிப் போய் விட்டார். ஏதோ நடந்துதான் இருக்கு."

என்ன நடந்திருக்கும்?

புதிதாய் வீட்டிற்குள் நுழைந்த பெண்ணிற்கு மாமியாரின் ஆளுமை ஒரு பயத்தைக் கொடுத்து விடுகிறது.

அதிலும் ஜெயித்த பெண்மணி எனில் மருமகள் இன்னும் எச்சரிக்கை ஆகி விடுகிறாள்.

தன்னால் இந்த வீட்டில் தன் கொடியை பறக்கவிட முடியுமா என்ற சந்தேக விதை விழுந்த நொடி முதல் அவள் வேறு ஒருத்தி ஆக மாறிப்போகிறாள்.

தன்னை நிலைநிறுத்த ஒரே வழி, முன்பே வீட்டில் வேர் விட்டு இருக்கும் பெண்ணைப் பிடுங்கி எறிதல்!

புத்திசாலிப் பெண்கள் அமைதியாகி விடுகிறார்கள். அதனால் கணவனின் அன்பையும் பெற்று மெதுவாய் வெற்றிக்கோட்டை தொட்டுவிடுகிறார்கள்!

அவர்கள் அன்பு காட்டாத மாமியாரையும் அனுசரித்துப் போய் விடுகிறார்கள்.

எந்தப் பொறுப்பும் ஏற்க விரும்பாதவர்கள் தன் வேலையை மட்டும் பார்த்துக்கொண்டு போய்விடுவார்கள்.

இதில் தனிக்குடித்தனம் என்று வெளியே செல்பவர்கள் பரவா யில்லை!

எந்த யோசனையும் செய்யாத பெண் அதிகமாய் பிரச்னை தருவது இல்லை.

ஆனால் தன்னை மிக உயர்வாய் சும்மாவே எண்ணிக் கொண்டு இருக்கும் பெண் எப்போதும் பிரச்னை செய்கிறாள்.

பிறர் தன்னை மட்டுமே உயர்வாய் எண்ண வேண்டும் என்று ஆசைப் படுகிறாள்.

இந்த வேகத்தில், தன்மீது அன்புசெலுத்த தயாராய் இருப்பவர்களை கண்டுகொள்வதே இல்லை.

விளைவு? சதா காலமும் சண்டை! இதற்கு தூபம் போடும் பெண் வீட்டார் நிறைய நம்மில் உண்டு.

நிறைய மாமியார்கள் மருமகளின் சேட்டைகளை எதிர் கொள்ள முடியாமல் தடுமாறிப் போவது ஏன் தெரியுமா?

அந்த இடத்தில் அவர்கள் அம்மாவாக மட்டும் ஆகி விடுகிறார்கள்!

"அய்யோ! இவளை ஏதாவது சொல்லிவிட்டால் என் பிள்ளை கதி என்ன ஆகும்?" என்று நினைத்து அமைதி ஆகிப் போகிறார்கள்.

இதில் வீட்டில் இருக்கும் அம்மா, வேலைக்குப் போய் வருபவர் எல்லோரும் ஒன்றுதான்.

இந்த உணர்ச்சிப் போராட்டம் யாரிடமும் பகிர முடியாமல் அவர்களை அழுத்தி விடுகிறது.

இதுவரை தானே முடிவுகள் எடுத்த பெண்மணி இப்போது தனக்காக கணவரோ மகனோ பேசுவார்களா என்று எதிர்பார்க்க தொடங்கி விடுகிறாள்.

ஆனால் இதுவரை எந்த முடிவும் எடுக்காத ஆண்கள் இப்போதும் அதைத் தொடரவே நினைக்கிறார்கள்.

இந்த அழுத்தம் தாளாமல் ஒருவேளை ஆரோக்கியம் கெட்டுப் போகலாம். மனம் சோர்ந்து போனால் தன்னால் உடலும் சோர்ந்து போகும் அல்லவா!

கொஞ்சம் கொஞ்சமாய் மனம் ஒடிந்து ஆரோக்கியம் கெட்டு, வாழும் ஆசை போய்விட அந்த அக்கா திடீரென்று இறந்து போய் இருக்கலாம்.

இதை எல்லாம் பேசி முடித்தபிறகு தோழி சொன்னார்,

"இப்படி நடந்து இருக்கலாம் தான். ஆனால் இந்தப் பெண்கள் ஏன் இப்படி இருக்கிறார்கள்?

தன்னை வெறுப்பவரிடம் சண்டை போடுவது சரிதான். ஆனால் அன்புகாட்டி அணைக்கவரும் பெண்ணை மாமியார் என்ற ஒரே காரணத்தால் வெறுப்பதும் காயப்படுத்துவதும் முகம் திருப்பிக்கொள்ளுவதும் என்ன நியாயம்?"

இந்தக் கேள்வியை தனக்குள் மட்டும் கேட்டுக்கொண்டு மனதளவில் தனித்துப் போய் நிற்கும் அம்மாக்களின் எண்ணிக்கை இப்போது அதிகம் ஆகி வருவதாய் தோன்றுகிறது.

30. காயங்கள்

எனக்கு நிறைய விதங்களில் தொல்லை கொடுத்த பெண்மணி அவர். ஒரு விசேஷத்தில் அவர் அருகே அமர நேர்ந்தது. நான் சகஜமாய் பேசிவிட்டு வந்தேன். என்மீது அக்கறைகொண்ட பலர் "எப்படி உன்னால் பேச முடிந்தது? அவள் செய்ததை மறந்துவிட்டாயா?" என்று கேட்டனர். நான் சொன்னேன், "மறக்க நினைக்கிறேன். அதேசமயம் அதை நினைத்துப் பார்ப்பதும் இல்லை!"

எல்லா விஷயங்களும் அப்படித்தான். நாம் நினைவுபடுத்திக் கொண்டால்தான் மனதில் வரும். இதை நமக்கு சாதகமாய் பயன்படுத்திக் கொண்டால் சந்தோஷம் தானாய் வந்துவிடும்.

நான் என்னை துன்பப் படுத்தும் பல விஷயங்களை யாரிடமும் பேச மாட்டேன். நாம் பேசும்போது மீண்டும் அந்தத் துன்பத்தை நினைக்க வேண்டி வரும். எதற்கு?

அதை தவிர்த்துவிடலாமே.

அடுத்து அந்த நினைவு மனதில் எழும்போது நான் எனக்குப் பிடித்தமான வேறு விஷயங்களில் கவனத்தைத் திருப்பி விடுவேன். அதுவும் முடியாவிட்டால் அந்த இடத்தைவிட்டு எழுந்து ஏதாவது வேலை செய்வேன். இப்படி வேண்டாத எண்ணங்களை தலைதூக்கவிடாமல் செய்யும்போது அது மழுங்கிப் போய்விடும்.

மாறாக நாம் அவற்றைப் பற்றிப் பேசப்பேச அவை துளிர்விட்டு வளர்ந்து காடாய் மண்டிவிடும்.

நட்பு என்பது நாம் தேர்ந்து எடுப்பது. உறவு என்பது நாம் தேர்ந்தெடுக்க வாய்ப்பு இல்லாதது. ஒத்துப்போகும் உறவு வாய்த்தவர்கள் அதிர்ஷ்டசாலிகள்! மற்றவர் என்ன செய்வது? உறவு என்பதால் விட்டு ஓடவும் முடியாது.

முடிந்தவரை ஒரு தற்காப்பு நிலையில் எச்சரிக்கையுடன் இருந்தால் காயம் படாமல் தப்பித்து விடலாம். அவர்கள் காயப் படுத்தினாலும் அதை நினைத்தே பார்க்காதீர்கள். மெல்ல மெல்ல மறந்துவிடுங்கள்.

அந்த மறதி என்பது நம் சந்தோஷத்தின் சாவி!

நம் வீட்டில் குப்பைகளை என்ன செய்கிறோம்?

நம்மைத் துன்புறுத்தும் எண்ணங்கள் வெறும் குப்பை போன்றவை. அவற்றை மனதில் சேமித்து வைக்காதீர்கள். அடித்துப் பெருக்கி தள்ளிவிட்டு நல்ல மணம் கமழும் மனம் மகிழும் சில நினைவுகளை ஏற்றி வையுங்கள்!

நம்மை சரிசெய்ய நம்மால் மட்டுமே முடியும். நாம் நிம்மதியாய் இருக்கத் தீர்மானித்து விட்டால் அதை யாராலும் தடுக்க முடியாது.

எப்போதுமே காயங்களைப் பெரிதாய்ப் பேசாதீர்கள். பேசப்பேச அவை சொரிந்து சொரிந்து புண்ணாகிப் புரை யோடிப் போய்விடும். பேசாமல் விட்டு விடுங்கள். அவை வெறும் தழும்பாகிப் போகட்டும்!

31. இரத்த ரத்து..!

தோழியுடன் பேசிக்கொண்டு இருந்தேன். பேச்சு இரத்த உறவுகள் பக்கம் திரும்பியது.

எத்தனை மன உளைச்சலுக்கு ஆளாக்கினாலும் நாம் ஏன் மீண்டும் அதே உறவின் அருகில் போய் காயப்பட்டுவிட்டுப் புலம்புகிறோம்?

பெரும்பாலும் இரத்த உறவுகளில் நிச்சயம் யாரோ ஒருவர் அதிகம் விட்டுக் கொடுத்துப் போய்க்கொண்டு இருப்பார்.

அந்த இன்னொருவர் மிகுந்த சுய நலத்தோடு தன் உறவைக் கசக்கிப் பிழிந்துகொண்டு தன் பாட்டுக்கு சந்தோஷமாய் இருப்பார்.

இங்கு உறவு என்பது என்ன செய்கிறது?

"நம்முடைய சொந்தம் பற்றி நாமே தவறாய் வெளியில் சொல்லக்கூடாது! போனால் போகிறான்...' என்று பெருந்தன்மையுடன் நினைப்பவர் கடைசிவரை மன வருத்தத்துடன் வாழ்கிறார்.

உறவைச் சாக்கிட்டு தன் தேவைகளை நிறைவேற்றிக் கொள்பவர் அதுபற்றிய எந்த ஒரு குற்ற உணர்ச்சியும் இன்றி கடைசிவரை ஒரு ஒட்டுண்ணிபோல் உறவை உறிஞ்சியே வாழ்கிறார்.

சுற்றி இருக்கும் பிற உறவுகள் எந்த ஒரு நியாயத்தையும் இப்போது கேட்பது இல்லை.

"அவ அடாவடியாப் பேசுவா! அவகிட்ட வாய் கொடுக்க முடியாது!" என்பார்கள்!

ஆனால் பாவப்பட்ட ஒரு ஜீவனுக்கு மட்டும் உறவின் அருமை பற்றி உபதேசித்து விட்டுப் போவார்கள்!

யார் காதுகொடுத்து கேட்கிறார்களோ அவர்களுக்கு அறிவுரை..! தேவையே இல்லா விட்டாலும்..!

யாரையும் மதிக்காதவர் அருகில் போகவே தயக்கம்..! தன்னுடைய மரியாதை கெட்டு விடுமோ என்று பயம்..! வாயே திறக்க மாட்டார்கள்!

இருவர் வாழ்வில் இணையும் விவாகத்தை ரத்து செய்ய சட்டம் இருக்கிறது.

அதுபோல் நமக்கு மன உளைச்சல் தரும்...

நம் பணத்தை எடுத்துக்கொள்ளும்...

நம் உழைப்பை உறிஞ்சிக் கொள்ளும்...

ஓர் இரத்த உறவை நாம் ரத்து செய்துவிட்டுப்போக ஒரு சட்டம் ஏன் இல்லை..?

இப்படி ஒரு சட்டம் இருந்தால் அதற்குப் பயந்தாவது சிலர் மாறலாம்.

எடுப்பதும் பதிலுக்குக் கொடுப்பதுமே இங்கு உறவு எனப் படும்.

உறவின் பெயரால் யார் ஒருவரும் மற்றவரை சுரண்டி வாழ யாரும் அனுமதிக்கக் கூடாது.

"ஐயோ! நான் அவனுக்கு சொந்த ரத்தமாச்சே! நான் விட்டுப் போனா இந்த ஊர் என்ன சொல்லும்?

எனக்குன்னு கடமை இருக்கே! நான் அதை செய்யலேன்னா இந்த ஊர் என்னைப் பழிக்குமே..!"

என்று சொல்பவர்கள் முதலில் இதுபோன்ற எண்ணங்களில் இருந்து வெளியே வந்துவிடலாம்.

சட்டம் இப்போது இல்லாவிட்டால் என்ன?

மனதளவில் இதுபோன்ற உறவுகளை ஒதுக்கித் தள்ளிவிட்டு நம் வாழ்வை சற்று நிம்மதியாக வாழலாம்!

"உறவாயிற்றே..!" என்று தயங்கினால்...

இறுதிவரை வருத்தப்பட்டு பாரம் சுமக்க வேண்டியதுதான்..!

இப்பிறவியில் இனி கதி மோட்சமே இல்லை..!

32. உனக்கென்ன வேணும்?

என் இரண்டு வயது மகனுடன் என் அம்மா வீட்டுக்குப் போயிருந்தேன்.

நண்பர் வீட்டு புதுமனை புகுவிழாவுக்கு அம்மா என்னை போய்விட்டு வரச்சொன்னார்.

நான் சரி என்று சொன்னதுதான் தாமதம்...

அம்மா ஆரம்பித்தார்!

நான் எடுத்து வைத்திருந்த புதுப் புடவையைத் தள்ளி வைத்தார். அது ஓர் அழகான ஷிஃபான் புடவை! அதே நிற ஜாக்கெட்! இரண்டும் நிராகரிக்கப்பட்டன!

அம்மா தன்னுடைய பட்டுப் புடவையை கொடுத்து கட்டிக்கொள்ளச் சொல்லிவிட்டார்.

நான் தப்பிக்கும் மார்க்கம் தேடி,

"அம்மா! இதுக்கு என் கிட்ட ஜாக்கெட் இல்ல!" என்றேன்.

"வெள்ளை ஜாக்கெட் இருக்கே.. போட்டுக்கோ!" என்றார்!

(எந்த நிறப் புடவைக்கும் கருப்பு மற்றும் வெள்ளை ஜாக்கெட் போட்டு ஒப்பேற்றியது ஒரு காலம்... 1992..!)

அடுத்து கை நிறைய வளையல்கள் மாட்டி விடப்பட்டன! கழுத்தில் மூன்று சங்கிலிகள்!

கடைசியாய் நான் கதறக் கதற ஒரு நெக்லஸ்!

கண்ணாடியில் பார்த்தேன். 1950 ஆம் ஆண்டு எடுத்த ஒரு கருப்பு வெள்ளை புகைப் படத்தில் இருந்து ஓர் உருவம் நேராய் எழுந்து வந்தது போல் இருந்தது!

எனக்கு வெளியில் போகும் ஆசையே போய்விட்டது!

"இந்தக் கோலத்தோட ரொம்பநேரம் இருக்கமாட்டேன். சாப்பிட மாட்டேன். மொய் வச்சுட்டு உடனே வந்துடுவேன்.."

என்று புலம்பிக்கொண்டே போனேன்.

விழா நடக்கும் வீட்டில் ஓர் ஓரமாய்ப் போய் உட்கார்ந்துகொண்டேன்.

"நிபுக்கா! நீங்களா?" என்று குரல் கேட்டது.

பார்த்தால் பள்ளியில் எனக்கு ஒரு வகுப்பு கீழே படித்த பெண்!

ஒருவருக்கொருவர் நலம் விசாரித்தபின் பேச்சு இப்படிப் போனது!

"அக்கா! மெட்ராசில் இருக்கீங்கன்னு சொன்னாங்க! என்ன இப்படி ட்ரெஸ் பண்ணி இருக்கீங்க?

(எல்லாம் என் நேரம்..! நான் என்னத்தை சொல்ல..?)

நீங்க எப்பவும் ஸ்டைலா (?) ஒரு வாட்ச் கட்டி இருப்பீங்க! நீங்க இது மாதிரி நகை போட்டு நான் பார்த்ததே இல்ல!

(யம்மா! நான் கூடத்தான் பார்க்கல!)

"கல்யாணம் ஆனதும் ரொம்ப மாறிட்டீங்க அக்கா."

(பாவம்... என் வீட்டுக்காரர்!)

ஏதோ சிரித்துப் பேசித் தப்பித்து வீடு வந்தேன்.

வந்து என் அம்மாவிடம் ஒரே கூச்சல்!

"இப்போ திருப்தியா? எனக்கு மானமே போச்சு!"

ஆனால் என் ஆதங்கம் கடைசி வரை அம்மாவுக்குப் புரியவே இல்லை.

அக்கம் பக்கத்தில் இருந்து வருவோரிடம்

"எப்படி கத்தறா பாருங்க! பட்டுப் புடவையும் நகையுமா லட்சணமா அனுப்பினது தப்பா?

எனக்கெல்லாம் இப்படி செய்ய யாருமில்ல. இதுக்கு செஞ்சா அருமை தெரியல..."

இப்படியே நீண்டது பேச்சு.

அவருக்குப் பிடித்தமான ஓர் அலங்காரம் எனக்கும் பிடிக்குமா என்ன?

அவர் தன் பாசத்தைக் காட்டும் வழி என்று நினைத்துக் கொண்டார்.

தன் நிறைவேறாத ஆசைகளை தன் வாரிசுக்கு செய்து பார்ப்பதின் மூலம் ஒரு நிறைவை அடைய நினைத்தார்.

ஆனால் முக்கியமான ஒன்றை மறந்துவிட்டார்!

அவர் அலங்கரித்துப் பார்க்க நான் ஒரு பொம்மை இல்லை!

விருப்பு வெறுப்பு நிறைந்த இன்னொரு மனுஷி!

இங்கு பலரும் தன் அன்பைக் காட்டும் விதம் இப்படித்தான் இருக்கிறது!

தன் கண்ணோட்டத்திலேயே அடுத்தவரைப் பார்ப்பது.

சிலர் இந்த அன்புத் தொல்லையைப் பொறுத்துக் கொள்கிறார்கள்.

பலரால் முடிவது இல்லை.

நாம் வகுத்துக் கொண்ட ஒரு எல்லையைத் தாண்டி சற்றே வெளியில் வரலாம்.

"உனக்கு என்ன வேணும்? சொல்லு!"

என்று கேட்கலாம்.

இந்த ஒரு கேள்வி நாம் நினைத்ததைவிட அதிக அன்பைக் காட்டும்!

சில சமயம் பதிலுக்கு அன்பையும் பெற்றுத்தரும்!

சாப்பாட்டில் இருந்து உடைகள்வரை நானாக யாருக்கும் எதையும் தீர்மானிப்பது இல்லை.

எல்லோரிடமும் எப்போதும் கேட்டுக்கொண்டே இருக்கும் ஒரு கேள்வி...

"உனக்கென்ன வேணும்..? சொல்லு..!"

33. உள்ளே வெளியே...

நான் கல்லூரி முடித்து வேலைக்குச் சேர்ந்தநேரம். ஒரு தோழியின் கதையைக் கேட்க நேரிட்டது.

அந்தத் தோழிக்கு எப்போதும் தன்னைப் பற்றி பிறர் என்னவெல்லாம் பேசுவார்கள் என்று பேசுவதே பிடிக்கும்!

"என்னைப் பார்த்தால் ஸ்ரீதேவி மாதிரி இருக்கேன்னு எல்லோரும் பேசுவாங்க இல்ல?"

நான் ஏற இறங்கப் பார்த்துவிட்டு,

"ஸ்ரீதேவி ன்னு நினைச்சுக்கிட்டு பார்த்தா ஒரு சாயல்ல அப்படித்தான் இருக்க!"

"நீ ஸ்ரீதேவியை சரியா பார்க்கல! அடுத்த படத்துல நல்லா பாரு! அச்சு அசலா என்னை மாதிரியே இருப்பா!"

எனக்குத் தேவைதான்!

ஒரு நாள் பெருமையாய் என்னிடம் சொன்னாள்...

"நான் எப்பேர்ப்பட்ட தியாகம் பண்ணப்போறேன்னு தெரியுமா உனக்கு?"

"என்ன... உன் வீட்டை தியாகம் பண்ணிட்டு நீ லவ் பண்ற பையனை கல்யாணம் செஞ்சுக்கப் போறியா?"

"அதான் இல்ல. என் லவ்வை தியாகம் செஞ்சு என் அம்மா ஆசைப்படி என் மாமா பையனை கட்டிக்கப் போறேன். சரின்னு சொல்லிட்டேன். என் அம்மா கண்ணுல தண்ணி வந்துரிச்சு..!"

நான் அதிர்ந்து போய்விட்டேன்!

"உன் மாமா பையனா?"

"ஆமா!"

"வேலை இல்லாம இருக்கான்னு சொல்வியே அவனா?"

"ஆமா! என்னைவிட குள்ளம்னுகூட சொல்வேனே... ரொம்ப தாழ்வு மனப்பான்மைன்னுகூட சொன்னேன் இல்ல..? அவன்தான்.

என் தியாகம் புரிஞ்சு என்கிட்ட காலத்துக்கும் நன்றியோட இருப்பான்!

என் குடும்பம் என்னைப் பெருமையா பேசும்."

"அப்ப உன் லவ் என்ன ஆகும்? அந்தப் பையனுக்கு என்ன பதில் சொல்வ?"

அவள் தொண்டையைக் கனைத்துக் கொண்டாள்.

"இங்க பார்..எல்லா காதலும் ஜெயிக்கக் கூடாது. தோத்துப் போனா ஒரு சோகம் வாழ்நாள் முழுக்க மெல்லிசா இருக்கும்.

அவன் என்னை ஏக்கமா பார்த்துப் பின்னாடியே வருவான்!

அது எனக்குப் பிடிக்கும்!

நீ ஜானி படம் பாத்தியா? அதுல வர ஸ்ரீதேவி மாதிரி காதுல முத்து போட்டுக்கிட்டு முந்தானையை போத்திக்கிட்டு சோகமா இருக்கணும்..!

எல்லாரும் என் மேல பாசமா ஐயோ பாவம்னு சொல்வாங்க! இல்ல?"

நான் ஓர் அரைமணி நேரம் ஒன்றும் பதில் சொல்லவில்லை.

பிறகு பேசினேன்...

"இங்க பார்... ஒரு ரெண்டு நாள் டைம் எடுத்துக்கோ. நான் சொல்றதை மட்டும் யோசி.

மத்தவங்க சொல்றதுன்னு எதையுமே யோசிக்கக் கூடாது.

உனக்குக் கல்யாணம் ஆயிடுச்சி. சரியா? உன் போட்டோ ஆல்பம் பாக்கிற..என்ன தோணும்?

நீ வேலைக்குப் போற. வேலை இல்லாத, உன்கிட்ட பேசவே தயங்கற ஆளை நீ பாசமா நடத்துவியா?

நீ லவ் பண்ற பையன் சோகமா சீன் போடாம ஜாலியா உன்னைப் போய் வான்னு சொன்னா என்ன செய்வ?

நல்லா யோசிச்சு எனக்கு பதில் சொல்லு. அப்புறம் போய் கல்யாணம் பண்ணிக்கோ. உன்னை மாத்தறது என் வேலை இல்ல. நீ யோசிச்சு அப்புறம் உன் வாழ்வை முடிவு பண்ணு."

மறுநாள் பதட்டமாய் வந்தாள்.

"ஐயோ! என் வாழ்க்கைய நானே கெடுத்துடுவேன் போல இருக்கே..என்னால முடியாது.

நான் எதுக்காக தியாகம் செய்யணும்?

நான் லவ் பண்ணதே கல்யாணம் கட்டத்தானே!

ஆனா... எங்க அம்மாகிட்ட என்னடி சொல்றது?

நீ வந்து பேசுடி... ப்ளீஸ்..!

நல்லவேளை... என்னக் காப்பாத்தி விட்ட!"

அன்று முழுவதும் புலம்பிக்கொண்டே இருந்தாள்.

அவள் அம்மா தம்பி மகனுக்கு திருமணம் ஆகவில்லை என்று வருத்தப் படவும் இவள் வேறு எதைப் பற்றியும் யோசிக்காமல் தான் பெரிய தியாகம் செய்யப் போவதாய் ஒரு கற்பனையில் மூழ்கி விட்டாள்.

அந்த வட்டத்தின் உள்ளேயே இருந்து யோசித்துவிட்டாள்.

நான் செய்தது அந்த வட்டத்தைவிட்டு வெளியே வந்து அவளை சிந்திக்கும்படி செய்தது மட்டுமே.

நானும் சில சமயம் பிரச்னை என்று வரும்போது அதன் உள்ளேயே சிக்கிக்கொண்டு வருத்தப்படுவது உண்டு.

பிறகு முட்டி மோதி வெளியே வந்து,

"இதற்குப் போயா வருத்தப் பட்டோம்!" என்று நினைத்துக் கொள்வதும் உண்டு!

இப்போது எல்லாம் ஒரு பிரச்னை வந்தால் உடனடியாய் வெளியே வா!" என்று மனதைப் பிடித்து இழுத்துக்கொண்டு வந்துவிடுவது!

பிறகு நிதானமாய் யோசிக்கவும் முடியும்...சரியானதொரு முடிவுக்கும் வரமுடியும்.

முயற்சி செய்து பாருங்கள்...எது ஒன்றில் இருந்தும் கொஞ்சம் வெளியே வந்து பாருங்கள்..!

வாழ்க்கை இன்னும் அழகாகிவிடும்!

குறிப்பு: தோழி அவள் காதலித்தவரையே மணந்து மிகவும் சௌக்கியமாய் வாழ்ந்து வருகிறாள்! சுபம்!

மாமா பையன், "எனக்கும் உனக்கும் ஒத்தே வராது! நல்லவேளை! நீயே வேணாம்னு சொல்லிட்டே! தேங்க்ஸ்!" என்றதில் தோழிக்கு ஏமாற்றம்! பாவம்..!

தியாகத்துக்கு மதிப்பே இல்லை..!

34. நிஜ வாழ்வின் தேவதைகள்!

முப்பத்தைந்து ஆண்டுகளுக்கு முன்பு ஒரு சாதாரண நாள் திடீரென்று பரபரப்பாகிவிட்டது. ஒரு காதல் அம்பலமாகி உடைபட்டு எல்லோர் வாயிலும் புகுந்து புறப்பட்டு போய்க்கொண்டு இருந்தது.

அவர்களுக்காகப் பரிதாபப்பட்டுவிட்டு பின்பு மறந்தும் விட்டேன்.

என் தோழியின் உறவினர் பெண் எங்கள் ஊருக்கு வரும் போது எல்லாம் தவறாமல் எங்கள் வீட்டிற்கும் வருவார்.

ஒரே அரட்டையும் சிரிப்புமாய்ப் பொழுதைக் கழிப்போம். ஒரு நாள் தன்னுடைய திருமண அழைப்பிதழுடன் வந்தார்.

மாப்பிள்ளை அந்தக் காதல் நாயகன்!

நான் அதிர்ந்துபோய் விட்டேன். எதுவும் சொல்லவும் முடியவில்லை... சொல்லாமல் இருக்கவும் மனம் இடம் தரவில்லை. நான் மென்று விழுங்குவதை அந்தப் பெண் கவனித்துவிட்டார்.

"எனக்கு அந்த லவ் ஸ்டோரி தெரியும் நிபு!" என்றார்!

எனக்கு மடை உடைத்த வெள்ளம்போல் கேள்விகள் வந்து கொண்டே இருந்தன! எதை முதலில் கேட்பது என்று தெரியாமல் நான் 'ஏன்?' என்ற ஒரே கேள்வியைத் திரும்பத்திரும்ப கேட்டுக்கொண்டு இருந்தேன்!

அந்தப் பெண் ஒரு சிரிப்புடன் என்னைப் பார்த்துக் கொண்டு இருந்தார்!

"எங்க அப்பா இவரை கட்டிக்கச் சொன்னார் நிபு! எங்க அப்பாவுக்கு வேற மாப்பிள்ளை தேடற அளவுக்கு உடம்பில் தெம்பு இல்ல. காசும் அதிகம் சேர்த்து வைக்கல."

நான் குறுக்கிட்டேன்,

“அப்போ காசு இருந்தா இந்தக் கல்யாணத்துக்கு ஒத்துக்கிட்டு இருக்க மாட்டே... இல்ல?”

“அப்படி இல்ல. காசு இல்லன்றது அப்பாவோட கோணம். நான் நினைச்சது வேற....

நான் அவன்கிட்ட தனியாப் பேசினேன்.”

நான் பேசாமல் உற்றுப்பார்த்துக்கொண்டு இருந்தேன்.

“லவ் பண்றதே கடைசிவரை ஒண்ணா இருக்கணும் னுதான். நெறைய காரணம். அது நடக்கல. என்ன பண்ண முடியும் நிபு?

அதோட வாழ்க்கை முடிஞ்சு போச்சுன்னு சொல்ல இது என்ன சினிமாவா?

அவன் எதையும் என்கிட்ட மறைக்கல. எனக்கு அது பிடிச்சிருந்தது. சரின்னு சொல்லிட்டேன்.”

“லவ் பண்ண பொண்ணு நெனப்பு அவருக்கு வராதா?” நான் அபத்தமாய்க் கேட்டேன்!

“வரும். வராம இருக்குமா? ஆனா கொஞ்சம் கொஞ்சமா மாறும்.

வெளியில போகணும். வரணும். சம்பாதிக்கணும். நாளப் பின்ன குடும்பம் பெருசானா அதுக்கு சேர்க்கணும்.

கூடவே இருக்கிற என்னோட பேசணும்... பேசித்தானே ஆகணும்... இதுல மெது மெதுவா அந்தப் பொண்ணு ஞாபகம் மனசை விட்டுப்போயிடும்.

அதுக்கு ஒரு கல்யாணம் ஆயிட்டா சுத்தமா விலகிடும். இதானே வாழ்க்கை..?”

என் இருபது வயதில் நான் இப்படி ஒரு பேச்சை முதன் முதலில் கேட்கிறேன். எனக்கு அதில் இருந்த யதார்த்தம் புரியவில்லை.

“ஆனாலும்... இன்னொருத்தி மேல ஆசைப்பட்ட ஆளை எப்படி... எப்படி ஏத்துக்க முடியுது உன்னால?”

ஒரு சிரிப்புடன் என் கையைப் பிடித்துக்கொண்டு அவர் கேட்டார்...

“ஆசைப்படறது அவ்வளவு பெரிய தப்பா நிபு?”

நான் அசைவற்று உட்கார்ந்து கொண்டு இருந்தேன். எனக்கு என்ன பதில் சொல்வது என்று தெரியவில்லை.

ஆனால் அவர் மிகுந்த பக்குவப்பட்ட பெண் என்பது மட்டும் நன்கு புரிந்தது.

நான் அவர் கையை என்னிரு கைகளாலும் பற்றிக் கொண்டு சொன்னேன்,

"நீ சொல்றது எனக்குப் புதுசா இருக்கு. ஆனா ஒண்ணு மட்டும் புரியுது. நீ ரொம்ப நல்லா இருப்ப..! இருக்கணும்... இதேமாதிரி சிரிச்சுக்கிட்டு!"

எனக்கு அப்போது அதுமட்டும்தான் சொல்லத்தெரிந்தது.

இப்போது எங்கே இருக்கிறார் என்று கூடத் தெரியாது எனக்கு. ஆனால் இன்றுவரை அவரை மறக்கவே இல்லை நான்!

அதுவரை எனக்குத் தெரியாத ஒரு புதுக்கோணத்தில் வாழ்வைப் பார்க்க எனக்குக் கற்றுக்கொடுத்தவர் அவரே!

ஆமாம்... இல்லையா..! ஆசைப்படுவது அவ்வளவு பெரிய தவறா என்ன..?

35. உடையும் உரிமையும்

1987 ஆம் ஆண்டு... பொங்கல் திருவிழா பட்டி மன்றத்தில் நான் பேசத் தயாராகிக்கொண்டு இருந்த நேரம்.

எங்கள் தையலர் வீட்டுக்கு வந்து அளவுகள் குறித்துக் கொண்டிருந்தார்.

"டீச்சர்! பாப்பாவுக்கு (எனக்குத்தான்!) ப கழுத்து வச்சு ஜாக்கட் தைக்கவா? பாப்பா உயரத்துக்கு நல்லா இருக்கும்."

அம்மா "நாளைக்கு சொல்றேன்" என்று முடித்துக்கொண்டார்.

அன்று மாலை என்னுடன் பேசத்தொடங்கினார். அவர் மேடையில் பேசிய நாட்களை நினைவுகூர்ந்து பேசிக்கொண்டு இருந்தார்.

"1955ல காலேஜ் முடிச்சேன். மேடை பயம் எதுவும் கிடையாது. ஒரு பொண்ணு மேடை ஏறிப் பேசறதைப் பார்க்கவே கூட்டம் கூடும்.

உன் அப்பா மேடை கிட்டவே நின்னுக்கிட்டு இருப்பார். பேசி முடிஞ்ச உடனே என்னை பத்திரமா கூட்டிக்கிட்டு போவார்.

சில பெண்களே என்னை மட்டமா பேசுவாங்க. அதென்ன ஆம்பளைக்கு சமமா மேடை ஏறிப் பேசறதும்பாங்க.

நான் காதுல போட்டுக்கவே மாட்டேன். முந்தானையை இழுத்து தோளைச் சுத்திப் போட்டுக்கிட்டு விறு விறு ன்னு வருவேன்.

இப்போ காலம் மாறி இருக்கு. ஆனா ஒண்ணு கவனத்துல வை. எல்லார் கண்ணும் உன் மேல இருக்கும். நீ ஒரு சின்ன தப்பு பண்ணாலும் அதைப் பெருசா ஆக்க ஒரு கூட்டமே இருக்கும்.

அதனாலதான் நான் உன் ட்ரெஸ் விஷயத்துல ரொம்ப அக்கறை எடுத்துக்கறேன்.

உன் வயசுப் பொண்ணுங்க மாதிரி நீ இல்ல. அவங்க பெருமையா நினைக்க அவங்க ட்ரெஸ்ஸும் நகையும் மட்டும்தான் இருக்கு.

உன்னளவுக்கு இங்க யாரும் இலக்கியம் படிச்சது இல்ல. உன்ன மாதிரி மேடையில யாராலும் பேச முடியாது.

நீ தனியா எடுப்பா நிப்ப... எங்க போனாலும்.

ட்ரெஸ் விஷயத்துல மத்தவங்கமாதிரி ஸ்டைலா இருக்க நினைக்காத.

நீ எதுக்கு அவங்களோட போட்டி போடணும் சொல்லு..!

நீ வாங்கற கைத் தட்டல் உன் திறமைக்குத்தான்னு எல்லாருக்கும் தெரியணும்.

ஸ்டைலா ட்ரெஸ் பண்ணிக்கிட்டு ஒரு பொண்ணு வந்து கைத் தட்டல் வாங்கிடுச்சு ன்னு யாரும் பேசிடக் கூடாது."

எனக்கு அப்போது இருபது வயது. எனக்கு அம்மா என்ன சொல்கிறார் என்பது தெளிவாய்ப் புரிந்தது.

பெண் என்பவள் போராடிப் பெற எத்தனையோ விஷயங்கள் இருக்கின்றன.

அவற்றின் முன் உடை என்பது ஒரு சாதாரண விஷயம். அதில் கவனத்தை செலுத்தி எதற்கு நம் நேரத்தை வீணாக்க வேண்டும்!

மறு நாள் நானே தையலரிடம் சொல்லி விட்டேன்... வழக்கம் போல் கழுத்தை மூடி முழங்கை வரை நீண்ட ஜாக்கெட்டையே தைத்து விடலாம் என்று!

உடை என்பது அவரவர் விருப்பம் சார்ந்த ஒன்று.

நம்மை பிறர் எப்படிப் பார்க்கவேண்டும் என்பதை நாமே தீர்மானிக்கும் வசதி நம் உடையில் உண்டு. அதைச் சரியாய் தீர்மானிப்பதில் நாம் பெரும்பாலான பிரச்னைகளைத் தவிர்த்து விடலாம்.

நம் எண்ணங்கள் பார்ப்பவர் மனதையும் தொற்றிக் கொள்ளும் சக்தி பெற்றவை என்பதை கவனித்து இருக்கிறீர்களா?

உதாரணமாய் ஜீன்ஸும் சட்டையும் அணிந்த பெண்கள் பலரின் உடல் மொழி இயல்பாய் இருக்கும். அவர்களை பாரம்பரிய உடை அணியச் சொல்லும் பாட்டி கூட ஒன்றும் சொல்ல மாட்டார்.

அதே சமயம் புடவை அணியும் பலர், பலரைத் திரும்பிப் பார்க்க வைக்கும் அளவுக்கும் சிலரை முகம் சுளிக்க வைக்கும் அளவுக்கும் தங்களை வெளிப் படுத்திக் கொள்வார்கள்.

எந்த ஓர் உடையும் தவறான உடை இல்லை.

அதை அணிபவர் மனதில் இருப்பதை அவர்கள் உடல்மொழி வெளிப்படுத்தி விடும் போது, உடைகள் அந்தப் பழியைச் சுமந்து கொள்கின்றன!

பெண்களின் உடை என்பது எந்தக் காலத்திலும் சர்ச்சைக்கு உள்ளாக்கப்பட்டுக்கொண்டுதான் இருக்கிறது.

அதையும் தாண்டி தன் உடைகளின் மூலம் மரியாதையைப் பெறும் பெண்கள் பிற விஷயங்களில் முன்னேறிச் சென்றுகொண்டே இருக்கிறார்கள்.

உடையில் என்ன இருக்கிறது? என்று சாதாரணமாய் எடுத்துக்கொண்டு நகர்ந்துவிடும் பெண்களும் உண்டு.

விரும்பிய உடை அணியப் போராடும் பெண்களும் உண்டு.

உடை என்பது அவரவர் உரிமை என்ற புரிதல் வர வேண்டியது அவசியம் தான்!

அந்தப் புரிதல் வரும்வரை நம் உடையின் மூலம் பிறரின் மரியாதையைப் பெற்றுக்கொண்டு போய்விடுவது புத்திசாலித்தனம்!

36. பழகும் மிருகம்

கோபம் சரியா தவறா?
தோழி கேட்டிருந்தார்.
எங்கள் வீட்டில் ஒரு நாய் வளர்க்கிறோம்.
வீட்டுக்கு புதிதாய் யார் வந்தாலும் எங்கள் முக பாவனையை குரலை உற்று சில நொடிகள் நோக்கும்.
வேண்டியவர் என்றால் அமைதியாகிவிடும்.
வேண்டாதவர் என்றால் தெரு தாண்டிப்போகும்வரை குலைக்கும்.
நாம் "போதும்!" என்றால் நிறுத்திவிடும்.
நம் கோபம் என்பதும் அப்படித்தான் இருக்க வேண்டும்.
தேவையான இடத்தில் தேவையான அளவு வெளிப்பட வேண்டும்.
தேவை இல்லாத இடத்தில் உள்ளே அமைதியாய் இருக்க வேண்டும்.
கோபத்தைக் காட்டும் முறைகளும் முக்கியம்.
சிலரிடம் கண் பார்வை போதும்.
சிலரிடம் லேசான அதட்டல் போதும்.
பல நேரங்களில் மவுனமே சிறப்பு!
எப்போதும் செய்யக்கூடாதது சத்தம் போட்டுக் கத்துவது!
நம் கோபத்துக்கு ஆளானவர் யார் என்று பார்க்க வேண்டும்.
நம்மோடு நல்ல புரிதல் உள்ள ஒருவர் எனில்...
அவரிடம் கத்துவது தவறு!
நம்மைப் புரிந்துகொள்ளாதவர் எனில்...
அவரிடம் கத்துவது அதைவிடத் தவறு..!
நண்பரிடம் கோபித்துக்கொள்வதால் ஒரு நட்பை இழக்கிறோம்.

எதிரியிடம் கோபித்துக்கொள்வதால் இன்னும் அதிக வன்மத்தை எதிர்கொள்ளப்போகிறோம்.

அப்போது அநியாயம் கண்டு பொங்குவது தவறா?

பொங்கலாம்... ஏதேனும் பயன் இருந்தால்!

அநியாயத்தை மாற்ற முயற்சி செய்யலாம்.

அதைவிடுத்து வெறும் கோபத்தால் எந்தப் பயனும் இல்லை.

விட்டுவிலக முடியாத உறவில் இருக்கும் ஒருவர் நம்மைக் கோபப் படுத்தினால்..?

அவரைப் பற்றி முதலில் நாம் நன்கு புரிந்துகொள்ள வேண்டும்.

அவர் குணம் தீர்மானமாய்த் தெரிந்த பிறகு கோபப்படுவது வீண்!

ஒரு நகைச்சுவைக்கு ஒருமுறை சிரிக்கலாம்!

அதையே திரும்பத் திரும்ப சொன்னால் சிரிக்க முடியுமா?

ஆனால் ஒருவர் மீண்டும் மீண்டும் நம்மை சீண்டும் போது மட்டும் எதற்கு திரும்பத் திரும்ப கோபப் பட வேண்டும்..?

அவர் குணம் அப்படித்தான் என்று கடந்துபோய் விடவேண்டும் அல்லவா..?

"இவரா! எல்லாத்துக்கும் கத்துவாரே..!" என்று பெயர் வாங்கும் அளவு கோபம் கொண்டால் அந்தக் கோபத்துக்கு ஒரு மதிப்பே இல்லை!

"இவரா! எதுக்கும் கோபமே வராது!" என்று பெயர் வாங்கினால் அடுத்து "ஜடம்!" என்று சொல்லிவிட்டுப் போய்விடுவார்கள்!

இங்கு ஆளுக்கு மதிப்பே இல்லை!

கோபத்தை எங்கு எப்பொழுது எவ்வளவு காட்ட வேண்டுமோ அதைத் தெரிந்து வைத்துக்கொள்ள வேண்டும்.

பிறகு அந்தக் கோபத்தால் பயன் உண்டா என்பதையும் பார்க்க வேண்டும்.

எப்போதும் கோபம் என்னும் உணர்வு முழுவதும் நம்முடைய கட்டுப்பாட்டில் இருக்க வேண்டும்.

ஆனாலும் சில நேரம்... அரிதினும் அரிதாக, சில நேரம் நம்மை மீறி நாம் கோபத்தில் கத்தத்தான் செய்கிறோம்!

இருக்கட்டும்..! நாம் மனிதர்கள்தானே..!

சரியாகக் கையாளத் தெரிந்தால்...

கோபம் என்பது ஒரு பழகிய மிருகம்!

37. செல்லிடத்துக் காப்பான்...

என்னிடம் ஓர் இளம் பெண் தன் வருத்தங்களைப் பகிர்ந்து கொண்டார்.

"நான் அத்தைக்கு எல்லா உதவியும் செய்யறேன். மரியாதையா இருக்கேன். ஆனா என்னைத்தான் அடிக்கடி கோச்சுக்கறாங்க.

அவ ஒண்ணுமே செய்யறது இல்ல. அத்தையும் ஒண்ணும் சொல்றது இல்ல!

எனக்கு ரொம்ப கஷ்டமா இருக்கு!"

நான் அந்த அத்தையிடமும் பேசி இருக்கிறேன். அவர் சொல்வார்...

"மூத்தவ நல்ல பொண்ணு. நா உரிமை எடுத்து திட்டவும் செய்வேன். சின்னவ மரியாதை தெரியாதவ! அவகிட்ட வச்சுக்கவே மாட்டேன்!"

நான் இதைச் சொல்லி சமாதானம் செய்ய முயற்சி செய்தேன்.

ஆனாலும் எனக்குள் ஒரு கேள்வி சுற்றிக் கொண்டே இருக்கிறது.

"நம்மீது அன்பும் மரியாதையும் அக்கறையும் கொண்ட மனிதர்கள் மீது, நாம் ஏன் எரிந்து விழுந்து காயப் படுத்துகிறோம்?"

இதற்கு ஆண்டாண்டு காலமாய் ஒரேவித பதில்களை சொல்லிக்கொண்டு வருகிறோம்.

'அடிக்கிற கைதான் அணைக்கும்!'

'கோபம் இருக்கிற இடத்தில்தான் குணம் இருக்கும்!'

'உரிமை இருக்கிற இடத்தில்தானே திட்ட முடியும்?'

'எல்லோரையும் திட்டிவிட முடியுமா? ரொம்பப் பிடித்தவரைத்தானே திட்ட முடியும்?'

'அப்படி கோபத்தைக் கொட்டிவிட்டால்தான் மனசு நல்லா இருக்கு!'

உண்மையில் நம்மை மதிக்காதவரிடம் நமக்கு உள்ளூற பயம்!

நாம் ஏதாவது சொல்லப்போய் பதிலுக்கு மரியாதை இன்றிப் பேசிவிட்டால் என்ன செய்வது? என்ற பயம்!

நம்மீது அன்பு கொண்டவர் அப்படிச் செய்யமாட்டார் என்ற நம்பிக்கை!

எங்கோ யார் மீதோ காட்டமுடியாத எரிச்சலை தனக்கு வேண்டியவர் மேல் காட்டுவது எவ்வளவு பெரிய வன்முறை?

வள்ளுவர் அழகாய்ச் சொல்லி இருக்கிறார்.

தன் கோபம் செல்லுபடி ஆகும் இடத்தில் கோபத்தை அடக்கிக்கொள்ளவேண்டும். தன் கோபம் செல்லாத வலியவரிடம் கோபத்தை அடக்கினால் என்ன? அடக்கா விட்டால் என்ன?

வேறு வழியில்லை! வலியவரிடம் அடக்கித்தான் ஆக வேண்டும்!

கோபத்தைக் கொட்டிவிட்டால் மனம் நிம்மதியாகிவிடும். சரி!

கேட்பவருக்கு?

தான் எந்தத் தவறும் செய்யாமல், திட்டு வாங்க நேரிடும்போது அவர் மனம் என்ன பாடுபடும்?

லேசில் மறக்கத்தான் முடியுமா?

நாளடைவில் நம்மீது அன்பு கொண்டவரின் அன்பையும் மெல்ல மெல்ல நம்மை அறியாமல் இழந்துவிடுவோம்.

இதைப் பற்றிய யோசனையே இல்லாமல் நாம் எத்தனை பேரிடம் நடந்து கொள்கிறோம்?

நிறைய வீடுகளில் நான் காண்பது... எந்தப் பிள்ளை (அ) பெண் வேலை செய்கிறார்களோ அவர்களையே பெற்றோர் எல்லா வேலைகளையும் செய்யச் சொல்வார்கள்.

வேலையே செய்யாத இன்னொரு பிள்ளையை ஒன்றுமே சொல்ல மாட்டார்கள்!

"அவ அப்படித்தான்! வேலை செய்ய மாட்டா!" என்று சுலபமாய்ச் சொல்லி விடுவார்கள்!

து.நிபுணமதி | 105

இந்தக் காலத்தில் அன்பு, அக்கறை, மரியாதை எல்லாமே குறைந்து கொண்டே வருகிறது.

இதில் நம் மீது அன்பு கொண்டவரிடம் நாமும் அக்கறை செலுத்துவது அவசியம்.

அதைவிட்டு எரிச்சலைத் தணித்துக் கொள்கிறேன் பேர்வழி என்று பேசி, இருப்பதையும் இழந்துவிடாமல் இருப்பது புத்திசாலித்தனம்!

வெறுப்பு வார்த்தைகள் பலம் மிக்கவை! அவை நம் சுற்றத்திடம் இருந்து நம்மைத் தனியாள் ஆக்கிவிடும் வல்லமை வாய்ந்தவை!

வெறுப்பை யார் மேல் கொட்டுவது?

பிடிக்காதவர் மீதா?

வேண்டாம்! அமைதியாய் ஒதுங்கி விடலாம்!

பிடித்தவர் மீதா?

வேண்டாம்! நமக்கு என்ன கிறுக்கா பிடித்து இருக்கிறது!!

38. வார்த்தைகள் ஜாக்கிரதை..!

ஒரு பாட்டியின் நான்கு பேரக் குழந்தைகள் விளையாடிக்கொண்டு இருந்தனர். சிறிது நேரத்தில் வழக்கம்போல் ஏதோ சண்டை!

அங்கு வந்த பாட்டி ஒரு குழந்தையை மட்டும் மிரட்டினார்.

"போ பாட்டி! உனக்கு அவன் மட்டும் தான் உசத்தி!"

"ஆமாண்டா! அவன் என் கூடவே இருக்கான். எனக்கு அவனைத்தான் ரொம்பப் பிடிக்கும்! அதுக்கு என்ன?"

இந்தப் பேச்சின் தாக்கம் சுமார் எத்தனை காலம் இருந்து இருக்கும் என்று நினைக்கிறீர்கள்?

எனக்குத் தெரிந்து 30 ஆண்டுகள்! இன்னும் தொடரும்!

கேட்டுக் கொண்டிருந்தது அங்கு அன்று குழந்தை மட்டும் அல்ல! அதன் தாயாரும்!

இப்போது அதன் தாக்கம் எவ்வளவு..?

எப்போதாவது பார்ப்பவர்களிடம் நாம் பின்பற்றும் ஒரு எச்சரிக்கை உணர்வு, நம்முடன் கூடவே வாழ்பவர்களிடம் இருப்பது இல்லை.

பல சமயங்களில் நாம் அவர்களின் இருப்பை உழைப்பை மதிப்பதே இல்லை.

அல்லது மதித்தாலும் அதைக் காட்டிக்கொள்வதே இல்லை.

அப்படி காட்டிக் கொண்டால் அதில் ஏதோ தன் மதிப்பு குறைந்து போய்விடும் என்று நினைக்கிறார்கள்.

"குறைகளை முகத்துக்கு நேரே சொல்லி விடுவேன்!" என்று பெருமையாய் சொல்பவர் எத்தனை பேர்!

அவர்கள் என்றாவது ஒருநாள் யாரையேனும் பாராட்டி இருப்பார்களா?

நம் குடும்ப அமைப்பில் கடைசிவரை உறவுகள் சேர்ந்து வாழத்தான் வேண்டும்.

அப்படி வாழும்போது ஒருவருக்கொருவர் எந்தப் பிடிப்பும் இல்லாமல் கடனே என்று வாழ்வது ஒரு பெரும் தண்டனை.

முடிந்தவரை உரசல்களுக்கு எண்ணெய் தடவி புண் ஆகாமல் பார்த்துக்கொள்வது முக்கியம்.

பெரிய மெனக்கெடல் எல்லாம் தேவையில்லை.

"இன்று ஒருநாள் யார் மனசும் வருந்தும்படி பேச மாட்டேன்!" என்று இருந்தாலே போதும்.

"நான் அப்படித்தான் இருக்கேன். ஆனா மத்தவங்க என்னைக் காயப்படுத்திட்டே இருக்காங்களே?" என்றால்....

அவர்களுக்கும் நமக்கும் வித்தியாசம் வேண்டாமா?

"நீ எனக்கு ரொம்ப முக்கியம்!" இந்த வார்த்தைகள் சொல்பவர் கேட்பவர் இருவர் வாழ்விலும் மாயாஜாலம் நிகழ்த்த வல்லவை!

"என்கூட இருப்பவர் அப்படி ஒன்றும் எனக்கு முக்கியமில்லை! நான் பொய் சொல்லமாட்டேன்!" என்பவர்கள் தயவு செய்து அந்த உண்மையை உரக்கச் சொல்லாமல் இருங்கள்!

அதுவும் வாழ்க்கைத் துணையிடம் அதிக எச்சரிக்கையுடன் இருங்கள். குறைகளை மட்டுமே பேசி மட்டம் தட்டி வாழ்வை சப்பென்று ஆக்கிவிட வேண்டாம்!

நல்ல வார்த்தைகள் வாழ்வில் ருசியைக் கூட்டும்!

ருசி இல்லாத உணவை உண்டு வாழ்ந்து தீர வேண்டும் என்பது எப்பேர்ப்பட்ட தண்டனை?

உடன் வாழ்பவர்களை கொஞ்சம் உற்றுப் பாருங்கள். பாராட்ட ஏதேனும் கிடைக்கலாம்!

ஒன்றுகூட இல்லை எனில் அதை சொல்லாமல் கொஞ்சம் மௌனமாக இருங்கள்!

நம் எல்லா எண்ணங்களும் எப்போதும் வெளியில் சொல்லிவிடக் கூடியவை அல்ல!

நம் வீட்டுக் குளியலறைகளில் கதவும் தாழ்ப்பாளும் உண்டு..!

39. கோபுரத்து பொம்மைகள்

1998ஆம் ஆண்டு. என் தோழி ஒருவர் மூலம் அந்த மூதாட்டி எனக்கு அறிமுகம் ஆனார்.

அவர் இருந்தது ஒரு வசதியான முதியோர் இல்லம். அவருடன் பேசிவிட்டுக் கிளம்பும்போது சற்று தயக்கத்துடன் என் தொலைபேசி எண்ணைக் கேட்டு வாங்கிக்கொண்டார்.

அடுத்த நாளே அந்த இல்லத்தின் சமையலர் தொலைபேசியில் என்னை அழைத்து அந்த மூதாட்டியைப் பார்க்க வருமாறு சொன்னார்.

நான் போய் விசாரித்தேன்.ஏதாவது உதவி வேண்டுமா என்று கேட்டேன்.

மூதாட்டி சற்று நேரம் தலையைக் குனிந்து அமர்ந்து இருந்தார். பிறகு சொன்னார்...

"இங்க எனக்கு ஒண்ணும் குறையில்ல ம்மா. எது கேட்டாலும் சமச்சு தருவாங்க.

உன்கிட்ட ஒண்ணு சொல்லணும். நீ நேரம் கிடைக்கும் போது வந்து கொஞ்சநேரம் என்கூடப் பேசிட்டு போறியா?"

எனக்கு மனம் இளகிவிட்டது. வாரம் ஒரு முறையாவது போய்விடுவேன்.

அவர் பேச்சு நிச்சயம் எனக்கு ஒரு புது அனுபவம்.

"எங்க வீடு ஸ்டேஷன்கிட்ட இருந்தது. ரெண்டு மாடி. ரொம்பப் பெருசு.

எனக்கு ஒரே பொண்ணு. நல்லா படிச்சா. ஆஸ்திரேலியா போனா. அங்கியே கல்யாணம் பண்ணிக்கிட்டா.

எதுக்கும் இங்க வரவே இல்ல. வயசாச்சு... நானும் மாமாவும் இந்த ஹோமுக்கு வந்துட்டோம். அவர் போன வருஷம் போயிட்டார்.

நான் எப்போன்னு காத்து இருக்கேன்."

நான் பதில் சொல்லத் தெரியாமல் அவர் சொல்வதைக் கேட்டுக்கொண்டு இருப்பேன்.

"பொண்ணு குழந்தை பெத்துக்க மாட்டேன்னு சொல்லிட்டா. அது சரி...நான் பெத்து என்ன பண்ணிட்டேன்! என்னை மாதிரி அவளும் ஒரு ஹோமுக்கு போவாளாம்! சொல்றா!"

கொஞ்சநேரம் ஜன்னலை வெறித்தபடி அமர்ந்து இருப்பார்.

"தோ... என் காதுல கிடக்கே... இது ப்ளூ ஜாகர் வைரம். மாமா ஆசையா வாங்கிக் குடுத்தார். என் பொண்ணு இதுகூட வேண்டாம்னுட்டா!

உனக்கு காசு அனுப்பவான்னா. எதுக்கு? நான் என்ன பண்றது?

என் காசு அவளுக்கு வேணாம். நானே வேணாம்! அவ காசு எனக்கு வேணாம்!

நாங்க ரெண்டு பேரும் யாரு?

இந்த பூமில பொறந்து நான் என்ன செஞ்சேன்? நான் போனா இந்த ஹோம்ல இருக்கவங்க அழலாம்...அழாமலும் போகலாம்.

இது என்ன தண்டனைன்னு எனக்குப் புரியல. உனக்கு புரியுதா?"

நான், உங்க பொண்ணு போன் நம்பர் கொடுங்க. நான் பேசி வரச் சொல்றேன். உங்களுக்கு மனசு சமாதானம் ஆயிடும்," என்றேன்.

சிரித்தார்.

"விடும்மா! பார்த்து என்ன பண்ணப் போறோம்! என்னவோ யார் கிட்டவும் பேசப் பிடிக்காது.

உன் கிட்டதான் சொல்லத் தோணுச்சு. வேற ஒண்ணுமில்ல. சாரி... நா உன்னக் கஷ்டப் படுத்துறேனா?"

அதெல்லாம் இல்லை என்று சமாதானம் செய்துவிட்டு வருவேன்.

சில நாள் மிக உற்சாகமாய் பேசிக் கொண்டு இருப்பார்.

"டாக்டர் எண்ண தின்னாதன்னு சொல்றார்! ஆனா இந்த வடை தாம்மா பிடிக்குது!" என்பார்!

ஏறக்குறைய ஒரு வருடம் இது தொடர்ந்தது.

ஒரு மாதம் நான் போக முடியாத சூழல். பிறகு போனபோது அந்த இல்லம் அங்கு இல்லை!

வேறு எங்கோ இடம் மாற்றிவிட்டதாய்ச் சொன்னார்கள். விலாசம் தெரியவில்லை.

எனக்கு வெகுநாட்கள் மனம் உறுத்திக்கொண்டே இருந்தது.

அவருக்கு வேறு பேச்சுத்துணை கிடைத்து இருக்குமா?

என்னை ஏன் அவர் தொடர்புகொள்ளவே இல்லை?

அவர் பெண் வந்தாரா?

துரத்தும் கேள்விகள்!

அப்போது எனக்கு ஆச்சரியமும் அதிர்ச்சியும் கொடுத்த அந்த சம்பவம் இப்போது சகஜமாகி விட்டது.

இப்போது நிறைய பேர் வெளி நாட்டில் வாரிசுகள் இருக்க, இங்கே தனித்து இருக்கிறார்கள்.

ஆனால் இப்போது நினைத்தால் பேசலாம்... கை அளவுத் திரையில் பார்க்கலாம்.

ஆனாலும் நேரில் பார்த்து உடன் இருந்து மகிழ முடியாமல் பலர் இங்கு இருக்கிறார்கள்.

ஆனால் பார்ப்பவர்கள்...

"அவங்களுக்கு என்ன குறைச்சல்! பொண்ணும் பையனும் வெளி நாட்டில்..! இவங்க வசதியா நல்லா இருக்காங்க!"

என்று பெரு மூச்சு விடுகிறார்கள்.

தொலைவில் இருந்து பார்ப்பவரை கோபுரத்தில் இருக்கும் பொம்மைகள் வெகுவாகக் கவரலாம்..!

அவை பளிச்சென்று இருப்பது உண்மைதான்..!

அந்த இடம் எல்லோருக்கும் கிடைத்து விடாது தான்..!

ஆனால்...கோபுரத்தை ஒருபோதும் பொம்மைகள் தாங்குவது இல்லை!

40. நான் ஆனால்!

என் அம்மாவுடன் எப்போதும் விவாதம் செய்தபடியே இருப்பேன்! ஆனால் அதை அவர்"எதிர்த்துப் பேசுதல்,""வாயாடுதல்!" என்ற வார்த்தைகளால் குறிப்பிடுவார்!

(பொறுப்புத் துறப்பு என் பதிவுகளைப் படித்து விட்டு என்னை பதவிசான பெண் என்று யாராவது நினைத்தால் அதற்கு நான் பொறுப்பு இல்லை!)

தர்க்கம் நீண்டு அம்மாவின் கோபத்தில் முடியும்! அல்லது அவர் அலுத்துக் கொள்வதில் போய் முடியும்!

"எனக்கு மட்டும் ஒரு பிள்ளை இருந்து மருமகள் வந்தால் எப்படி இருப்பா தெரியுமா! என்னை அப்படி வச்சு தாங்குவா! உன்னை மாதிரி வாயாட மாட்டா!" என்பார்!

அப்பாவும் நானும் அம்மாவின் தலை மறையும்வரை காத்திருப்போம்! பிறகு அப்பா சொல்வார்,"அந்த மருமக தப்பிச்சுட்டா உன் அம்மா கிட்ட இருந்து!"

இருவரும் சத்தம் வராமல் சிரிப்போம். (அவ்வளவு தைரியம்!)

பள்ளியில் பத்தாம் வகுப்பில் ஒரு கட்டுரை எழுத வேண்டும். நான் ஆசிரியை ஆனால், நான் அமைச்சர் ஆனால் இது போன்ற தலைப்புகள் தருவார்கள்.

என் தோழி அலுத்துக்கொள்வாள், "ஏண்டி! இதெல்லாம் நிஜமாவே ஆகப் போறோமா? எந்த வீட்டில போய் சோறு ஆக்கப் போறோமோ!"

"நான் மட்டும் மந்திரி ஆகிட்டா இப்படி எல்லாம் கட்டுரை எழுதச் சொல்லி சாகடிக்க வேணாம் னு சொல்லிடுவேன்!" என்பாள்!

ஆளாளுக்கு நான் மந்திரி ஆனால் என்று பேசி ஒரு அதிகார போதையில் கொஞ்ச நேரம் மிதந்து கொண்டு இருப்போம்!

ஒருமுறை தெரிந்த வீட்டில் சண்டை! அம்மாவிடம் பஞ் சாயத்து வந்தது.

அந்த அக்கா சொன்னார், "ம்ம்..! அப்பவே எங்க அம்மா இவரைக் கட்ட வேணாம்னு சொன்னாங்க! எங்க அப்பா பேச்சைக் கேட்டு இவரைக் கட்டி இப்படி பேச்சு வாங்கறேன். வேற யாரையாவது கட்டி இருந்தா சொகமா இருந்து இருப்பேன்!"

("மன்னார் குடியில் கேட்டாக! அந்த மாயவரத்தில் கேட்டாக!")

அவர் கணவர் படு கிண்டலாக, "ஆமா டீச்சர்! வேற யாரையாவது இவ கட்டி இருந்தா நானும் நிம்மதியா இருந்து இருப்பேன்! என் இடத்துல அவன் மாட்டி செத்திருப்பான்!" என்றார்.

என் அம்மாவுக்கே சிரிப்பு வந்துவிட்டது! சண்டை கொஞ்சம் நீர்த்துப் போய்விட்டது!

எல்லோருக்கும் இப்படி ஒரு தருணம் வரும்.

"எனக்கு மட்டும் வேலை கிடைச்சு இருந்தா..!"

"எனக்கு மட்டும் ஒரு மகள் இருந்தா..!"

"என்னை மட்டும் காலேஜ் படிக்க வச்சிருந்தா..!"

இப்படி சொல்லாதவர் யார்!

ஒரு தோழி கொஞ்சம் ரகசியமாய் சொன்னார், "நான் மட்டும் லவ் பண்ணி கல்யாணம் பண்ணி இருந்தா... நல்லா இருந்திருப்பேன்!"

(சரிதான்! இதை பகிரங்கமாகச் சொல்ல முடியாதுதான்!)

நான் அப்பாவியாய் கேட்டேன், "ஏன் லவ் மேரேஜ் பண்ணல?"

அவர் என்னை முறைத்துவிட்டு சொன்னார், "ஏன்னா என்னை யாரும் லவ் பண்ணல!"

இதுபோன்ற கற்பனைகள் வரவர நிறைய பேருக்கு நிஜம் மறந்து போகிறது.

நம் கற்பனைக்கும் நிஜத்துக்கும் இடையே தூரம் மிக அதிகம் இருக்கலாம்.

முடிந்தவரை நிஜ உலகில் வாழ முயற்சி செய்வது நல்லது.

முடிந்தவரை பிறரைப் புரிந்துகொள்ள முயற்சிசெய்வது நல்லது. பிறருக்கு நம்மைப் புரியவைக்க முயல்வதும் நல்லது.

நான் மட்டும் அப்போது வந்த வாய்ப்பை ஏற்றுக்கொண்டு இருந்தால்... வாழ்வில் எங்கேயோ போய் இருப்பேன் என்று கேட்பவருக்கு கொட்டாவி வரும் விதமாக பேசுபவர் எத்தனை பேர்!

அவர்கள் எல்லோரிடமும் உரத்து சொல்லவேண்டும்போல் இருக்கும்" கொஞ்சம் விழித்துக் கொள்ளுங்கள்! இப்போது நிஜத்தில் என்ன செய்யப் போகிறீர்கள்?"

கற்பனை தேவைதான்! ஆனால் அதில் மூழ்கி உண்மை உலகை மறந்துவிடாமல் இருந்தால் நல்லது!

எனக்கு மட்டும் அதிகாரம் இருந்தால் (? !) யாரும் இப்படிப்பட்ட கற்பனையில் திளைக்கக் கூடாது என்று சட்டம் போட்டுவிடுவேன்! பாதி பிரச்னைகள் குறைந்துவிடும்!

41. தாயும் மகளும்

இதை நேற்றைய பதிவின் தொடர்ச்சி என்றும் கொள்ளலாம்.

மகன்களை மட்டும் பெற்ற தாய் எதற்கு ஒரு மகள் இல்லை என்று ஏங்குகிறார்?

நிறைய பெண்களின் மன ஓட்டம் மகள் நம்மைப் புரிந்து கொள்வாள்! நம் நலனில் அக்கறை கொள்வாள்! முக்கியமாய் நம் பேச்சுக்கு எதிர்ப் பேச்சு பேசாமல் கேட்டுக் கொள்வாள்!

நம்மீது பாசமாக இருப்பாள்!

இவ்வளவுதான்! இவை எல்லாம் மகள் இல்லாதவர்களின் எண்ணம்!

மகளைப் பெற்றவரிடம் கேட்டுப் பாருங்கள்!

நாம் மருமகளிடம் காணும் அத்தனை குறைகளையும் அவரும் சொல்வார்!

மகளும் படித்து இருப்பாள்.

பணிக்கு செல்பவள் ஆக இருப்பாள்.

மகளும் நேரம் கழித்துதான் எழுந்திருப்பாள்.

கணவனுடன் உணவகம் சென்று சாப்பிடுவாள்.

வீட்டில் பலகாரம் செய்ய மகளுக்கும் தெரியாது!

மகளும் கணவனை பெயர் சொல்லித்தான் அழைப்பாள்.

வேறு எந்தக்குறையை கண்டுபிடித்தாலும் அது மகள், மருமகள் இருவரிடமும் தான் இருக்கும்!

ஆனால் நாம் என்ன செய்கிறோம்? நமக்கு மகள் என்ற பாசம் கண்ணை மறைக்க அவள் குறைகளை மறந்து விடுகிறோம்!

அல்லது மறைத்துவிடுகிறோம்!

மகளைப் பிரிந்து இருக்கும் தாய் புகழ வாய்ப்புண்டு. ஆனால் மகளுடன் வசிக்கும் பெரும்பாலான தாயார் குறைகள் சொல்லிக் கொண்டே இருப்பதை நான் கவனித்து இருக்கிறேன்.

சென்ற தலைமுறை வரை ஆண் பிள்ளைகளை சமையல் அறையில் நாம் சமைக்க விட்டது இல்லை.

எனவே பெண் இருந்தால் நமக்கு உடம்பு முடியாத போது சமைத்துப் போடுவாள் என்ற எதிர்பார்ப்பு இருந்தது.

இப்போது ஆண் பிள்ளைகளும் சமையல் செய்கிறார்கள்!

நிறைய பெண்களும் சமைக்காமல் இருக்கிறார்கள்!

மகளை எப்படி குறை சொல்வது? அது பெற்று வளர்த்த தன்னையே குறை சொல்வது போல் ஆகி விடுமே!

ஆனால் மருமகளை குறை சொல்லலாம் அது வளர்த்த சம்பந்தி மேல் அல்லவா தவறு!

நான் யாரையும் புண் படுத்த இதைப் பேசவில்லை. யதார்த்தம் என்பது இதுதான்.

நம் மனதில் இருக்கும் மகள் என்ற வடிவம் ஒரு கற்பனைப் பாத்திரம்!

அது நாம் சொன்னபடி எல்லாம் கேட்கும் கற்பனையில்!

ஆனால் நிஜம் வேறு. நாம் பெற்ற மகள் என்றாலும் நம் பேச்சைக் கேட்பது கஷ்டம்!

யதார்த்த உலகில் மகள், மருமகள் எல்லாமே ஒரே மாதிரிதான் அதுவும் இன்றைய இளம் தலைமுறையில்!

இளம் பெண்கள் எல்லோரும் மாறிக்கொண்டே இருக்கிறார்கள்.

மருமகள் என்பவள் மகளைப் போல் இல்லை என்று வருந்தும் தாய்க் குலத்திற்கு ஒரு வேண்டுகோள்!

இந்த எண்ணங்கள் தலைமுறை இடைவெளியின் விளைவு மட்டுமே!

மகள் பிறந்து இருந்தால் அவள் வளர வளர நாம் மெதுவாய் இந்த குணங்களுக்கு பழகிவிட்டு இருப்போம்.

திடீரென்று மருமகள் வடிவில் இன்றைய இளம் பெண்ணைப் பார்த்து அதிர்ச்சி அடைந்து போகிறோம்! அவ்வளவுதான்!

உடனே அதிலிருந்து தப்பிக்க, இல்லாத மகளை நம் விருப்பப்படி கற்பனை செய்து கொள்கிறோம்!

இருக்கும் மருமகளிடம் மகளின் அன்பை கொடுத்தும் வாங்கியும் வாழ முயற்சி செய்வதே சிறந்தது!

சில சமயம் மருமகள் நம் மீது செலுத்தும் அன்பு நமக்குப் புரியாமலும் போகலாம். அவர்கள் அன்பைக் காட்டும் விதம் வேறாக இருக்கலாம்.

ஒருவேளை அந்த அன்பு கிடைக்காவிட்டால்... மகனை மட்டும் நினைத்து மனதைத் தேற்றிக்கொள்ளுங்கள்!

எல்லோருக்கும் எல்லாமும் வாழ்வில் கிடைத்துவிடுகிறதா என்ன!

42. தொடர்பு கொள்ளல்

தோழி ஒருவர் அலைபேசியில் அழைத்தார்.

"என்ன... ஃபோனே பண்ண மாட்டியா? நீயெல்லாம் பெரிய ஆளு. என் கிட்ட பேச நேரம் கிடைக்குமா?"

இப்படியே தொடர்ந்தது பேச்சு!

இதைக் கேட்கவா ஓர் அழைப்பு?!

நான் என் நட்புகளிடம் அழுத்தமாய் சொல்வேன்,

"யாருக்குப் பேச வேண்டும் என்று தோன்றுகிறதோ அவரை உடனே அழைத்து விடுங்கள். பேச முடியாத சூழல் என்றால் சற்று நேரம் கழித்தோ மறு நாளோ பேசிவிடுங்கள்.

ஆனால் "பேச நினைச்சேன்... நீ பிஸியா இருப்பேன்னு கூப்பிடல!" என்று நான் அழைக்கும்போது இழுக்காதீர்கள்!

ஒரு குறிப்பிட்ட கால இடைவெளியில் நட்புகளையும் உறவுகளையும் அழைத்துப் பேசுவதை ஒரு தவிர்க்கக் கூடாத கடமை போலவே நான் பின்பற்றி வருகிறேன்.

சில நேரம் தவறிவிட்டால் அவர்கள் ஆதுரத்துடன் அழைத்து என்னை விசாரிக்கத் தவறுவது இல்லை!

ஆனால் முதலில் சொன்னது போல சிலர் அடுத்தவர் மேல் குறை சொல்லவே பேசுவது உண்டு! அதற்கு பேசாமல் இருத்தல் நல்லது!

நிறைய பேரிடம் ஒரு சிக்கல் உள்ளது. அவர்களுக்கு பிறரிடம் பேச ஆசை! ஆனால் பிறர் ஃபோன் செய்து தன்னிடம் பேச வேண்டும் என்று எதிர்பார்க்கிறார்கள்.

தானே முன்வந்து பேசுவது அவர்களுக்கு கௌரவக் குறைச்சலாய் படுகிறது!

இன்னும் சிலர் "அவள் பேசவில்லை!" என்று இன்னொருவரிடம் போய் புலம்புவார்கள். இதனால் அறுந்துபோன நட்புகளும் உறவுகளும் உண்டு!

நான் ஒரு கையால் சமைத்தபடி அலைபேசியில் பேசிய நேரங்கள் நிறைய உண்டு.

அப்போது எல்லாம் சொல்வேன், "நல்ல வேளை! நீ ஃபோன் பண்ணிட்ட! சமையல் செஞ்சுக்கிட்டே பேசறேன். இல்லேன்னா இந்த நேரத்துல நான் ஃபோன் செஞ்சு இருக்க மாட்டேன்."

அதுதான் உண்மையும் கூட!

எனக்கு பேச வேண்டும் என்று தோன்றினால் நான் உடனே அழைத்து விடுவேன். அவர்கள் வேறு வேலையாய் இருந்து பேசவில்லை என்றாலும் நான் கோபித்தது இல்லை. பிறகு முடியும்போது பேசட்டும் என்று பொறுமையுடன் இருந்து விடுவேன்.

தொடர்பு கொள்ளுதல் உண்மையில் ஒரு கலைதான். ஆனால் அதை கற்றுத் தேர்ந்தவர் ஒரு சிலரே!

சிலர் மனதில் எவ்வளவு கசப்பு இருந்தாலும் பேச்சில் அதைக் காட்ட மாட்டார்கள். இனிமை மாறாமல் பேசுவார்கள்.

இன்னும் சிலர் இருக்கிறார்கள் நேர்மாறாக! மனதில் அவ்வளவு அன்பு வைத்து இருப்பார்கள்...ஆனால் பேசும்போது குறைகளை மட்டுமே சொல்லி கெட்ட பேர் வாங்கிக் கொள்வார்கள்!

இன்னும் சிலர் எது பேசினாலும் தவறாகி விடுமோ என்று பயந்தே பேச மாட்டார்கள்!

ஒருவர் வாழ்வில் எத்தகைய செல்வங்களை அடைந்தாலும் ஒரு வெற்றிடம் இருக்கும் வாய்விட்டு மனம்விட்டு பேச நட்பு இல்லை என்றால்! அல்லவா?

சிலர் சொல்லக் கேட்டிருக்கிறேன்... "அன்பு காட்டினால் தொல்லைதான். யாருக்கும் புரிவதில்லை. சும்மா இருப்பதே மேல்!"

அன்பு கொண்ட மனம் காயப்படுவது நிஜம்தான்!

ஆனால் பேரன்பு கொண்ட மனம் காயம் செய்தவரையும் மன்னித்து கடந்து போகிறது!

பல நேரம் புன்னகைகூட செய்கிறது!

எனவே... பேச நினைப்பதை உறவிடமும் நட்பிடமும் பேசத் தயங்காதீர்கள்! எதிர்முனை எடுத்துப் பேசினாலும்... பேசாவிட்டாலும்..!

பேச முயற்சி செய்த திருப்தியாவது நிச்சயம் நமக்கு உண்டு!

தொடர்பில் இருங்கள் எப்போதும்!

43. மெல்லச் சிதைகிறதா?

சமீப காலத்தில் அதிக அளவில் குடும்பங்கள் பிரிவதைப் பார்க்க முடிகிறது.

விவாகரத்துகள் மட்டும் அல்ல. பெற்றோர்..பிள்ளைகள், சகோதர சகோதரிகள் என்று எங்கும் பிரிவுகள் மெல்ல மெல்ல நடந்து கொண்டே இருக்கின்றன.

கூட்டுக் குடும்பம் போன தலைமுறையில் உடையத் தொடங்கியது.

அதற்கு முந்தைய தலைமுறை உடல் உழைப்பு சார்ந்தது. குடும்ப உறுப்பினர் அனைவரும் சேர்ந்து இருந்தால் மட்டுமே அனைவரும் வாழ முடியும்.

அதில் சண்டை சச்சரவுகள் வந்தாலும் மறு நாள் அதை மறந்து விட்டு இணைய வேண்டிய தேவை இருந்தது.

வயலில் உழைக்க வேண்டிய சூழலில் யாருடைய பங்களிப்பையும் குறைத்து மதிப்பிட்டுவிட முடியாது.

எனவே கூட்டுக்குடும்பமே அப்போது வசதியான ஒன்றாக அமைந்தது.

அடுத்த தலைமுறை வேலை சம்பளம் என்று ஆன பிறகு ஏற்றத்தாழ்வு எளிதாய் உள்ளே நுழைந்துவிட்டது.

குடும்பத் தலைமை என்பது மெதுவாய் மறைந்து விட்டது. எனவே தன்னிச்சையாய் கூட்டுக் குடும்பம் மறைந்து தனித் தனிக் குடும்பங்கள் உருவாகிவிட்டன.

நாமும் அதை சகஜமாய் ஏற்றுக் கொள்ளத் தொடங்கி விட்டோம்.

ஆனால் இன்றைய தலைமுறையில் குடும்பமும் உடையத் தொடங்கி இருக்கிறது.

தனிப் பெற்றோர் அதிகமாகி வருகின்றனர்.

இதற்கு காரணம் என்று எதைச்சொல்வது?

ஒவ்வொரு பிரிவும் ஒரு விதம்.

ஆனால் ஒரு விஷயம் தெளிவாய்ப் புரிகிறது.

பொருளாதார சுதந்திரம் இருக்கும் யாரும் யாரையும் அனுசரித்துப் போகத் தயாராய் இல்லை.

தன் உழைப்பையோ பொருளையோ பிறர் சுரண்ட அனுமதிப்பது இல்லை என்ற நிலைப்பாடு வரவேற்க வேண்டிய ஒன்றுதான்.

இன்னும் குடும்பங்கள் நிலைத்து நிற்கிறது என்றால் அதற்கு, அதில் வாழும் யாரோ ஒருவரின் பெருந்தன்மை மட்டுமே காரணம் என்று சொல்லலாம்.

ஆனால் இந்தப் பெருந் தன்மை, மன்னித்தல், பாசம் என்ற வார்த்தைகள் எல்லாம் இந்தத் தலைமுறையோடு போய் விடும் என்றே தோன்றுகிறது.

அப்படி என்றால் வருங்காலம் எப்படி இருக்கும்?

எல்லோரும் தனித் தனியே வாழ வேண்டி வரும். ஆண் பெண் அனைவரும் தனியே பொருள் ஈட்டி தனியே உணவு சமைத்து உண்டு வாழ்வார்கள்.

விரும்பினால் சேர்ந்து வாழலாம்...விரும்பா விட்டால் பிரிந்து போகலாம்!

யாராவது இருவர் குழந்தை வேண்டும் எனத் தீவிரமாய் முடிவு எடுத்தால் அவர்கள் திருமண பந்தத்தில் இணைந்து ஒரு குடும்பத்தை உருவாக்கலாம்.

ஆனால் அந்த எண்ணிக்கை மிகக் குறைவாகவே இருக்கும். "இதென்ன? மேற்குலக வாழ்க்கைமுறை அல்லவா?" என்று கேட்கிறீர்களா?

ஆம்! நம் நாட்டு வாழ்க்கைமுறை அப்படித்தான் மாறி வருகிறது.

நம் தலைமுறைக்கு இதை ஏற்றுக்கொள்ள கடினமாய் இருக்கும். அடுத்த தலைமுறைக்கு இது சகஜமாகிவிடும்.

இப்போதே திருமணம் ஆகாதவர்களின் எண்ணிக்கை கூடிக்கொண்டே வருகிறது.

நாம் விரும்பினாலும் இல்லாவிட்டாலும்....

மெல்லக் குடும்பங்கள் சிதையும்.

மாற்றம் ஒன்றே மாறாமல் இருப்பது!

44. பிரிதல்... கொஞ்சம் அன்போடு..!

நான் ஆறாம் வகுப்பு போனபிறகு ஒரு நாளில் புத்தகக் கடையில் என் முன்னாள் தோழியைப் பார்த்தேன். அவள் அதே நடுநிலைப் பள்ளியில் படித்துக்கொண்டு இருந்தாள். நான் உயர்நிலைப் பள்ளி சென்றுவிட்டேன்.

அருகில் போய் சிரிப்போடு "எப்படி இருக்கே?" என்றேன். சுற்றி கடையில் கூட்டம்.

அவள் என்னை உற்றுப் பார்த்துவிட்டு முகம் திருப்பிக் கொண்டு போய் விட்டாள்!

நான் மிக அவமானமாய் உணர்ந்தேன். ஐந்தாம் வகுப்பில் ஏதோ சண்டை போட்டுக் கொண்டோம் என்பது அப்புறம் தான் நினைவுக்கு வந்தது.

என்னுடன் வந்த தோழியிடம், "இன்னும் கோபம் போகல போலிருக்கு" என்று முனகிக் கொண்டு வந்தேன்.

வெகு நாள் அந்த வருத்தம் மனதில் இருந்தது...அந்தத் தோழி எட்டாம் வகுப்பில் இறந்து போகும் வரை.

நிறைய நட்புகள் மாறிக்கொண்டே தான் இருக்கின்றன. நாம் யாரும் ஒருவருடனேயே காலம் முழுக்க பிணைந்து கொண்டு இருப்பது இல்லை.

நம் நேரம், சூழ்நிலை, வேலை இவற்றையெல்லாம் பொறுத்து நட்புகளை மாற்றிக்கொண்டுதான் இருக்கிறோம்.

சிலரை அவரின் பேச்சு அல்லது செயல் பிடிக்காமல் ஒதுக்கிவிடுகிறோம்.

ஆனால் உறவுகள், நட்புகளிடம் பிரிதல் என்பது எப்போதும் ஒரு சண்டையின் பிறகே நிகழ்கிறது.

அந்த சண்டையைப் பார்க்கும் பிற உறவுகளிடம் நாம் காரணம் சொல்ல வேண்டி வருகிறது.

அப்போது நம்மீது தவறு இல்லை என்பதை நிரூபிக்க வேண்டிய கட்டாயத்துக்கு தள்ளப்பட்டு விடுகிறோம்.

எனவே எதிராளி மீது கூடுதல் பழிகளைச் சுமத்திவிடுகிறோம்.

சேர்ந்து இருந்தபோது பகிர்ந்த ரகசியங்களைப் பொதுவில் பேசி திருப்தி அடைகிறோம்.

மீண்டும் சேரும் வாய்ப்பை மெல்லமெல்ல இழந்துவிடுகிறோம்.

அதுவும் விவாகரத்து எனில் சொல்லவே வேண்டாம். ஒருவர்மீது மற்றவர் வைக்கும் குற்றச்சாட்டுகளைக் கேட்டால் அதிர்ச்சியாய் இருக்கிறது.

எந்த ஒரு உறவும் காலமாற்றங்களில் சற்று சுணங்கித்தான் போகும். சிறிது காலம் கழித்து மீண்டும் தொடரலாம். அப்படியே தடைபட்டும் போகலாம்.

எந்த ஒரு பிரிதலும் வலி இன்றி நடப்பது இல்லை. சிறிது காலமாவது நாம் அந்த உறவில் ஒரு மகிழ்வை அனுபவித்து இருப்போம் அல்லவா?

அதன் பொருட்டாவது குறை கூறி சண்டை இட்டு அசிங்கப் படுத்தி காயம் ஆக்காமல் அமைதியாய்ப் பிரிந்து விட்டால் என்ன?

காலம் நமக்கு என்ன வைத்து இருக்கிறது என யாருக்குத் தெரியும்?

ஒருவேளை இப்போது நாம் ஒதுக்கும் உறவை நாமே தேடிப் போக நேரிடலாம். நாம் அவர்களை மன்னித்து விடலாம்... அல்லது அவர்கள் நம்மை மன்னிக்கலாம்.

அப்படி ஒரு நாள் வந்தால் மீண்டும் சேர நம் சண்டை தடையாய் இருக்கக் கூடாது.

சேராமல் போனாலும் பரவாயில்லை. சண்டை ஏதுமின்றிப் பிரிந்தோம் என்ற ஆசுவாசமாவது இருக்கட்டும்.

பிரிதல் நிகழ்ந்து விட்டால் நம் மன வேதனையை நெருக்கமான சிலரிடம் ரகசியமாய்ப் பகிர்ந்து கொள்ளலாம்.

அதைப் பொதுவில் பேசி அவமானம் செய்ய வேண்டாம்....

ஒரு காலத்தில் பிரியமாய் இருந்தவரை, எங்கேனும் காண நேர்ந்தால்... பிரிந்து போனவர் முகம் பார்த்து புன்னகை செய்ய முடிந்தால்... எவ்வளவு நிறைவாய் இருக்கும்!

பிரிதலைக்கூட உரசாமல் செய்யலாம்... அடக்கிக்கொண்ட கோபத்தோடும்... கொஞ்சம் அன்போடும்..!

45. இன்று ஒரு நாள்...

என் அம்மாவுக்கு மாரடைப்பு வந்தபோது எனக்கு இருபது வயது. மருத்துவர் நாற்பத்தெட்டு மணிநேரம் கடந்த பிறகுதான் எதுவும் சொல்லமுடியும் என்று சொல்லிவிட்டார்.

நான் அலுவலகத்திற்கு தொலைபேசியில் சொல்லி விடுமுறை எடுத்துக் கொண்டு உடன் இருந்தேன்.

ஒவ்வொரு நொடியும் நகராமலே நின்றுவிட்டதுபோல் இருந்தது. என்ன சாப்பிட்டேன் என்றுகூட நினைவில் இல்லை. தூங்கவே இல்லை.

எண்ணம் எல்லாம் எப்போது இரண்டுநாள் முடியும் என்பதை நோக்கியே இருந்தது.

இத்தனைக்கும் நான் அழவோ புலம்பவோ இல்லை. அதில் எந்தப் பயனும் இல்லை என்ற புரிதல் இருந்தது.

அம்மா உடல்நிலை தேறிவிட்டார். நான் என் வேலையை விட்டு விலகி அம்மாவின் துணைக்கு ஊருக்குப் போய் விட்டேன். ஆனால் அந்த நேரத்தைக் கடக்க நான் பட்ட பாடு இன்றும் என் நினைவில் இருக்கிறது !

இதுபோன்ற சூழலை சமாளிக்க முடியாமல் நாம் நிறைய நேரம் திண்டாடித்தான் போகிறோம்.

இதற்கு என் அப்பா ஒரு எளிமையான தீர்வு முன்பே சொல்லி இருந்தார்.

"எதைப் பற்றியும் நீளமாய் யோசிக்காதே! இன்று ஒரு நாளைப் பற்றி மட்டும் யோசி!

அன்றாடம் செய்தே ஆகவேண்டிய வேலைகளை மனம் ஒன்றிச் செய்.

உணவும் தூக்கமும் கொஞ்ச நேரத்தை எடுத்துக் கொள்ளும். மீதி நேரம் என்பது இப்போது குறைவாய்த்தான் தோன்றும்.

அந்த சிறிய நேரம் மட்டும் நான் தேவை இல்லாதன செய்ய மாட்டேன், நினைக்கக் கூட மாட்டேன் என்று பிடிவாதமாய் இரு! இன்று ஒருநாள் மட்டும் என்று சொல்லிக் கொள்! அவ்வளவுதான்! பிறகு பழகிவிடும்!"

இந்த அறிவுரை எல்லா நேரங்களிலும் எனக்கு உதவி இருக்கிறது. மருத்துவமனையில் இருந்தபோதுகூட இன்று ஒரு நாள் தள்ளிவிடுவோம் என்று அதை மட்டுமே நினைத்துத் தாண்டி வர முடிந்தது.

நீங்களும் முயன்று பாருங்கள்.

"இன்று ஒரு நாள் மட்டும் எந்தக் கவலையும் படாமல் இருக்கலாம்!"

"இன்று ஒருநாள் நமக்குப் பிடித்த நட்புடன் பேசலாம்!"

"இன்று ஒருநாள் பிடித்த புத்தகத்தை படித்துவிடலாம்!"

"இன்று ஒருநாள் பிடித்த பாடலை சத்தம் போட்டுப் பாடிப் பார்க்கலாம்!"

(கேட்பவர் திட்டினால் பரவாயில்லை! எல்லாப் புகழையும் எனக்கு சமர்ப்பித்து விடுங்கள்!)

"இன்று ஒருநாள் எதற்கும் அலுத்துக் கொள்ளாமல் இருக்கலாம்!"

"ஒரு நாள் முழுதும் சிரித்த முகத்துடன் இருக்கலாம்!"

"இன்று ஒருநாள் நம் அருமை புரியாதவர்களை மன்னித்து விடலாம்!"

"இன்று ஒரு நாள் நம்மை நமக்கே பிடித்துப் போகும்படி நடந்து கொள்ளலாம்!"

நல்ல விஷயங்களுக்கு மட்டும் இல்லை....நமக்குப் பிடிக்காத கெட்டவை நடக்கும்போதும் சொல்லிக் கொள்ளுங்கள்

"இன்று ஒருநாள் மட்டும் இதைத் தைரியமாய் தாண்டி விடலாம்!"

வாழ்க்கை சற்றேனும் கனம் குறைந்து லேசாய் ஆகும்! ஆகிறதா என்று அனுபவித்த பின் சொல்லுங்கள்!

உண்மையில் எல்லாவற்றுக்கும் தீர்வு என்பது நாம் நினைத்துப் பார்க்காத அளவு மிக எளிமையாய் இருக்கும்.

"இன்று ஒருநாள்..." அப்படிப்பட்ட தீர்வு!

46. அக்கறை

இன்று என் தோழியின் வீட்டு சுபநிகழ்ச்சிக்குப் போயிருந்தேன். கிளம்பும்போது என் கையில் ஒரு பையைக் கொடுத்தார். "காசியில் இருந்து உனக்காக வாங்கி வந்த புடவை! லேசா வெயிட் இல்லாம பார்த்து வாங்கி வந்தேன். கட்டிக்கோ!" என்றார். அவர் அக்கறையாய் சொன்ன முறையிலேயே மனம் குளிர்ந்துவிட்டது!

பத்து சதவிகிதம் பேர் யாருக்கும் ஒன்றும் ஈய மாட்டார்கள்! இந்த பதிவு அவர்களுக்கு இல்லை! ஒரு பத்து சதவிகிதம் அன்போடு பிறருக்கு கொடுப்பார்கள். இது அவர்களுக்கு ஆனதும் இல்லை!

மீதி உள்ள அனைவரும் ஏதோ ஒரு காரணத்திற்காக பிறருக்கு உடை எடுத்து தருவார்கள். எப்படி எடுக்கிறார்கள் என்பதே இப்பதிவு.

பொங்கல் வருகிறது. வீட்டு உதவியாளர் உட்பட நிறைய பேருக்கு துணி எடுக்க வேண்டி வரும். அவர்களுக்கு என்ன பிடிக்கும் என்று கேட்டு எடுத்துத் தருதல் உத்தமம்.

எப்படியும் நாம் பணம் செலவழித்து எடுக்கப் போகிறோம். அதை சற்று அக்கறையுடன் எடுத்தால் நம் பணமும் வீண் ஆகாது, அவர்களுக்கும் கூடுதல் மகிழ்ச்சி யாக இருக்கும்.

ஒரு திருமண வீட்டாருடன் துணிக் கடைக்கு போயிருந்தேன். முப்பதாயிரம் ரூபாய் செலவில் அனைவருக்கும் புடவை எடுத்தார்கள். ஒன்றைக்கூட தொட்டோ பிரித்தோ பார்க்கவில்லை!

எடுத்துக்கொடுப்பதே அதிகம்! இதில் நல்லதாய் பார்த்து வேறு கொடுக்க வேண்டுமா? என்ற அலட்சியம்!

பெண்களுக்கு தெரிந்து இருக்கும். பிறர் வைத்துக் கொடுத்த புடவைகள் மற்றும் ஜாக்கெட் துண்டுகள் என்று காலங்காலமாய் நம் வீட்டு பீரோவில் இருக்கும். அதை நாம் பயன்படுத்தவும் முடியாது! தூக்கிப்போடவும் மனம் வராது!

எனக்கு என்ன ஆச்சரியம் என்றால் இப்படி எடுப்பவர்கள் தனக்கு எடுப்பதாய் இருந்தால் மட்டும் சலிக்காமல் கடைகடையாய் ஏறி இறங்குவார்கள்!

"பணிப்பெண்ணுக்கு இது போதாதா?" என்று நினைப்பவர் ஒன்றை மறந்து விடுகிறார். செலவு செய்வது தன்னுடைய பணம்! அதற்கான பலன் முழுதாய் கிடைக்க வேண்டாமா? இந்த முறை பணிப் பெண்ணிடம் "என்ன நிறத்தில் புடவை வேண்டும்?" என்று கேட்டுப் பாருங்கள். அவர் அடையும் மகிழ்ச்சி அவ்வளவு அழகாக இருக்கும்!

அடுத்தவருக்கு துணி எடுப்பவர்கள் கொஞ்சம் அக்கறையோடு எடுத்துக் கொடுங்கள்! அது "பொன் மலர் நாற்றம் உடைத்து" என்பதைப் போன்றது!

இதுவரை யாருக்கும் எதுவும் எடுத்து கொடுத்தது கிடையாது என்பவருக்கு ஒரு வார்த்தை... (ஒரு வேளை இந்த பதிவைப் படித்தால்!)... ஒரு சிறு அளவு செலவில் அக்கறையுடன் அடுத்தவருக்கு உங்களுக்கு உதவி செய்பவர் யாரேனும் ஒருவருக்கு ஏதேனும் கொடுத்துப் பாருங்கள்! அதில் ஒரு சந்தோஷத்தை உணர முடிந்தால் நீங்கள் மனிதர்! (அல்லது மனுஷி!)

"சந்தோஷம் எல்லாம் ஒன்றுமில்லை!" என்றாலோ "நான் ஏன் பிறருக்குச் செய்ய வேண்டும்?" என்று என்மேல் பாய்ந்தாலோ... நான் ஒன்றும் சொல்வதற்கு இல்லை! என்னை விட்டுவிடுங்கள்!

து.நிபுணமதி

47. சந்தேகக் கோடு

1. "சொந்தக்காரப் பொண்ணு புதுசா வேலைக்கு சேர்ந்திருக்கு. அதுக்கு டிரஸ் வாங்கிக் கொடுத்தேன். அது தப்பா? என் பிள்ளைக்கு அவளைக் கட்டி வைக்கத்தான் கொடுத்தேன்னு பேசறாங்க.. சே..! என்ன ஜனங்க..!"

2. "நேத்து அவ வீட்டுக்குப் போனேன். என்னவோ தெரில... சாப்பிட்டுத்தான் போகணும்னு சொல்லிட்டா! என்னவா இருக்கும்..?"

3. "என்னது..! எதிர் வீட்டுக்காரர் நம்மைப் பார்த்து சிரிக்கிறார்..! கடன் கிடன் கேட்பாரா..?"

ஒரு பரிசை... ஒரு உபசரிப்பை... ஒரு சிரிப்பை நாம் பெரும்பாலும் இப்படித்தான் எதிர்கொள்கிறோம்.

ஒவ்வொன்றின் பின்னாலும் ஒரு கெடுதல் ஒளிந்துகொண்டு இருப்பதாய் நினைத்துக்கொள்கிறோம்.

இதுவே ஒரு குழந்தையிடம் ஒரு பொம்மையைக் கொடுத்துப் பாருங்கள். லேசாய் ஒரு தயக்கம் இருந்தாலும் கை நீட்டி வாங்கிக்கொள்ளும். தன்னை மீறி ஒரு சிரிப்பு சிரிக்கும்!

அந்தக் குழந்தைத்தனத்தை நாம் எங்கோ தொலைத்து விடுகிறோம். எதிர்ப்படும் மனிதரை எப்போதும் சந்தேகத்துடனே அணுகுகிறோம்.

புதிதாய்ப் பழகும் மனிதரை சந்தேகிப்பது என்ற நிலை மாறி மெல்ல மெல்ல நம்மைச் சுற்றி இருக்கும் எல்லோரையும் நாம் நம்ப மறுக்கிறோம்.

ஒரு வட்டம் போட்டு அதிலேயே சுருண்டு கொள்கிறோம்.

நம் மனதில் நாம் முதலில் எழுதிய ஒரு சிறு சந்தேகக் கோடு வளர்ந்து கொண்டே வந்து நம் கழுத்தை இறுக்கி மூச்சுத் திணற வைக்கிறது.

யாரையும் நம்பாத மனிதர்கள் இப்போது அதிகம் பேர் இருக்கிறார்கள். தானும் யார் வீட்டுக்கும் செல்ல மாட்டார்கள்... யாரையும் தன் வீட்டுக்கு அழைக்கவும் மாட்டார்கள்.

அவர்களைப் பார்க்கக் கொஞ்சம் வருத்தமாய்த்தான் இருக்கிறது.

இடை விடாது தொடரும் உறவுக் கண்ணியில் இவர்கள் எப்படி விடுபட்டுப் போனார்கள்?

எதற்கு அடுத்தவரிடம் பேச வேண்டும் என்ற கேள்விக்கு நாம் என்ன பதில் சொல்லிவிட முடியும்?

மனிதர்கள் பிறருடன் உறவாடக் கற்றுக்கொள்ள வேண்டும்.

நட்பென்று சிலரையாவது பிணைத்துக்கொள்ள வேண்டும்.

தினம் பார்க்கும் மனிதர் மீது ஒரு புன்னகை வீசவேண்டும்.

இது எதுவும் இன்றி வாழ முடியாதா? எனில்... வாழலாம்தான்! ஆனால் அப்படி யாருக்கும் ஒரு புன்னகைகூட ஈயாத வாழ்வு எதற்கு..?

இருக்கும் வரை நம்மால் முடிந்த ஒன்றைப் பிறருக்கு அளித்து வாழ்வதே வாழ்க்கை அல்லவா..?

இருப்போர் காசு பணம் கொடுத்து உதவலாம்... அவர்கள் பதிலுக்கு நன்றியுடன் இருப்பார்களா என்ற சந்தேகம் எழாமல்..!

எல்லோருமே பிறருக்கு உதவலாம்..!

பிறர் செயல் மீது சந்தேகம் கொள்ளாமல்...

ஒரு நல்ல செயலை நல்லது என்றே எடுத்துக் கொள்ளலாம்.

பிறர் சிரித்தால் பதிலுக்கு சிரித்துவிட்டுப் போகலாம்.

துளி சந்தேகம் மனதில் இருந்தாலும் அதை வெளிப் படையாய் காட்டிக் கொள்ளாமல் இருக்கலாம்..!

ஒரு பாடல் நினைவுக்கு வருகிறது...

"சந்தேகக் கோடு... அது சந்தோஷக் கேடு..!"

48. வாழ்தல்

உறவினர் வீட்டிற்கு சென்று இருந்தோம். அங்கு ஒரு இரண்டரை வயதே ஆன சிறுவன் (குழந்தை!) இருந்தான்.

"வா!" என்று கையை நீட்டினேன். "நோ!" என்று மறுத்துவிட்டான்! சற்று நேரத்தில் மெல்ல அருகில் வந்து விளையாடத் தொடங்கினான்.

அவனுக்கு பலூன் ஊதக் கற்றுக்கொடுத்தேன். மிகுந்த சந்தோஷத்துடன் எல்லோரிடமும் சென்று பலூனைக் காட்டிவிட்டு வந்தான்.

கிளம்பும் நேரம் வந்தது. அவன் அம்மா கொடுத்த பூவை வாங்கி என் பின்னலில் வைத்தேன்.

உடனே ஒரு பாத்திரத்தை எடுத்துக்கொண்டு என்னிடம் ஏதோ வேகமாய் சொல்லிவிட்டு ஓடினான்!

அவன் மழலை எனக்குப் புரியவில்லை! அவனைத் தூக்கிக் கொண்டு அவன் பாட்டி சொன்னார்,"உங்களுக்காக போய் பூ பறிச்சு வரப் போறானாம்!"

நான் அசந்து போய் நின்று விட்டேன்! யாரும் சொல்லாமல் தானாக, தனக்குப் பிடித்தவருக்கு எதையேனும் தர வேண்டும் என்று எப்படி அந்தக் குழந்தைக்கு தோன்றியது?

அன்பென்றால் தருவது என்பது குழந்தை குணமோ!

"அன்பு என்றால் நீ எனக்கு இதைச் செய்!" என்பது பெரியவர்கள் குணம் அல்லவா!

லேசான ஏமாற்றத்துடன் கை அசைத்த குழந்தையை பிரியவே மனமில்லை!

இன்னொரு நாள் நான் போகும்போது அச்சிறுவன் என்னை மறந்து போகலாம். வர மறுக்கலாம்! ஆனால் ஒரு மூன்று மணி நேரத்தில் என்ன ஒரு ஒட்டுதல்!

என்னால் அப்படி இருக்க ஏன் முடிவதில்லை என்று யோசித்துக் கொண்டே வந்தேன்.

தெரிந்த உறவை பார்க்கப் போனால் அவர்கள் போன முறை வந்த போது எப்படி நடந்து கொண்டார்கள்?

சிரித்துப் பேசலாமா வேண்டாமா?

நாம் சென்ற பிறகு நம்மைப்பற்றி என்ன பேசுவார்கள்?

அவர்கள் முகத்தில் என்ன தெரிகிறது?

ரொம்ப சாதாரணமாய் வந்துவிட்டோமா?

எத்தனை எத்தனை எண்ண ஓட்டங்கள்!

புதிதாய் பழகும் நண்பர் வீடு எனில் இன்னும் மோசம்!

இவர்கள் எத்தனை நாள் நம்மிடம் பழகுவார்கள்?

என்ன லாப நோக்கத்துடன் பழக வருகிறார்கள்?

நாம் எச்சரிக்கையுடன் இருக்க வேண்டும்.

அதிகம் சிரித்துப் பேசினால் தப்பாய் நினைத்து விடுவார்களோ?

இந்தமாதிரி எண்ணங்களுடன் பேருக்கு ஏதோ பேசி அரைகுறையாய் சிரித்தபடியே பெரும்பாலும் காலம் கடந்துபோகிறது.

கடந்துபோன காலத்தை மறந்துவிட்டு, வரும் காலத்தை எண்ணிக் கவலைப் படாமல் இன்றைய நாளின் நிகழ்வில் சிரிக்க முடிந்தால் எப்படி இருக்கும்?

இன்றைய பேச்சை ரசித்து, சிரித்து, பாராட்டி ஒன்றாய் ஒரு ஒட்டுதலோடு பழகிப் பார்த்தால் என்ன?

யாரும் ஒரேமாதிரி எப்போதும் இருப்பதில்லை. மாறிக்கொண்டேதான் இருக்கிறோம்.

எனவே அதை நினைவில் வைத்துப் பயனில்லை.

நாளை நாமே எப்படி மாறுவோம் என்று தெரியாது. அதற்கும் அஞ்சிப் பயனில்லை.

சில சமயம் நாளை என்பதே இல்லாமல் போய் விடலாம்!

பிறகென்ன மீதி? இன்று இப்போது இந்தத் தருணம் மட்டுமே உண்மை. அதை மனதார அனுபவித்து கடந்து செல்லலாமே...அது அல்லவா வாழ்தல்?

அந்தந்த தருணங்களில் வாழ்ந்துவிடக் கற்றுவிட்டால் குழந்தையின் மனம்போல் நம் மனங்களும் லேசாகிவிடலாம்!

வாழ்ந்துதான் பார்க்கலாமே!

49. அனுசரித்துப் போவது..!

அந்த வீட்டில் இரண்டு சகோதரிகள். அவர்களின் அம்மா எது வாங்கிவந்தாலும் முதலில் பெரிய பெண்ணை அழைத்து பிடித்ததை எடுத்துக்கொள்ளச் சொல்வார்.

அது பூவோ... புடவையோ... நகையோ... வெறும் தின்பண்டமோ... பெரியவள் கழித்துக்கட்டியதே இளையவளுக்கு கிடைக்கும்.

அவள் மனம் வருத்தப்படாதா? அவள் தாய் ஒவ்வொரு முறையும் அழகாய்ச் சொல்லுவார்...

"என் சின்னப்பொண்ணு நல்ல பொண்ணு! எதுவாய் இருந்தாலும் அட்ஜஸ்ட் பண்ணிக்குவா..!"

அந்த வீட்டில் இரண்டு பிள்ளைகள். ஒருவனுக்கு மட்டும் விள்ளாமல் விரியாமல் மொறு மொறு வென்ற தோசை கிடைக்கும்! அடுத்தவன்..?

உங்கள் நினைப்பு சரிதான்! அனுசரித்துப் போகும் அவனுக்கு கிழிந்த தோசைகள்தான்.

அந்த வீட்டில் இரண்டு மருமகள்கள்! ஒருத்தி எந்த வேலையும் செய்யாமல்... சரி..! விடுங்கள்! அதுதான் அனுசரித்துப் போக இன்னொருத்தி இருக்கிறாளே!

நெடுஞ்சாலையில் எல்லாவகையான கடைகளும் இருக்கின்றன. முதலில் தென்படும் கடையில் வண்டியை நிறுத்திவிட்டு

"நான் எப்படி இருந்தாலும் அட்ஜஸ்ட் பண்ணிக்குவேன்! ஒரு வேளை டீ தானே..!" என்பவர் மட்டுமல்ல..! அவர் குடும்பமே ஒரு நல்ல தேநீரைக் குடிக்கும் வாய்ப்பு குறைவு. இது புரிய வெகு நாளாயிற்று..!

அனுசரித்துப் போவதே நல்ல குணம் என்றே நானும் நினைத்து இருந்தேன். அவ்வாறே வளர்க்கப் பட்டிருந்தேன்.

முப்பது வயது தாண்டிய பிறகே எனக்கு ஞானோதயம் கிடைத்தது!

"எல்லாரையும் அட்ஜஸ்ட் பண்ணி போறோம்! எல்லாரும் நம்மைப் பத்தி எவ்வளவு உயர்வா நினைச்சுக் கிட்டு இருப்பாங்க!" என்ற கனவில் மிதந்து கொண்டு இருந்தபோது மெல்ல மெல்ல மக்கள் என் காலைப்பற்றி இழுத்து யதார்த்த உலகில் தொம் மென்று போட்டார்கள்!

என் தோழி ஒரு நாள் சொன்னார்...

"என் அம்மா என்னைத் திட்டறாங்க. நம்ம வீட்டுல அட்ஜஸ்ட் பண்ணி இருடின்னு சொன்னேன். ஆமா..! அதுக்கு..? மாமியார் வீட்டுல போயி வாயை மூடிக்கிட்டு இருன்னு சொன்னேனா..? தண்டம்..!"

நான் பதில் சொல்லாமல் விழித்துக்கொண்டு இருந்தேன்! 'ஒருவேளை நம்ம வீட்டிலும் இப்படித்தான் திட்டுவாங்களோ..!'

ஒரு பெரிய உண்மையைப் பிறகு கண்டு பிடித்தேன்! நாம் அனுசரித்துப் போவதோ வணங்கா முடியாய் இருப்பதோ பிரச்னை இல்லை! எல்லோரும் எல்லோரையும் ஒரு முன் முடிவோடு தான் அணுகுகிறார்கள்.

தனக்குப் பிடித்தவர் எது செய்தாலும் சரி! பிடிக்காதவர் அல்லது பிடித்தவர் பட்டியலில் இரண்டாம் இடத்தில் உள்ளவர், முதல் ஆளை அனுசரித்தே ஆக வேண்டும்!

இரண்டாமவர் இதை எடுத்துச் சொல்லி நியாயம் கேட்டால் அலட்டிக் கொள்ளாமல் ஒரு பதில் தயாராய் வந்து குதிக்கும்!

"அவ அப்படித்தான்! தெரிஞ்ச விஷயம் தானே? யாராவது ஒருத்தர் விட்டுக்கொடுத்தாத்தான் உறவு நிலைக்கும். நீ அட்ஜஸ்ட் பண்ணிப்போ!"

ஒரு கட்டத்தில் நான் ஒரு முடிவுக்கு வந்தேன்."எல்லோரையும் அனுசரித்துப் போகக்கூடாது! நாம் விரும்பும் சிலரிடம் மட்டும் அனுசரித்துப் போகலாம்... நம் நிம்மதிக்காக.. நம் சந்தோஷத்திற்காக..!"

நிஜமாகவே அதன்பிறகு வாழ்க்கை தெளிந்துபோயிற்று. குழப்பங்கள் இல்லை.

து.நிபுணமதி | 133

அநியாயம் என்று தெரிந்தும் அதை அனுசரித்துப் போகும்போது மனம் எவ்வளவு வேதனை அடைகிறது? உள்ளே உழப்பிக்கொண்டே கிடக்கிறது!

நியாயம் என்று படும் விஷயத்தில் யாருக்காகவும் விட்டுக்கொடுக்க மாட்டேன் என்று நிற்பது நிச்சயம் ஒரு மரியாதையைக் கொடுக்கிறது.

அனாவசியமாய் யாரையும் அனுசரித்துப் போகமாட்டேன் என்ற எண்ணமும் ஒரு திருப்தி அளிக்கிறது.

இதுவரை அனுசரித்துப் போய்விட்டு திடீர் என்று மாறினால் பிறர் என்ன நினைப்பார்கள்? என்ற கேள்வி எழுகிறதா?

அதெல்லாம் போகப்போக அவர்கள் அனுசரித்துப் போய்விடுவார்கள்..!

நீங்கள் ஒரு முறை,

"நான் இந்தத் தடவை அட்ஜஸ்ட் பண்ண மாட்டேன்!" என்று தீர்க்கமாய் தெளிவாய் சொல்லிப் பாருங்கள்!

பின் குறிப்பு: இந்தப் பதிவு எப்போதும் அனுசரித்துப் போய்க்கொண்டு உள்ளே புழுங்கும் அப்பாவிகளுக்காக..!

50. பாரபட்சம்

எனக்குத் தெரிந்த வீட்டில் இரு பெண்கள். இருவருக்கும் மணமாகி விட்டது. ஒரு பண்டிகையின்போது இருவரும் தாய் வீடு வந்தார்கள்.

ஒரு பெண்ணுக்கு விலைஉயர்ந்த சேலையும் அடுத்தவருக்கு மிகச் சாதாரண சேலையும் வழங்கப் பட்டது. அன்று மாலை முணுமுணுப்பு பெரிதாகி சண்டையில் முடிந்தது.

எதிர் வீட்டம்மா சமாதானம் செய்துவிட்டு தாயிடம், "ஏன் இப்படிச் செய்தீங்க? ரெண்டு பேரும் உங்க பொண்ணு தானே?" என்றார்.

"அவளை பணக்கார வீட்டுல கொடுத்து இருக்கேன். இவ மாமியார் வீடு அதுக்கு ஒற போடக் காணாது! இவளுக்கு எல்லாம் இது போதும்..! அதிகமா ஆசப்படக்கூடாது. விரலுக்கு ஏத்த வீக்கம் போதும்..!"

நான் ஆச்சரியத்துடன் இந்த பதிலைக் கேட்டுக்கொண்டு இருந்தேன். ஒரு தாய் இப்படிப் பேசலாமா என்று உறுத்திக்கொண்டே இருந்தது.

அதன்பிறகு சில வருடங்கள் போனது. ஒரு அடுக்ககத்தில் குடியிருந்தோம். அப்போது உலக நியதி அதிகமாய்த் தெரியாது.

ஒரு வீட்டில் கொலு பார்க்க அழைத்தார்கள். நானும் பக்கத்து வீட்டுப் பெண்மணியும் போனோம். கிளம்பும்போது என் கையில் ஒரு ப்ளாஸ்டிக் கூடை கொடுத்தார்கள். நன்றி சொல்லி வாங்கிக்கொண்டேன்.

என்னுடன் வந்த பெண்மணியைப் பார்த்து,

"உங்களுக்குப் போய் இந்தக் கூடையைக் கொடுக்க முடியுமா! இருங்க... ஒரு நிமிஷம்..!" என்று சொல்லி ஒரு தட்டில் ஒரு ஜாக்கெட் துணி வைத்து வெற்றிலை பாக்கு மஞ்சள் குங்குமத்துடன் கொடுத்தார்கள்!

அது கோபமா? அவமானமா? எனக்கு சொல்லத் தெரியவில்லை. ஆனால் உடனே அந்தக் கூடையை அவர்களிடமே கொடுத்துவிட வேண்டும் என்று மட்டும் தோன்றியது.

ஆனால், அது மரியாதை இல்லை என்று அமைதியாய் வந்துவிட்டேன்.

என்னை அழைத்தே இருக்க வேண்டாமே! ஒரு கூடை மிச்சம் அல்லவா!

சே! என்ன மனிதர்கள்..! என்று மனம் குமுறிக்கொண்டே இருந்தது. எனக்கு அப்போது இளம் வயது என்பதால் இந்த நிகழ்வு நன்கு பதிந்து விட்டது.

இப்படிப்பட்ட கீழ்த்தரமான செயலை எப்போதும் நான் செய்ய மாட்டேன் என்று உறுதி எடுத்துக் கொண்டேன்.

நிறைய பேர் சொல்லிக் கேட்டது உண்டு. பல வீடுகளில் உண்ணும் உணவில் கூட பாரபட்சம் பார்க்கப் படுகிறது.

கூர்ந்து கவனிக்கும்போது சில விஷயங்கள் புரிகிறது.

தான் பெற்ற குழந்தைகளில் யார் நன்றாக இருக்க வேண்டும் என்று பெற்றவர் நினைக்கிறாரோ அதற்கு எதிர்மறையாய்த் தான் வாழ்க்கை அமைகிறது.

அது மட்டம்தட்டி வளர்க்கப்பட்ட அந்த இன்னொரு குழந்தையின் சாபம் என்றே எனக்குத் தோன்றும்.

எல்லோரும் ஒரே பெற்றோரின் குழந்தைகள். அவர்களில் வித்தியாசம் பார்ப்பது பாவம்.

ஒரே அடுக்ககத்தில் இருப்பவர்கள் என்பதால் அழைத்து விட்டு ஒருவரை உயர்த்தி வைப்பதும் பாவக் கணக்கில் சேரும் தானே!

இதில் பரிசுப் பொருளின் விலை மதிப்பு ஒரு பக்கம் இருந்தாலும் "நான் என்ன மட்டமா?"

என்ற கேள்வி எழுப்பும் மன உளைச்சல் அதிகம்.

இப்படி அடுத்தவர் மனதை நோகடித்து என்ன சாதிக்கப் போகிறார்கள்?

நோக வைத்தவர்கள் பின்பொரு நாளில் நொந்து போவதையும் நான் கண்டு இருக்கிறேன். அப்போது போய் அவர்களிடம் பழைய நிகழ்வுகளை ஞாபகப்படுத்திக்கொண்டு இருப்பதில்லை.

ஆனால் என் மனதில் ஆழப் பதித்துக் கொள்கிறேன்.... யாரையும் நோக வைக்கக்கூடாது.... முடிந்தவரை... என்று.

பாரபட்சம் பார்ப்பது ஒருவர் மனதை நிரந்தரமாய்க் காயப் படுத்தும். பலர் வெளியே சொல்லாமல் விட்டாலும் கடைசிவரை உள்ளே ஆறாத் தழும்பாய்த் தங்கி விடும்.

நம்மை அறியாமல் கூட இப்படி ஒரு பிழையைச் செய்துவிடக்கூடாது என்று எனக்கு நானே சொல்லிக்கொள்கிறேன்.

51. இரண்டு பக்கங்கள்

கல்லூரி விடுமுறையில் சொந்த ஊருக்குப் போயிருந்த ஒருநாளில் ஒரு துக்கம் சம்பவித்தது.

அவர்கள் வயதான தம்பதி. பெரிய சொந்த வீடு. வாரிசுகள் வெளியூரில் இருந்தனர். அவர் ஓய்வு பெற்று வீட்டில் இருந்தார்.

இதில் திடீரென்று கணவர் மரணம் அடைய அந்த மூதாட்டியைப் பார்க்க சென்று இருந்தோம்.

பிள்ளைகளும் பெண்களும் சூழ இருந்தவர் என் அம்மாவைக் கட்டிக்கொண்டு அழுதார்.

என் அம்மா ஆறுதல் சொல்லிவிட்டு,

"தனியா இருக்காதீங்க. பசங்க வீட்டுக்குப் போயிடுங்க.." என்றார்.

ஒரு வாரம் ஆனது. அவர் எங்கும் போகவில்லை.

அந்தப் பக்கம் போன என்னிடம் பேசிக் கொண்டு இருந்தார்...

"இவரு என்ன பண்ணுவாரு...தெரியுமா?

தானே வீட்டுல ஹார்லிக்ஸ் செய்யறேன்னு எதை எதையோ இடிச்சு சலிச்சு...ஏன் கேக்கிற போ!

ரெண்டு முருங்கக்கா போடு.. சாம்பாருக்குப் போதும்னுவாரு.

கட்டு செட்டா இருக்கணும் னுவாரு..

கையே வராது...போ..!

என்னாவோ...நான் முந்தி...நீ முந்தி ன்னு இருந்துட்டு...இப்போ இம்மாம் பெரிய வீட்டுல தனியாக் கிடக்க எழுதி இருக்கு..."

எனக்கு துக்கம் தொண்டையை அடைத்துக் கொண்டது.

என் அம்மாவிடம் இதை எல்லாம் சொல்லிப் புலம்பிவிட்டுக் கல்லூரி சென்றுவிட்டேன்.

அவ்வப்போது அவர் நினைவு வந்து போகும்.

அடுத்து நான்கு மாதங்கள் கழித்து ஊர் போனேன்.

போன சற்று நேரத்தில் மூதாட்டி என்னைக் காண வந்தார்.

அவரைப் பார்த்ததும் சற்று குழம்பிவிட்டேன்.

அவர்தானா இது..!

தனியாய் அழுது கொண்டு... இளைத்துப் போய்ப் பார்க்கவே பாவமாய் இருப்பார் என்று நினைத்தால்..!

(அப்படி நினைக்கத்தானே பழக்கப்பட்டு இருக்கிறோம்..!)

அவர் போனதும் போகாததுமாய் அம்மாவைக் குடைந்தேன்!

அம்மா சொன்னார்....

"அவர் இருந்த வரைக்கும் சரியா சாப்பிடக்கூட விடல! இப்போதான் வாய்க்கு ருசியா சாப்பிட்டு இந்தம்மா நல்லா இருக்காங்க!

நல்லா ரெண்டு சுத்து பெருத்து லட்சணமா இருக்காங்க!

கழுத்து கை நிறைய நகை போட்டுக்கிட்டு இப்பதான் உலாத்தறாங்க!

பாவம்..! நல்லா இருக்கட்டும்!"

"அப்போ....அவங்க அன்னிக்கு பேசி கவலைப்பட்டது எல்லாம் நிஜம் இல்லையா?"

"நிஜம்தான்! யார் இல்லேன்னது! ஆனா அதுகூடவே தானும் நல்லா வாழாத ஏக்கம்.

இப்போ வாய்ப்பு கிடைச்சதும் வாழ்ந்து பாக்கிறாங்க. அவ்வளவுதான்."

எனக்கு மெல்லப் புரிந்தது. அதன் பிறகு எந்த ஒரு பேச்சிலும் வெறும் ஒற்றை அர்த்தம் தொனிப்பதாய் நினைத்து நான் வருத்தப்படுவது இல்லை.

துக்கத்தின் பின்னால் ஒரு விடுதலை உண்டு.

மகிழ்வின் பின்னாலும் சில அடிமைத் தளைகள் உண்டு.

அப்படியா? என்றால்...

ஏகப்பட்ட உறவினர்கள் பண்டிகைக்குக் கூடிய வீட்டின் குடும்பத் தலைவியைக் கேளுங்கள்!

அக்கம் பக்கம் பார்த்தபடி அடிக்குரலில் அலுத்துக்கொள்வார்...

"எப்போ போவாங்கன்னு இருக்கு! நிம்மதியா ஒரு காபி குடிக்க மாட்டோமான்னு இருக்கு!"

ஆனால் நாம் வெளியில் இருந்து பார்த்துவிட்டு...

"அடடா! என்ன மாதிரி வீடு! சுற்றம் சூழ சும்மா ஜே ஜேன்னு..! இப்படி இருக்கணும்..!" என்று புகைவிட்டுக்கொண்டு இருப்போம்!

நிறைய பேர் தன் மனம் நினைக்கும் உண்மையைப் பிறர் கண்டுபிடித்துவிடக் கூடாது என்று எச்சரிக்கையுடன் இருப்பார்கள்!

தன் மன மகிழ்வை மறைத்துப் புலம்புவார்கள்!

சிலர் தன் வலியை மறைத்துக்கொண்டு புன்னகைப்பார்கள்!

எந்த ஒரு பேச்சுக்கும் ஒரே பொருள் மட்டும் கிடையாது!

இரண்டு பக்கங்கள் உண்டு... எல்லாவற்றுக்கும்..!

52. எட்டி மரம்

பல வீடுகளில் உதவியாளராய் இருக்கும் நடு வயதுப் பெண்மணி அவர். நேரம் கிடைத்த ஒரு நாளில் பேசிக்கொண்டு இருந்தார்.

"கோயிலுக்குப் போய் வரேன்மா.."

நான், "என்ன வேண்டிக் கிட்டிங்க?"

"என் புள்ளைங்க நல்லா படிக்கணும். அப்புறம் அந்த முனை வீட்டம்மா நல்லா இருக்கணும்."

நான் ஆர்வத்துடன் கேட்டேன், "நாலைஞ்சு வீடு வேலை செய்யறிங்க. ஏன் அந்த அம்மாவுக்காக மட்டும் வேண்டிக்கிட்டீங்க?"

"எல்லா வீட்டுலயும் சம்பளம் கொடுக்குறாங்க தான். இல்லேன்னு சொல்லல. ஆனா பாரு... அந்த சிவப்பு வூட்டுல பத்து தேதி ஆனாக்கூட கம்முனு இருப்பாங்க. நான் கேட்டு வாங்கணும். ஒரு நல்ல நாள் வந்தா கை நிறைய எடுத்து ஒரு பண்டம் குடுக்க மாட்டாங்க.

ஆனா அந்தம்மா முன்னாடி கேட்டாக்கூட முகம் சுளிக்காம காசு கொடுக்கும். நல்ல நாள் வந்தா தட்டுல வெத்தல பாக்கு வச்சி ஜாக்கெட் துணியோ புடவையோ கொடுக்கும். வூட்டு மனுஷி மாதிரி வச்சிருக்கும். அதான் அதை ரொம்பப் புடிக்கும்."

எவ்வளவு சுலபமான கணிப்பு!

சம்பளம் தரும்போது எப்படித் தருகிறார்கள் என்பதே கவனிக்கப் படுகிறது. அது மரியாதையுடன் தரப்படுகிறதா என்பதும் வாங்குபவர்களுக்குப் புரிகிறது.

இன்னும் சிலர் இருக்கிறார்கள். தான் பெரிய மனிதர் என்று அலம்பல் செய்துகொண்டு இருப்பார்கள். அதை நம்பி

எளியவர்கள் உழைத்துவிட்டு காசு கேட்டால் இழுத்தடிப்பார்கள். பார்க்கும் நமக்கு "ச்சே!" என்று ஆகிவிடும்.

நம்மிடம் வேலை செய்பவர் மட்டும் அல்லர். நம்மைச்சுற்றி இருக்கும் உறவுகளும் நட்புகளும் கூட நம்மை உற்றுப் பார்த்துக்கொண்டுதான் உள்ளனர்.

நாம் எவ்வளவு செய்கிறோம் என்பதைவிட எப்படிச் செய்கிறோம் என்பதே முக்கியத்துவம் பெறுகிறது.

பிறருக்குக் கொடுக்க ஒன்றுமில்லை என்றால் அது பொய்!

காசு பணம் துணிமணி பண்டம் பலகாரம் எதுவுமே இல்லை என்றாலும் மனமிருந்தால் ஒரு புன்னகையுடன் நல்ல வார்த்தைகள் சொல்லிப் பேசலாம். உண்மையில் அதற்கு ஏங்கும் மனிதரே இங்கு அதிகம்.

"நான் எப்படிப்பட்ட ஆள் தெரியுமா?" என்ற கேள்வியை மனிதர்கள் தம் இடக்கையால் ஒதுக்கி விடுவார்கள்.

"நீ யாரா வேண்ணா இரு! உன்னால எனக்கு என்ன உபயோகம்..? சொல்லு!" என்று பளிச்சென்று கேட்பார்கள்.

யாருக்கும் எதுவும் கொடுக்காமல் அதைத் தன் சாமர்த்தியம் என்று எண்ணிக் கொண்டிருக்கும் ஆட்கள் நிறைய பேர் உண்டு. அவர்களை நான் உற்றுக் கவனிப்பது வழக்கம்.

அவர்களுடைய பணம், நேரம், உழைப்பு ஏதாவது ஒன்றை அவர்கள் புலம்பிக் கொண்டே பல மடங்கு செலவழிப்பதையும் பார்த்து இருக்கிறேன்.

இதை ஊழ் என்று சொல்லலாமா?

தன் காசை உழைப்பை நேரத்தை பிறருக்கு செலவழிப்பவர் பிறர் மனதில் உயர்ந்து விடுகிறார். அவருக்கு பதிலுக்கு செய்ய நேரம் வருமா என்று பலர் காத்து இருக்கிறார்கள்.

(அதிலும் உதவி வாங்கிக்கொண்டு ஓடிப்போகும் கூட்டம் உண்டு!)

ஆனாலும் "நமக்கு மனிதர்கள் இருக்கிறார்கள்!" என்ற தெம்பில் எல்லா சோதனைகளையும் தாண்டி வந்துவிடலாம்.

யாருக்கும் ஈயாதவர் பிறர் உதவ வந்தாலும் நம்ப மாட்டார்கள். தனிமையில் பயந்து மேலும் சிக்கல் ஆக்கிக் கொள்வார்கள்.

என் தமிழாசிரியை சொல்லிக் கொடுத்தார்...

"எட்டி பழுத்தால் என்ன..?

ஈயாதார் வாழ்ந்தால் என்ன..?"

ஒரு பயனும் இல்லை என்பதே விடை!

பின் குறிப்பு: சென்ற ஆண்டுதான் பழுத்துக் குலுங்கும் ஒரு எட்டி மரத்தைப் பார்த்தேன்! எவ்வளவு அழகு! மரமெல்லாம் பழம்... தரை எங்கும் பழம்..!

ஆனால் கையில் எடுக்கவும் சற்றுத் தயக்கமாய்த்தான் இருந்தது.

53. சமையல்

எனக்கு வேண்டிய ஒரு முதிய பெண்மணி மருத்துவமனையில் இருந்தார். பார்க்கப் போய் இருந்தேன்.

அவர் நான் எதிர்பார்த்து போன எதைப் பற்றியும் பேசவில்லை. ஒன்றைப் பற்றி மட்டுமே பேசினார்.

"என் சின்ன வயசில் இத்தனை வகையான சாப்பாடு கிடையாது. ஏதோ பசிக்கு கிடைச்சதை சாப்பிட்டு வளர்ந்தோம். அப்புறம் காசு கஷ்டம். குடும்ப சுமை. நினைச்சதை எல்லாம் சாப்பிட முடியல.

இப்போ காசு இருக்கு. ஆனா சாப்பிட முடியாம இப்படி படுத்துக் கிடக்கிறேன் பாரு" என்ற போது அவர் கண்களில் நீர்!

நான் லேசான மிரட்சியுடன் அவரைக் கவனித்தேன்.

அவர் அனுபவங்கள் பற்றி ஏதும் சொல்லவில்லை. என் வாழ்க்கை பற்றி ஏதும் கேட்கவில்லை.

உணவு பற்றிய சிந்தனை மட்டுமே இருந்தது. அதுவும் வகை வகையாய் உண்ணாமல் போன காலங்கள் குறித்த ஏக்கம்!

நான் கனத்த மனதுடன் வெளியே வந்தேன்.

உணவு எவ்வளவு முக்கியம்? ஆனால் அது நமக்கு எப்போது புரிகிறது?

கிடைக்காமல் போகும் நேரத்தில் அதன் அருமை புரிகிறது.

உணவே அனைத்தையும்விட முக்கியம் எனும்போது அதை சமைப்பது ஒரு இழிவான செயல் என்று எப்போதிருந்து நாம் நினைக்கத் தொடங்கினோம்?

முன்பெல்லாம் விவசாயமே முக்கியத் தொழில். அதற்கு நிறைய ஆட்கள் தேவை.

வீடுகளில் நிறைய குழந்தைகள் பெற்றுக் கொண்ட காலம். அப்போது அவர்களை பார்த்துக் கொள்ள தாய் அருகில் இருக்க வேண்டியது அவசியம்.

எனவே சமையலும் வீட்டு வேலைகளும் வீட்டில் இருந்த பெண்ணின் பொறுப்பு என்று ஆகி இருக்க வேண்டும்.

இப்போது ஆண் மட்டும் சம்பாதிக்க வில்லை. பெண்ணும் சம்பாதிக்கிறாள்.

அப்படி இருக்க இருவரும் இணைந்து வேலைகளை பகிர்ந்து கொள்வது தானே முறை?

சமையல் செய்வது இழிவு என்ற ஒரு கருத்து எப்போது யாரால் விதைக்கப்பட்டது என்று தெரியவில்லை.

எல்லோரும் சாப்பிட்டால்தான் உயிர்வாழ முடியும் எனும்போது சமையலை எதற்கு கீழ்த் தரமாய் நினைக்க வேண்டும்?

படித்துவிட்டு வீட்டை நிர்வகிக்கும் பெண்ணை, "சோறு வடிச்சிப் போடவா காலேஜு போய் படிச்சே?" என்று கிண்டலாக இன்னும் கேட்கிறார்கள்!

சமைப்பது ஒரு உன்னதமான செயல். மனமும் உடலும் ஒன்றி ஈடுபடும் செயல். அதை மதிக்கவேண்டும் என்று நம் குழந்தைகளுக்கு நாம் கற்றுத் தருவோம்.

நான் என் மகன்களிடம் சிறு வயதில் இருந்தே சொல்வேன்

"உங்களுக்கு பிடிச்சதை நீங்களே சமைச்சு சாப்பிடப் பழகணும். உன் அம்மா வின் சமையலை எங்கேயோ பிறந்து வளர்ந்த உன் மனைவி எப்படிப் புரிஞ்சு சமைக்க முடியும்?

அவளுக்கு தெரிந்ததை அவள் செய்யட்டும். உனக்குத் தெரிந்ததை நீ சமைத்துப் போடு."

என் மகன்கள் என்னைவிட அருமையாய் இப்போது சமைக்கிறார்கள்!

எந்தக் காலத்திலும் சமையல் செய்வதை கீழான செயலாய் அவர்கள் நினைக்க மாட்டார்கள்.

அப்படி நினைப்பவர்கள் தான் சமைக்க மறுக்கிறார்கள் என்று நான் நினைக்கிறேன்.

வேறு காரணம் ஏதேனும் இருக்கிறதா?

நீங்கள் என்ன நினைக்கிறீர்கள்?

பின் குறிப்பு: ஆரோக்கியமாய் இருக்கும் போதே உங்களுக்குப் பிடித்த அனைத்தையும் சாப்பிட்டு நிம்மதியாய் இருங்கள். மனதில் ஏக்கம் எதையும் சுமையாய் வைத்துக் கொள்ளாதீர்கள்.

54. கானல் நீர்

எனக்குத் தெரிந்த பெண்மணி தனிக் குடித்தனம் போய்விட்டார். இதில் என்ன? என்கிறீர்களா?

அவருக்கு வயது ஐம்பது தாண்டிவிட்டது. பேரன் பேத்திகளுக்கு ஓயாமல் உழைத்தவர்.

மருமகள் உதாசீனம் செய்து விட்டதால் இந்த முடிவுக்கு வந்துவிட்டார்.

அவருடைய கேள்வி ஒன்றுதான்.

"ஏன் என் அன்பு புரிந்துகொள்ளப்படவே இல்லை?"

உண்மையில் அன்பு என்பது தானம்போல் வழங்கப்பட வேண்டும்.

"தனக்கு மிஞ்சித்தான் தருமம்!" என்பர்.

ஆம். உணவோ உடையோ காசோ சொத்தோ எது வானாலும் நமக்குத் தேவையானதை வைத்துக் கொண்டு தானே பிறருக்குக் கொடுக்கிறோம்?

அன்புகூட அப்படித்தான் அல்லவா?

நாம் முடிந்தவரை முதலில் நம்மீது அன்பு செலுத்துவோம்!

"நான் எல்லோருக்கும் பார்த்து பார்த்து செய்யறேன். ஆனால் என்னை யாருமே கவனிப்பது இல்லை!" என்ற நிலைக்குப் போய்விடாதீர்கள்.

உங்கள் தேவைகளைக் கேட்டு நிறைவேற்றிக்கொள்ளுங்கள்.

பிடித்த உணவு உண்ணுங்கள்.

நல்ல உடை உடுத்துங்கள்.

பிறருக்கு செய்வது என்றால் மனமார செய்யுங்கள்.

உடலை வருத்திக்கொண்டு எதையும் செய்யாதீர்கள்.

நடு வயது கடந்த நம் நாட்டுப் பெண்களின் மீது ஒரு தியாகப் போர்வை வலுக்கட்டாயமாக போர்த்தப்பட்டு விடுகிறது.

"தாய்மை என்பது பலனை எதிர் பார்க்காதது!"

"உடலை வருத்தி வேலைகள் செய்தால் நீ இங்கு தெய்வமாய் வணங்கப்படுவாய்!"

(ஆம்! இறந்த பின் படையல் போடுவார்கள்!

இருக்கும்போது யாரும் உட்கார வைத்து ஒருவேளை உணவு போட மாட்டார்கள்!)

உடல், மன வலிகளை அடக்கி வைப்பதே இங்கு நல்ல குடும்பப் பெண்ணின் அடையாளம் என்று அறிவுறுத்தப் படுகிறது!

அடக்கி அடக்கி வைப்பது ஒருநாள் வெடிக்கும்!

நான் அந்தத் தோழியிடம் சொன்னேன்...

உனக்கு சேவை செய்யப் பிடித்திருந்தால் செய். அதற்கு அன்பு என்று பெயர் வைத்துக் கொள். அது உன் விருப்பம்.

ஆனால் அது அன்பு என்று சுற்றி இருப்பவர் நினைப்பார்கள் என்றோ பதிலுக்கு உன்மீது அன்பு என்ற பெயரில் அக்கறைப் படுவார்கள் என்றோ தயவு செய்து நினைக்காதே!"

ஆம்! இங்கு அன்பு என்ற சொல்லை வைத்துப் பயன் அடைவோர் அதிகம்!

"என்மீது உனக்கு அன்பு இருந்தால் இதை எனக்குச் செய்!" என்ற வசனத்தைக் கேட்டு இருக்கிறீர்களா?

அது அன்பென்ற சொல்லால் ஆதாயம் அடைவோரின் முதலீடு!

இரு பக்க அன்பு என்பது இல்லவே இல்லையா?

இருக்கிறது!

இரண்டு பக்கமும் சற்றுத் தொலைவிலேயே நின்று கொண்டு இருக்கும் போது!

பதிலுக்கு எதையும் பண்ட மாற்றாகப் பெற முயற்சி செய்யாமல் இருக்கும் போது!

து.நிபுணமதி | 147

அன்பு கொண்டோர்மீது கொஞ்சம் மரியாதையும் மனதில் வைக்கும் போது!

இதில் எதையும் பின் பற்றாமல்

"அன்பு என்றால் நெருக்கம்! அது எதையும் கேட்கும்! எதையும் செய்யும்!"

"அன்புக்கு ஏது அளவுகோல்!"

"அப்படியே அன்பை மழைபோல் பொழிய எனக்கு ஒரு ஜீவன் வேண்டும்!" என்று எல்லாம் நினைத்துக்கொண்டு மிக அருகில் போனீர்கள் என்றால்...

அங்கு ஒன்றுமே இருக்காது!

எந்நேரமும் பொழியும் அன்பு என்பது ஒரு கானல் நீர்!

நல்ல வெய்யிலில் சில்லென்று நீர் தேடினால் சற்றுத் தொலைவில் நம் கண்களில் படும்!

அருகே செல்லச் செல்ல அதுவும் நகர்ந்து போகும்!

அந்த நீரை ஒரு போதும் நீங்கள் அருந்தி தாகம் தீர்த்துக்கொள்ள முடியாது!

அன்பு காட்ட நினைத்தால்... அது உங்களுக்கு மகிழ்ச்சி தரும் என்று நினைத்தால் காட்டுங்கள்.

அவ்வளவுதான்! அந்த மகிழ்ச்சிதான் அதன் பலன்!

இந்தப் புரிதல் இன்றி அன்பு செலுத்தாதீர்கள்!

கானல் நீரும் அழகுதான்!

அதை சற்றுத் தொலைவில் இருந்து ரசித்துவிட்டு கடந்து செல்லுங்கள்!

55. அன்பென்று எதனைச் சொல்வீர்..?

எங்கள் வீட்டில் பிள்ளைகள் நாய் வளர்க்கத் தொடங்கிய நேரம் அது. என் மைத்துனர் சொன்னார், "என்னடா... நாங்க வளர்க்காத நாயா! எங்கியோ இருந்து அப்பா ஒரு நாய்க்குட்டி எடுத்து வந்தார். அதை தூணிலே கட்டிப்போட்டு ஆசையா வச்சிருந்தோம்! நாங்க நாலுபேரும் காபி குடிக்கும்போது எல்லாம் அதுக்கு கொஞ்சம் ஊத்துவோம்! அது வயிறு வீங்கி செத்துப் போச்சு."

"பாவம் சித்தப்பா! ஏன் அப்படிப் பண்ணீங்க?"

"டேய்! அது சீக்கிரமா வளரும்னு நினைச்சி ஆசையா ஊத்தினோம்டா! செத்துப் போகும்னு தெரியாது."

"அப்புறம்..?"

"அப்புறம் என்னா..? தேடிப் பார்த்து இன்னொரு நாய் கொண்டு வந்தோம். அதுவும் இப்படியே ஊத்தி செத்துப் போச்சு."

நாய்க் குட்டிகளுக்காக ஒரு புறம் அனுதாபப்பட்டுக்கொண்டே, மைத்துனர் சொன்ன விதம் கண்டு சிரித்துக்கொண்டு இருந்தோம்.

சரியான புரிதல் இல்லாமல் அன்பு என்பது உயிரைப் போக்கி விட்டது.

ஒரு தோழி சொன்னார்,

"என் பெண்ணை எவ்வளவு செல்லமா வளர்க்கிறோம் தெரியுமா? ஒரு வேலை கூட செய்யத் தெரியாது!" அந்தப் பெண் வளர்ந்த பின் சொன்னது,"எனக்கு எதையும் சொல்லித் தராம பாழாக்கிட்டாங்க!"

இங்கு அன்பு என்று நினைத்து பெண்ணின் வெறுப்பை தேடிக் கொண்டார்கள்.

நண்பர் சொன்னார், "எங்க சக்திக்கு மீறி செலவு பண்ணி பெரிய ஸ்கூல்ல பையனை படிக்க வைக்கிறோம்! ஒரே பையன்! அவனுக்கு செய்யாம யாருக்கு செய்யப் போறோம்!"

அந்த மகன் வளர்ந்தபின் ஒரு கேள்வி கேட்டான். பெற்றோருக்கு மயக்கமே வந்துவிட்டது!

"என்மேல் அன்பு, பாசம் இருந்து இருந்தா என்னை ஹாஸ்டல்ல சேர்த்து விட்டு நீங்க ஜாலியா வீட்டுல இருந்து இருப்பீங்களா?"

மகன் எதிர்பார்த்தது அன்பு!

கணவன் மனைவியிடம் "நான் உன்மேல எவ்வளவு அன்பு வச்சுருக்கேன் தெரியுமா! அதனாலதான் உன்னை அழகா உடுத்த வேணாம்னு சொல்றேன். எல்லோரும் உன்னைப் பார்த்தா என்னால தாங்கவே முடியாது!"

இங்கு பொறாமையும் ஆதிக்கமும் அன்பு வேடம் போட்டுக்கொண்டது!

பதின்வயதுப் பெண்களும் பையன்களும் அடிக்கடி தன் நட்புகளிடம் சண்டைபோடுவதைப் பார்த்து இருப்பீர்கள். ஒரே காரணம்தான்!

"நீ எப்படி என்னை விட்டுட்டு அவன்(ள்) கூட பேசலாம்?"

உறவுகளில் வரும் சச்சரவுகள் பெரும்பாலும் ஒரு காரணத்தை கொண்டு இருக்கும்.

"எனக்கு ஆகாதவன் கூட உனக்கு என்ன சகவாசம்?"

அன்பு என்பது ஒருவர் மீது மட்டும் செலுத்தும் ஒரு பொருள் என்ற தவறான புரிதல் இங்கு உண்டு!

இதை எழுதிக் கொண்டு இருக்கும் இந்நேரம் தொலைக்காட்சி செய்தி ஒன்று விலாவாரியாய் விளக்கிக்கொண்டு இருக்கிறது.

முகநூலில் பழகிய பதினான்கு வயதுப் பெண்ணை ஒரு இளைஞன் அவள் வீட்டுக்கு வந்து தன் பைக்கில் ஏற்றிக் கொண்டு போய் இரண்டு நாட்கள் வைத்து தொல்லை கொடுத்த பின் கண்டு பிடித்து இருக்கிறார்கள்.

அன்பாய் பேசி... இல்லை... அன்பாய் இருப்பதுபோல பேசி அழைத்துப்போய் இருக்கிறான்.

பதின் வயதுப் பெண்கள் மட்டும் இல்லை எந்த வயதிலும் எல்லோரும் எச்சரிக்கையுடன் இருக்கவேண்டி உள்ளது.

அன்பின் பெயரால் எத்தனை ஏமாற்றங்கள்... காரியம் சாதித்தல்கள்.... உழைப்பு திருட்டுகள்... பணப் பிடுங்கல்கள் நம்மைச் சுற்றி நடந்துகொண்டே இருக்கின்றன! அவற்றில் நமக்கு எத்தனை புரிகிறது?

நம்மை அறியாமல் எத்தனை பேரிடம் நாம் ஏமாந்துகொண்டு இருக்கிறோம்?

"என்மீது உனக்கு அன்பு இருந்தால் இதை எனக்காக செய்" என்று சொல்லும் போதே அங்கு அன்பில்லை என்று தெரிகிறதே!

அன்பென்று எதனைச் சொல்வீர்?

அன்பு என்பது அடுத்தவர் பற்றி யோசித்தல் அவர்மீது அக்கறை கொள்ளுதல் பிறரை காயப்படுத்தாமல் இருத்தல் "நான் இருக்கிறேன் உனக்கு!" என்று சொல்லுதல் பதிலுக்கு எதையும் எதிர்பாராமல் இருத்தல்!

முக்கியமாய் அன்பு என்ற பெயரில் யாரையும் அடக்கி ஆளாமல் இருத்தல் அல்லவா உண்மையான அன்பு!

மற்றவை எல்லாம் அன்பு என்ற பெயரில் காரியம் சாதிக்கப் பயன்படுத்தப்படும் ஆயுதங்களே..!

56. எங்கே தேடுவேன்..!

ஒரு தோழி மிக உணர்ச்சிவசப்பட்டு பேசிக்கொண்டு இருந்தார்.

"நான் பார்த்துப்பார்த்து எவ்வளவு செஞ்சேன் தெரியுமா? அவங்க அதைத் துளிகூட நினைச்சுப்பார்க்கவே இல்ல... எனக்கு ராத்திரி முழுக்க தூக்கமே வரல. ஏன் இப்படி இருக்காங்க?"

நாம் எல்லோரும் ஏதோ ஒரு நாளில் இப்படிப் புலம்பித்தான் இருக்கிறோம் அல்லவா?

ஆனால் புலம்பி முடித்த பிறகாவது அதன் காரணம் தேடவேண்டும்.

மனிதர்களை இரண்டு வகைகளாய்ப் பிரிக்கலாம்.

1. நம்மைப் பிடித்தவர்கள்!
2. நம்மைப் பிடிக்காதவர்கள்!

அவ்வளவுதான்!

நம்மைப் பிடித்தவருக்கு நாம் எதற்கும் எந்த ஒரு விளக்கமும் அளிக்க வேண்டியது இல்லை.

அவர்கள் நம்மைப் புரிந்து கொள்வார்கள். புரியாவிட்டாலும் நம்மீது குற்றம் சுமத்த மாட்டார்கள்.

எனவே நாமும் அவர்களைப்பற்றி அதிகம் ஒன்றும் சிந்திக்க மாட்டோம்!

உண்மைதானே?

அடுத்து நம்மைப் பிடிக்காதவர்!

நாம் அவருக்காக மலையைப் பிளந்து வைத்தாலும், நம்மை ஏற இறங்கப் பார்த்துவிட்டு மிக அலட்சியமாய் "ஹ! இவ்வளவுதானா..!" என்பார்!

அத்துடன் நம் மனத்தின் அமைதி குலைந்து போய் விடும்!

நாம் எதிர்ப்படும் எல்லோரிடமும் நம் தரப்பை சொல்லி விளக்கி ஓட வைத்துவிடுவோம்!

உண்டா... இல்லையா..!

நாம் செய்தது என்ன என்பது நமக்கு தெரியும்தானே? அது போதாதா?

உதவி வாங்கியவர் நம்மைப் பாராட்ட வேண்டும் என்றால் அது நடக்காது!

சரி... வேண்டாம்! நம்மிடம் சண்டை போடாமலாவது இருக்கலாம்தானே? என்றால்... அதற்கும் இங்கு வாய்ப்புகள் குறைவு.

பிறருக்கு உதவினால் ஒரு சந்தோஷம் கிடைக்கிறது என்றால் அது போதும்.

அப்படி உதவப் பிடிக்கவில்லை எனில் நாம் நம் வேலையைப் பார்த்துக்கொண்டு பேசாமல் போய் விடலாம்.

நம்மை அடுத்தவர் புரிந்துகொள்ள வேண்டும் என்று ஏன் ஓயாமல் சிந்திக்கிறோம்?

அப்படி புரிந்துகொண்டால் தான் நிம்மதி என்று ஏன் நினைத்துக் கொள்கிறோம்?

நம் அடி மனதில் "உன்னைப்போல் உண்டா?" என்ற ஒரு பாராட்டுக்கு எல்லோருமே ஏங்கிக்கொண்டு இருக்கிறோம்.

அந்த வார்த்தைகள் மட்டுமே நமக்கு மகிழ்வைத் தரும் என்று நம்பிக்கொண்டு இருக்கிறோம்.

ஆனால் அந்த வார்த்தைகளைச் சொல்ல பலருக்கு மனம் வருவதில்லை.

சற்று யோசித்தால் தெரியும்... நாம் கூட அந்த வார்த்தைகளை யாரிடமும் சொன்னது இல்லை என்று!

பெரும்பாலும் நம்மீது அக்கறைகொண்டவர் இது போன்ற சம்பிரதாய வார்த்தைகளை பேசிக் கொண்டு இருப்பது இல்லை.

அப்படிப் பேசுபவர் தனக்கான ஆதாயம் தேடிப் பேசவும் வாய்ப்புகள் உண்டு.

எனவே நம் சந்தோஷம் என்பது அடுத்தவர் பேசும் வார்த்தைகளில் இருக்கிறது என்று ஒரு பொழுதும் நினைக்க வேண்டாம்.

பிறர் நமக்குத் தரும் அங்கீகாரத்தை எதிர் நோக்கிக் காத்திருக்கவும் வேண்டாம்.

நம் மகிழ்வு என்பது நம் மனதில் அல்லவா இருக்கிறது!

நாம் ஒரு நல்லது செய்தால் அதற்கு நாமே சந்தோஷப் பட்டுக் கொள்ளலாமே!

நாம் மகிழ அடுத்தவர் பேச்சுதான் உதவவேண்டும் என்று நினைத்தால்...

பாடிக்கொண்டே சுற்ற வேண்டியதுதான்!

என்ன பாட்டா..?

தலைப்பைப் படியுங்கள்..!

பின் குறிப்பு: நம்மைச்சுற்றி இரண்டாம் எண் மனிதர்களே அதிகம் என்பதைப் புரிந்துகொள்வதே இங்கு பக்குவம் எனப்படுகிறது!

அவர்களிடம் எதுவும் பேசிப் புரிய வைக்க முடியாது என்பது புரிந்துவிட்டால் நீங்கள் வாழ்வில் ஜெயித்து விட்டீர்கள் என்று பொருள்!

57. வேறு எப்படி இருப்பது?

ஒரு பெண்மணி ஆதங்கத்துடன் பேசிக் கொண்டு இருந்தார்.

"இவங்களுக்கு எப்பிடி எல்லாம் செஞ்சு இருப்பேன்! காசா பணமா மட்டும் இல்ல... உடம்பால உழச்சுக் கொட்டி எவ்வளோ பாசமா இருந்தேன்?

அதை எல்லாம் மறந்துட்டு என்ன பேச்சு பேசிட்டாங்க... தெரியுமா? ஆறவே இல்ல.."

ஆம்! நம்மில் பலர் இந்த வசனத்தை ஒரு முறையேனும் சொல்லிப் புலம்பி இருப்போம். அல்லவா?

எனக்கும் இந்த ஆதங்கம் வெகுநாள் இருந்தது.

"எப்படி நம்மை ஏமாற்றிவிட்டார்கள்! நாமும் இவர்கள் காட்டுவது நிஜமான பாசம் என்று எண்ணி விட்டோமே... அவ்வளவு மக்கா நாம்!" என்று எண்ணுவது உண்டு.

(கொஞ்சம் மக்கு தான்! ஆனால் அவ்வளவு பெரிய மக்கு இல்லை..! என்று நினைப்பு!)

ஒன்று... அவர்கள் காரியம் முடிந்ததும் விலகிப் போகலாம்.

அல்லது தங்கள் காரியம் நடக்காது என்று விலகிப் போகலாம்.

எதுவாக இருந்தாலும் நாம் வருத்தப்பட்டுக் கொண்டே இருக்கிறோம்.

முதலிலேயே தெரியவில்லையே என்று புலம்புகிறோம்.

யோசித்துப் பார்த்தால் ஒரு விஷயம் நன்கு புரியும். நமக்கு வேறு எந்த வாய்ப்பும் இல்லை என்பது தெரியும்!

காரியம் சாதிக்க நினைப்பவராகவே இருக்கட்டும். நம்மிடம் நன்றாகப் பேசிவிட்டால் பிறகு உதவாமல் இருக்க முடியுமா?

அதையும் அரைகுறை மனதோடு செய்யத்தான் முடியுமா?

எதையும் முழுமனதோடு செய்வதே நமக்கு திருப்தி தருகிறது.

அப்போதுதான் அந்தத் திருப்தியை நாம் அனுபவிக்கிறோம்.

அப்படி என்றால் நாம் செய்த உதவிகளும் காட்டிய அன்பும் நமக்கு நிச்சயம் திருப்தி தந்தன அல்லவா!

அதுபோதும் என்று தோன்றி விட்டது!

ஒரு உறவோ நட்போ...தொடர்பில் இருக்கும் காலம்வரை முழு மனதோடு திருப்தியோடு வாழ்ந்தோம் அல்லவா?

வேறு எப்படி வாழ்ந்து இருக்க முடியும்?

அதை மறந்துவிட்டுச் செல்பவர்கள் பற்றி நாம் ஏன் வருந்த வேண்டும்?

அவர்களைப் பொறுத்தவரை அதைத் தங்கள் சாமர்த்தியம் என்று நினைத்துக் கொள்ளலாம். இருக்கட்டும்...அதில் நமக்கு என்ன நட்டம்?

இதைத்தான் முதலில் பேசிய பெண்மணியிடம் சொன்னேன். சொல்லி விட்டுக் கேட்டேன்...

"அந்த நேரத்தில் உன் உறவுகளுக்கு சமைத்துப் போடாமல் அவர்கள் குழந்தையைக் கொஞ்சாமல் உன்னால் இருந்திருக்க முடியுமா? முகம் திருப்பிக்கொண்டு போக உன்னால் முடியுமா?"

அவர் சொன்னார்...

"நிஜம் தான்! என்னால் வேறு எப்படி இருக்க முடியும்? "

"உனக்குப் பிடித்த மாதிரி நடந்து விட்டு அதற்காக இப்போது வருத்தப் படலாமா?"

"அதானே! நான் எதுக்கு வருத்தப் படணும்? நான் நல்லதுதானே செஞ்சேன்?"

எதைச் செய்தாலும் நாம் மனம் ஒப்பிச் செய்யும்போது நம்மை அறியாமல் ஒரு நிறைவு அடைந்து விடுகிறோம்.

பிறகு எதற்குப் பின்னால் ஒரு கணக்கு வழக்கு?!

எல்லாம் சரி! அவர்கள் ஒன்றுமே செய்யாமல் காரியம் சாதித்துக் கொண்டார்களே என்று கேட்கிறீர்களா?

அவர்களும் உழைத்துத்தான் இருக்கிறார்கள்!

அன்பும் அக்கறையும் மனதில் இல்லாமல், இருப்பதுபோல் நடித்து நம்மை நம்ப வைத்து இருக்கிறார்களே..! எவ்வளவு கஷ்டப்பட்டு இருப்பார்கள்..?

அய்யோ பாவம்!

58. இதன் பெயர்..?

நான் சிறுமியாய் இருந்த காலம் தொடங்கி நன்கு தெரிந்த பெண்மணி அவர்.

அவர் மீது எனக்கு தீராத ஆச்சரியங்கள் பல உண்டு!

நல்ல உயரமாய் வாட்டசாட்டமான உருவம். தெருவே அதிரும்படியான குரல்!

அவர் காலை எங்கள் வீட்டருகில் நின்று பேசிக்கொண்டு இருப்பார்.

"நாஷ்டா வர வச்சேன். இன்னிக்கு எம்ஜியாரு படம் போட்டுருக்கானாம். கிளம்பணும்!" என்பார்.

அவர் வாரத்துக்கு ஆறு சினிமா பார்ப்பார் என்பது தெரு அறிந்த ரகசியம்!

சில நாட்களின் இரவுகளில் அவர் வீட்டு வாசலில் அவர் கணவருடன் பெரிய சண்டை நடக்கும்.

ஆனால் சமாதானம் செய்ய யாருமே போக மாட்டார்கள்.

எனக்கு பதினைந்து வயது இருக்கும் அப்போது. அது கோடை விடுமுறையில் ஒரு நாள்.

நான் வாசல் நடையில் அமர்ந்து கூடை பின்னிக் கொண்டு இருந்தேன்.

அந்தப் பெண்மணி வந்தார். கூடவே சில அக்காக்களும் அத்தைகளும் வர கூட்டம் களை கட்டியது.

ஒரு அக்கா அவரிடம் சொன்னார்...

"உங் கதைய கேட்டு நாளாச்சி! எடுத்து உடு! பொழுது போவும்..!"

அவர் உடனேயே ஆரம்பித்தார்.

"எங்கூடு ரொம்பப் பெருசு. ஆடு, மாடு, கோழின்னு பொழுதுக்கும் வேல இருக்கும்.

சரியா தின்னக்கூட முடியாது.

அப்ப ஒரு நா மாவரைக்கப் போனப்ப இவரப் பாத்தேன்."

"யார..? நேத்து வாசல்ல உன் கொண்டையப் புடிச்சு அடிச்ச ஆளயா?"

"நான் திருப்பி வெளுத்தேன..அதப் பாக்கலியா நீயி?"

"த..! சும்மா ஊடால பேசிக்கிட்டு! யம்மா! நீயி கதயச் சொல்லு!"

"நாங்க ரெண்டு பேரும் பேசிப்பேசி அப்டியே காதலாயிட்டோம்!"

"அப்பிடிப் போடு! அப்புறம்?"

"இது எங்க வூட்டுல தெரிஞ்சி போச்சி. நல்ல கத்திரி வெய்யில்ல கடப்பாரைய நட்டு அத ரெண்டு கையாலயும் புடிக்கச் சொன்னாங்க."

"அடப்பாவிகளா!"

"நான் அப்ப நெற மாசம்!"

நான் பின்னிக்கொண்டு இருந்த கூடை தொப்பென்று கீழே விழுந்தது!

"இத வேலிக்கி வெளிய இருந்து இவுரு பாத்துட்டாரு. ஒரு சின்னப் பையன் கிட்ட சொல்லி உட்டாரு. நானு அன்னிக்கே ராவோட ராவா இவுரு கூட வந்துட்டேன்.

வந்த நாலாம் நாளு என் பொண்ணு பொறந்தா!"

எதிர்வீட்டு அக்கா சகஜமாய்,

"உன் வீட்டுக்காரன் குழந்தைய கேக்கலியா? அவன் பொண்ணுதான?" என்றார்.

"ஆளு வச்சு பாத்தான். ஆம்பளப் புள்ளன்னா தூக்கிட்டு போயிருப்பான். பொண்ணு ன்னவே விட்டுட்டான்."

"நீ வந்து என்ன கிழிச்ச? இவன் கிட்ட அடி வாங்கற?"

"அத வுடு. அடிச்சிட்டா என் காலப் புடிச்சு அழுவான். புதுப் பொடவ கொண்டாருவான். அவனுக்கு புள்ள இல்லாத துக்கம். ஏதொ அடிச்சு ஆத்திக்கிறான்..போவியா!"

"நாஞ் சமஞ்ச ஒடன எம் மாமனுக்கு கட்டி வச்சாங்க. ஒண்ணும் தெரியாது.

நாள் பூரா வேல எனக்கு வீட்டுல. அந்த ஆளுக்கு காட்டுல.

ஒரு மொழம் பூவு வாங்கி குடுக்கல! ஆசயா ஒரு சினிமா கூட்டி போவல!

அட...துண்ணியான்னு ஒரு வார்த்த கேட்டது இல்ல... போயேன். ஜடம்!"

"பொண்ணு அவுருது தான?"

"அடிப் போடி! வயித்துல குடுத்துட்டா போதுமா? நல்லா வாயில வருது..."

"த..! போதும் நிறுத்து..! அறியாப் புள்ளைங்கள வச்சுக்கிட்டு... எங்க நிக்கணும்னு தெரியாதா ஒனக்கு?"

எனக்கு அதிர்ச்சியாய் இருந்தது இந்த ஒரு வாக்கியத்தில் சொல்லிவிட முடியாத அதிர்ச்சி அது!

"ஆனா எம் பொண்ணுன்னா அவருக்கு உசுரு. தெரியுமா!

போன மாசம் அந்தம்மா ஜிமிக்கி எடுத்துப் போட்டுச்சு!"

அந்தம்மா என்பது இப்போதைய கணவரின் மனைவி என்பது எனக்கு இன்னொரு அதிர்ச்சி!

இன்னொரு அக்கா சொன்னார்,

"எல்லாஞ் சரி! ஊர்ல ஒனக்கு எவ்ளோ கெட்ட பேரு. அத எல்லா ம் நெனச்சு பாத்தியா நீயி?"

"அடி போடி இவளே! நீயி நல்ல பேரு வாங்கி என்னா கிழிச்சுட்ட? நானு என்னா வாழாம போயிட்டன்னு சொல்லு...

எனக்குப் புடிச்சா மாதிரி நாங் கீறேன். யாரு இன்னா சொன்னா எனக்கின்னா!

நீ எம்மாங் கஷ்டப்பட்டாலும் அய்யோ பாவம்னு யாரு சொல்லப் போறாங்க?

பேருக்கு பயந்தா வாழமுடியாது. போயி வேலயப் பாரு."

கூட்டம் அத்துடன் கலைந்து விட்டது.

இப்போது யோசிக்கையில் எழுதப் படிக்கக்கூட தெரியாத பெண்மணி எப்படி தடாலடியாய் முடிவு எடுத்து அவர் விரும்பியதொரு வாழ்வை வாழ்ந்து இருக்கிறார் என்று ஆச்சரியமாய்த்தான் இருக்கிறது!

59. மாறி வரும் காலத்தில்...

நான் கல்லூரியில் சேர்ந்த வருடம் அது. விடுமுறையில் வீட்டிற்கு வந்த ஒரு நாளில் என் அம்மாவின் தோழி எங்கள் வீட்டிற்கு வந்தார்.

அம்மாவுக்கு சொல்ல முடியாத அளவு சந்தோஷம் !

அம்மாவும் தோழியும் கல்லூரியில் எடுத்துக்கொண்ட புகைப்படம் எங்கள் வீட்டில் மாட்டப்பட்டு இருக்கும்.

அவரை நான் நேரில் முதல் முறையாக சந்திக்கிறேன். கொஞ்சம் குழம்பி விட்டேன்.

அவர் பெயருக்கும் அவர் உருவத்துக்கும் துளியும் தொடர்பு இல்லை.

வேறு மதப்பெண்ணாக மாறி இருந்தார்!

அம்மா அவரை இருபது ஆண்டுகள் கழித்து சந்திக்கிறார் ! இருவரும் பேசி ஓய்ந்து அவர் இரவு புறப்பட்டுச் சென்றார்.

நான் ஆவலை அடக்க முடியாமல் கேட்டேன், “அம்மா! இவங்க நிஜமாவே நம் வீட்டு போட்டோவில் இருக்கிற வங்கதானா?”

“ஆமாம். அவ தான். அவளுக்கு கல்யாணம் ஆனதுகூட எனக்குத் தெரியாது. பரவாயில்ல...நல்ல புருஷனோட பிள்ளைகளோட நல்லா இருக்கா. எந்த மதமா இருந்தா என்ன..அவ கழுத்துல தாலியை பார்க்கும் போது எனக்கு சந்தோஷத்துல கண்ல தண்ணி வந்துடுச்சு...”

“அதுக்கு ஏம்மா அழணும்? கல்யாணம் ஆனா தாலி கட்டிக்கிறது சாதாரண விஷயம் தானே?”

அம்மா கொஞ்ச நேரம் பேசவில்லை. பிறகு மெதுவாய்ச் சொன்னார்...

"அவ தாலி கட்டி ஒரு ஆளை கல்யாணம் செஞ்சு கிட்டது நிஜமாவே ஒரு பெரிய புரட்சி தான். ஏன்னா அவ பிறந்தது தாசி குலம்!"

நான் புரிந்தும் புரியாமலும் அம்மாவைப் பார்த்துக் கொண்டு இருந்தேன்.

தாசி என்ற வார்த்தையை கதைகளில் மட்டுமே அறிந்து இருந்தேன். நிஜமாகவே இருக்கிறார்கள் என்பது ஏதோ ஒரு வித கலவையான எண்ணங்களைத் தந்தது.

அம்மா சொல்லிக்கொண்டு இருந்தார்.

"அவளுக்கு அப்பாவே தெரியாது. அவ அம்மா கிட்ட சண்டை போட்டு படிக்க வந்தா. அவ தெருவில் நடந்து வரும்போது மத்தவங்க பாக்கிற பார்வையே ஒரு மாதிரி இருக்கும்.

ஆனா எங்ககூட படிச்சவங்க மரியாதயாத்தான் நடந்துகிட்டாங்க.

திருவிழா அன்னிக்கு அவ குடும்பத்து பெண்கள் எல்லாம் கோவில்ல ஆடுவாங்க. கண்டிப்பா ஆடணும். இல்லன்னா கோவில் இடத்துல வாழ முடியாது.

அவ திடமா வாழ்ந்தா. பெரிய பணக்காரங்க வந்து கூப்பிட்டாங்க. அவ அம்மா, பாட்டி எல்லாம் கெஞ்சி மிரட்டி பார்த்தாங்க.

இப்படி ஒரு வாழ்க்கை வாழ மாட்டேன்னு முடிவு பண்ணிட்டா.

படிச்சு முடிச்சு வேலைக்கு வெளியூர் போயிட்டா.

கூட வேலை செஞ்சவர் கல்யாணம் பண்ணிக்கிறேன்னு கேட்டு இருக்கார்.

இவ கொஞ்ச நாள் தயங்கி இருக்கா.

அப்புறம் அவர் கிட்ட தன் குலத்தை சொல்லி தன்னைப் பத்தி சொல்லி இதுக்கு மேல உங்க இஷ்டம் னு சொல்லிட்டா.

அந்த நல்ல மனுஷன் தன் குடும்ப முறைப்படி தாலி கட்டி கல்யாணம் செஞ்சுக்கிட்டார்.

அவ தாலியை எடுத்துக்காட்டி,

"இதக் கட்டிக்கிட்டு என் ஊருக்கு பெருமையா போனேன். எனக்கு இனிமே வாழ்க்கைல வேற எதுவுமே வேணாம்.

து.நிபுணமதி | 161

இது போதும்னு சொன்னா... நாங்க ரெண்டு பேரும் அழுதோம்"

என்று கண்ணைத் துடைத்துக் கொண்டார்.

தாசி குலம் என்பது கோவில் தொண்டு என்பதில் இருந்து மாறி மனித இச்சைக்கு ஆளாகி எவ்வளவு வேதனை அனுபவித்தார்கள் என்று அம்மா பேசப் பேச புரிந்தது எனக்கு.

"அந்தக் கால மனிதர்களுக்கு இது தவறு என்று ஏன் தோன்றவில்லை? இதை எல்லாரும் எப்படி சகஜமாய் எந்தக் குற்ற உணர்ச்சியும் இல்லாமல் ஏற்றுக்கொண்டு வாழ்ந்தார்கள்?"

"அந்தக் காலத்தில் அது சரின்னு நினைச்சி இருப்பாங்க. தப்புன்னு யோசனை இது மாதிரி ஒருத்தர் ரெண்டு பேருக்கு வந்து இருக்கும்.

அப்புறம் மெதுவா எல்லாம் மாறிப் போய் இருக்கும்.

ஆனா முதல்ல வெளிய வரப் பாத்தவங்கதான் எல்லார் எதிர்ப்பையும் சமாளிக்க வேண்டி இருந்துது.

இவங்க அனுபவிச்சது எல்லாம் அடுத்த தலைமுறைக்கே புரியுமோ என்னவோ தெரியல."

ஆம்... மாறிவரும் காலத்தில் முந்தைய தலைமுறை பட்ட துன்பங்கள் எதையும் அடுத்து வருபவர் அறிவது இல்லை..

அப்போது சரி எனப் பட்டது... கேட்டாலே மனம் கொதிக்கிறது இப்போது!

மாறி வரும் காலத்தில் சரியும் தவறாகும்..!

தவறென்று நினைத்தது சரி ஆகும்..!

60. பெண்ணின் வாழ்க்கை..!

நான் வளர்ந்த ஊர் சிறிய ஊர். அநேகமாய் எல்லோர் வீட்டுக் கதைகளும் எல்லோருக்கும் தெரியும்.

ஒரு தோழியின் அப்பாவுக்கு எங்கள் ஊரிலேயே இன்னும் இரண்டு (இல்லை மூன்றா?) வீடுகள் உண்டு. அந்த இன்னொரு வீட்டின் பெண் திருமணம் அன்று நான் தோழியின் வீட்டில் இருந்தேன். தோழியின் அம்மா திருமணம் முடிந்து வீடு திரும்பினார்.

அவருக்கு என்ன தோன்றியதோ தெரியவில்லை, நேராக என்னிடம் வந்தார். ஒரு குமுறலுடன், "என் கதியைப் பாத்தியா நிபு?" என்று என் கைகளைப் பிடித்துக்கொண்டு புலம்ப ஆரம்பித்தார்.

நான் அப்போது +2 படித்துக்கொண்டு இருந்தேன். வேறு வீடுகளுக்கு போனால்"அவ இன்னும் குழந்தை தானே!" என்ற வார்த்தைகளை கேட்டுப் பழகிய பெண். அக்கா, அத்தை, அம்மா என்று நான் அழைக்கும் அனைவரும் தங்கள் பெரிய மனிதப் பேச்சுகளில் என்னை சேர்த்துக் கொள்ளாத காலம்.

நான் எப்படி அந்த அழுகையை எதிர்கொள்வது என்று சற்று திகைத்துப்போய் பின் சமாளித்துக் கொண்டேன்.

அவர் கையைப் பிடித்துக்கொண்டு, "அம்மா! அழாதீங்க" என்று சொன்னேன். அவர் அந்தத் திருமணத்தில் தன் கணவரின் பெண்ணின் (மன்னிக்கவும் இந்த வார்த்தைகளுக்கு... சக்களத்தி பெண்.) கையால் பாதபூஜை செய்துகொண்டு வந்து இருந்தார். அதைத்தான் தாங்க முடியாமல் அழுதுகொண்டு இருந்தார்.

நான் கோபமாய் கேட்டேன்,"நீங்க மாட்டேன்னு ஏன் சொல்லல?"

"அய்யோ! நான் அப்படிச் சொன்னா அவ கூட சேர்ந்து நின்னு இல்ல கல்யாணம் பண்ணுவார்? ஏதோ இப்போ வரைக்கும் நான் தான் பெண்டாட்டியா இருக்கேன். அந்த ஸ்தானம்கூட பறி போயிட்டா நான் என்ன பண்ணுவேன்?"

என்று தன் நெஞ்சில் அறைந்து அழுத அவரை நான் செய்வது அறியாமல் பார்த்துக்கொண்டு இருந்தேன்.

வீட்டிற்கு வந்து அம்மாவிடம் சொன்னேன். அம்மா சொன்னார், "என்ன பண்றது... அந்தம்மா தலை எழுத்து. அவங்க அம்மா வீட்டுல மருமகனை தட்டிக் கேட்க யாரும் இல்ல. பசங்க வாழ்வு வீணா ஆயிடக் கூடாதேன்னு இந்தம்மா பொறுத்துப் போறாங்க... பாவம்!"

அன்றிரவு எனக்குத் தூக்கம் வரவில்லை. மறுநாள் தயங்கினாலும் அவர் வீட்டுக்குப் போனேன்.

"அம்மா! நீங்க எங்க அம்மா மாதிரி வேலைக்குப் போய் சம்பாதிச்சா என்ன பண்ணுவீங்க?" என்று கேட்டேன்.

அவர் கையில் இருந்த தோசைத் திருப்பியை கீழே வைத்தார். தன் தலைமுடியை நிதானமாய் கொண்டை போட்டுக் கொண்டார்.

"என் கையில மட்டும் வேலையும் காசும் இருந்தா...இந்தாடா நாயே நீ கட்டுன தாலின்னு என்னிக்கோ தூக்கிப் போட்டுட்டு போயி நிம்மதியா இருந்து இருப்பேன்டா கண்ணு! நா குடுத்து வைக்கல." என்றார்.

அந்த ஆவேசமும் கோபமும் நொடியில் மாறித் தெரிந்த சோகமும் இயலாமையும் எனக்கு இன்றும் மனதை விட்டு அகலவே இல்லை.

எத்தனை பெண்கள்! வாழாவெட்டி என்ற வார்த்தைக்கு பயந்தும், பெற்ற குழந்தைகளின் வாழ்க்கை கருதியும், சம்பாதிக்க வழி இல்லாததாலும் கணவன் என்ற ஆணின் அத்தனை அடாவடிகளுக்கும் அடங்கி வாழ்ந்தார்கள்!

இன்றைய தலைமுறைக்கு இவை எல்லாம் கதைகள்! ஆனால் என் தலைமுறையில் இந்தக் கதை மாந்தர்கள் அனைவரும் இரத்தமும் சதையுமாய் என் கண்முன்னே நடமாடியவர்கள்! என் போன்றவரை யோசிக்க வைத்தவர்கள்.

இதில் எனக்கு மிகுந்த கோபம் ஊட்டிய விஷயம் என்னவென்றால் தோழியின் அப்பா மனைவியிடம் சொன்னாராம்,

"உன்னை நல்லாதானே வச்சு இருக்கேன்? உனக்கு என்ன குறை வச்சேன்? இப்படி கண்ணைக் கசக்குற? எத்தன பேர வச்சிருந்தாலும் நீதானே என் பெண்டாட்டி! இந்த கௌரவம் போதாதா? இன்னும் உனக்கு என்ன வேணும்?"

இன்றைய படித்த, வேலைக்குப் போகிற பெண்ணின் அடாவடிகள் என்ற தலைப்பில் பேசத் தயாராய் இருக்கிற ஒவ்வொரு மனிதரையும் நோக்கி நான் சில கேள்விகளை முன் வைக்கிறேன்....

என் தோழியின் தாயின் சோகத்தை இழப்பை வேதனையை முழுதாய்ப் புரிந்துகொள்ள யாரால் முடியும்? அது சகஜம் என்ற பாவனையில் அனைவரும் நடந்து கொண்டது எப்பேர்ப்பட்ட வன்முறை?

எந்த ஒரு காலத்திலும் அப்படி ஒரு நிலை ஆணுக்கு வருமா?

வந்தால் இந்த சமுதாயம் சகஜமாக தாண்டிப் போகுமா?

(செய்தியில் அவ்வப்போது வரும் கள்ளக் காதல்களை தயவு செய்து கணக்கில் எடுத்துப் பேச வேண்டாம்.)

எனவே இப்போதுதான் படிப்பு வேலை என்று சற்று நிம்மதியாய் மூச்சுவிடும் பெண்களைப் பற்றி நாம் குறை சொல்லும் முன்பு அவர்களுக்கு இழைக்கப்பட்ட கொடுமைகள் குறித்து கொஞ்சம் நினைத்துப் பார்ப்போம். அப்படிப் பார்த்தால் ஒரு வெறுப்புடன் இன்றைய பெண்களைப் பார்க்கத் தோன்றாது.

பெண்களுக்கு நல்லது சொல்லுங்கள். வேண்டாம் என்று சொல்லவில்லை. சற்று மென்மையாய்ச் சொல்லுங்கள். அவர்கள் சந்தித்த வன்முறைகள் ஏராளம்..! அதையும் கவனத்தில் கொள்ளுங்கள்!

61. பாசிகள்

நம் சமுதாயத்தில் இருந்த பழக்கங்கள் கால ஓட்டத்தில் மாறிக்கொண்டே வருவதை நாம் உணர்ந்து இருக்கிறோமா?

ஒரு காலத்தில் பெண் வீட்டு வாசற்படி தாண்டாமல் இருந்ததை இப்போது படிக்கும்போது நாம் எவ்வளவு வருத்தப்படுகிறோம்? ஆனால் அப்போது வாழ்ந்த மக்களுக்கு அது இயல்பாய்த் தோன்றியது. பெண் வெளியில் வர வேண்டும் என்று சொன்னதை எதிர்த்தவர்கள் பலர். ஆனால் இன்று பெண் கல்வி சகஜமாகிவிட்டது. சில விதிவிலக்குகள் இருக்கலாம்.

அதுபோல் இன்று இயல்பாய்த் தெரியும் எத்தனை விஷயங்கள் மாறத் தயாராய் இருக்கின்றன என்று யோசித்து இருக்கிறீர்களா?

அறுபது வயதுக்கு மேல் ஆனவர்களை கேட்டுப் பாருங்கள். அவர்கள் தங்கள் தந்தை முன்பு நின்று கூடப் பேசி இருக்க மாட்டார்கள். அடுத்த தலைமுறை அப்பாவிடம் செல்லம் கொஞ்சி வளர்ந்தார்கள். இன்றைய குழந்தைகளுக்கு அப்பா ஒரு உற்ற நண்பன்!

இதுபோல் கணவன் மனைவி உறவும் பல படிநிலைகளை தாண்டி போய்க் கொண்டு இருக்கிறது. இதை நம்மில் எத்தனை பேர் மனமார ஏற்றுக் கொள்கிறோம்?

தாத்தா சாப்பிடாமல் பாட்டி சாப்பிட்டதில்லை. அது ஓர் அன்பு என்பதைத் தாண்டி ஒரு பழக்கமாக அவர் மனதில் பதிந்து போய் இருந்தது. சிறு வயதில் முதலில் சாப்பிட்டால் பிறர் திட்டுவார்கள் என்ற பயத்தில் பாட்டி அதைப் பின்பற்றத் தொடங்கி இருக்கலாம். பின்பு அதுவே அவருக்குப் பழகி விட்டது.

பின்பு கணவனும் மனைவியும் ஒன்றாய் அமர்ந்து சாப்பிடும் பழக்கம் மெல்லத் தொடங்கியது. நிறைய இடங்களில் தேவையின் பொருட்டு தொடங்கிய தனிக் குடித்தனம் இதற்கு வழி செய்தது.

இன்றைய இளம் தம்பதி அவரவர் நேரத்திற்கு தகுந்தாற்போல் எப்போது வேண்டும் என்றாலும் சாப்பிட்டுக் கொள்கிறார்கள். யாரும் யாரையும் எதிர்பார்ப்பது இல்லை.

என் தோழி கேட்டார், "இன்றைய இளம் தம்பதிகள் நடுவே ஒரு பிணைப்பு, ஒரு பந்தம் இருப்பதாய் எனக்குத் தெரியவே இல்லை! எதற்கு இவர்கள் கல்யாணம் செய்து கொள்கிறார்கள்?"

படிக்காத, சமைக்க மட்டுமே தெரிந்த பாட்டிக்கு தாத்தா மட்டுமே உலகம்!

படித்த அம்மாவுக்கு வாழ்வில் ஒரு முக்கியமான நபர் அப்பா! அவர் இல்லை எனில் வாழ்வு இருண்டு விடும்.

படித்து வேலைக்குப் போகும் இன்றைய நடுத்தர வயதுப் பெண்கள் வாழ்வில் கணவன் முக்கியம்தான்... ஆனால் தாங்கள் பாதிக்கப்பட்டால் உரத்து குரல் எழுப்பவும் தேவைப்பட்டால் தனித்து வாழவும் தைரியம் உண்டு.

அடுத்த தலைமுறை? இருவரும் படித்து சம்பாதிக்கிறார்கள். யாரும் யாரையும் கொண்டாடவோ அல்லது தாழ்வு என்று நினைக்கவோ கூடாது என்கிறார்கள். நியாயம்தான்.

இருவரின் வாழ்விலும் அடுத்தவர் ஓர் அங்கம். அவ்வளவுதான்.

இருவரும் சேர்ந்து வாழ்கிறார்கள் என்று சொல்வதைவிட ஒரே வீட்டில் அவரவர் வாழ்வை வாழ்கிறார்கள் என்று சொல்லலாம். யாரும் யாரையும் சார்ந்து இல்லை. ஒருவர் எல்லைக்குள் அடுத்தவர் நுழைவது இல்லை. இதை ஒரு மரியாதை என்றுகூட குறிப்பிடலாம்.

இதை சரி என்றும் தவறு என்றும் தீர்மானிப்பது யார்? நாம் இந்த உலகின் பார்வையாளர்கள் மட்டும்தான் அல்லவா?

இதைத் தாண்டி தீர்மானிக்க நான் ஒரு வழி வைத்து இருக்கிறேன். பிரச்னை என்று வருபவர்களிடம் இந்தக் கேள்வியை தவறாமல் கேட்பேன்.

"உங்கள் மருமகள் செய்தது தவறு என்று சொல்கிறீர்கள். இதையே உங்கள் மகள் செய்தால் என்ன சொல்வீர்கள்?"

து.நிபுணமதி | 167

இதற்கான பதிலில் அடங்கி இருக்கிறது நாம் யார் என்று நமக்குச் சொல்லும் உரைகல்!

காலங்காலமாய் இருக்கும் குளத்தின் அடியில் சேரும் பாசிகளை நாம் அகற்றிக்கொண்டே இருப்போம். நம் மனதில் படிந்திருக்கும் பழக்க வழக்கங்கள் என்ற பாசியை அகற்றுவது மட்டுமே நம் வேலை. குளமும் நீரும் எப்போதும் இருக்கும் மாறாமல்.

கணவன் மனைவி உறவு பல படிநிலைகளை தாண்டி வெவ்வேறு விதமான வடிவங்களில் தொடர்ந்து கொண்டேதான் இருக்கும் என்றே எனக்குத் தோன்றுகிறது.

உங்களுக்கு..?

62. திருப்தி

என் தோழியின் மாமனார் இறந்துவிட்டார். என் தோழி இரண்டு வாரங்களாய் அழுதுகொண்டு இருக்கிறார். ஏன் என்று கேட்டேன்."அவர் இருக்கும்போது இன்னும் சற்று நேரம் அவரிடம் பேசி இருக்கலாமோ, இன்னும் ஏதாவது சாப்பிட வைத்து இருக்கலாமோ என்று தோன்றிக் கொண்டே இருக்கிறது" என்றார். உண்மையில் அவர் சிரத்தையுடன் கவனித்துக் கொண்டது அனைவருக்கும் தெரியும். ஆனால் தோழிக்கு திருப்தி இல்லை.

நாம் தினமும் நிறைய செயல்களை செய்துகொண்டே இருக்கிறோம். ஆனால் அவற்றை பழக்கத்தில் செய்து விடுகிறோம். மன விழிப்போடு செய்வதில்லை. அதனால் அவை நம் மனதில் பதிவதில்லை. நாம் செய்தோமா என்று பல விஷயங்களில் நமக்கு சந்தேகம் வந்த வண்ணம் இருக்கிறது.

வெளியில் கிளம்பி பாதி தூரம் போன பிறகு அடுப்பை அணைத்தோமா, சரியாய் பூட்டினோமா என்று சந்தேகம் வரும். ஏன் என்றால் அந்த வேலைகளை பழக்கப் பட்ட கைகள் தானாக செய்ய மனதின் கவனம் வேறு எதிலாவது இருந்திருக்கும்.

எந்த ஒரு வேலை செய்தாலும் மனம் ஒன்றி செய்யும்போதுதான் நமக்கு திருப்தி என்பது கிடைக்கும்.

இதை நீங்களே சோதித்துப்பாருங்கள். யாரிடமும் பேசிக்கொண்டு இருக்காமல் டிவி பார்க்காமல் ஓரிடத்தில் அமைதியாய் உட்கார்ந்து அரைக்கோப்பை டீ குடியுங்கள்! எவ்வளவு திருப்தியாய் உணர்கிறீர்கள் என்று பாருங்கள்!

இதை சீனாவில் ஒரு சடங்காகவே செய்கிறார்கள்.

வீடு நிறைய உறவோ நட்போ வரும்போது நாம் சந்தோஷமாகத்தான் இருப்போம். அது நிச்சயம்! ஆனால்

எல்லோரும் போன பிறகு ஒரு கோப்பை காபியுடன் உட்காரும்போது அப்பாடா என்று மனம் சொல்லும்!

அப்போதுதான் நாம் நமக்கான நேரம் என்று அதை உணர்கிறோம்!

சாதாரணமாய் திங்கள்கிழமை காலை என்பது பள்ளி செல்லும் பிள்ளைகளுக்கும் பணிக்குச் செல்வோருக்கும் பிடிக்காது! ஆனால் இவர்களை அனுப்பிவிட்டு உட்காரும் அம்மாவுக்கு ரொம்பப் பிடிக்கும்! (இரண்டுநாள் பட்டபாடு அப்படி!)

திருப்தியான வாழ்வு வேண்டும் என்றால் எந்த ஒரு செயலையும் அனுபவித்துச் செய்யுங்கள். என்ன செய்கிறோம் ஏன் செய்கிறோம் என்று உணர்ந்து செய்யுங்கள். அதில் உங்களுக்கான நேரம் ஒன்றையும் ஒதுக்கி கொள்ளுங்கள்.

"ஏதோ இருக்கேன்" என்று அலுத்துக் கொள்ளும் வாழ்க்கைக்கூட "நான் நல்லா இருக்கேன்!" என்று சொல்ல வைக்கும்!

63. ஈர்ப்பு விசை

என் சிறு வயதில் ஒரு நாள் என் அப்பா என்னிடம் செவ்வக வடிவில் காந்தத் துண்டு ஒன்றைக் கொடுத்தார். அது குண்டூசிகளை ஈர்க்கும் அழகில் சொக்கிப்போய் எப்போதும் அதை சுமந்துகொண்டு அலைந்தபடி இருந்தேன்.

அது ஏன் தீக்குச்சிகளை ஈர்ப்பது இல்லை என்பது எனக்கு அப்போது புரியவே இல்லை.

வளர்ந்த பின்புதான் புரிந்தது சில பொருட்கள்தான் குறிப்பிட்ட சில பொருட்களை ஈர்க்கும்.

மனிதர்கள் கூட அப்படித்தானே? சிலரை சில பேருக்குதான் பிடிக்கிறது. அது எந்த அடிப்படையில் என்பது புரியாமல் நாம் வாழ்வை சிக்கலாக்கிக் கொள்கிறோம் என்று அவ்வப்போது நினைத்துக் கொள்வேன்.

சிலர் நிறைய நண்பர்கள் வைத்து இருப்பார்கள். சிலர் அதிகம் பேசவே மாட்டார்கள். ஆனால் அவர்களும் யாராவது ஒருவரிடம் நட்பாய் இருப்பார்கள்.

அந்த ஒருவர் பேசாத மனிதரை ஏதோ ஒரு விதத்தில் கவர்ந்து இருப்பார்.

யோசித்துப் பாருங்கள். நமக்கு காரணமே இல்லாமல் சிலரைப் பிடிக்காமல் போய்விடும். அவர்கள் நம் மனதின் ஏதோ ஒரு மூலையில் உள்ள வெறுப்பை வெளியே கொண்டு வந்துவிட்டார்கள்!

இதற்கெல்லாம் என்ன அடிப்படை? கொஞ்சம் ஆழமாய் யோசித்தால் பெரும்பாலான மனிதரின் விருப்பு வெறுப்பு நமக்கு தெரிந்துவிடும்.

பொதுவாய் தானாக கிடைக்கும் ஒன்றின் அருமை நமக்குத் தெரியாமல் போய்விடுகிறது.

நாம் கஷ்டப்பட்டு அடையும் ஒன்றின் மீது அளவு கடந்த பிரியம் வைத்துவிடுகிறோம்.

சில சமயங்களில் அருமை தெரியாமல் நம் கையில் இருக்கும் சிலரை இழந்துவிடுவோம்.

பிறகு அதை நினைத்து ஏங்கிக்கொண்டு காலத்தைக் கடத்துவோம்!

ஒருசில நாட்கள் தீவிரமாய் யோசியுங்கள். உங்களுக்கு யார் தேவை, என்ன தேவை என்று ஒரு பட்டியல் போடுங்கள்.

அதில் தெளிவாய் இருந்தாலே வாழ்வில் பாதி நேரத்தை சேமித்துப் பயனுள்ள வழியில் செலவழிக்கலாம்.

என்ன செய்வது..! சிலரிடம் பழகிப்பார்த்து பட்டுத்தான் தெரிந்துகொள்ள முடிகிறது!

அதற்கும் கவலைப்படாதீர்கள்! அதுவும் ஒரு புத்திக் கொள்முதல்தான் அல்லவா! நான் அப்படித்தான் எடுத்துக்கொள்கிறேன்!

வாழ்க்கை எவ்வளவோ ரகசியங்களை தன்னுள்ளே வைத்துக்கொண்டு இருக்கிறது.

அதில் முக்கியமானது இதுதான் எப்போதும்!

யாருக்கு நம்மைப் பிடிக்கும்? அல்லது நம்மை ஏன் பிடிக்கவில்லை?

உணவு, உடை, இருப்பிடம் தாண்டி நம் மனதை ஆக்கிரமிக்கும் ஒரு எண்ணம் இந்த ஈர்ப்புவிசைதான் என்று தோன்றுகிறது.

நாம் அதற்கு விரும்பிய பெயர் சூட்டிக்கொள்கிறோம் அன்பு, பாசம், தாய்மை, காதல், நட்பு, சகோதரத்துவம், இன்னும் எவ்வளவோ..!

சில சமயம் பெயர் தெரியாத பிரியங்களையும் கடந்துதான் போகிறோம் அல்லவா!

64. எங்கே தேடுவது..?

சில ஆண்டுகளுக்கு முன்பு ஒரு நாள்... தி.நகரில் சுற்றி அலைந்து பொருட்களை வாங்கிக்கொண்டு நானும் என் தோழி உஷாவும் வந்தோம்.

இரயில் நிலையத்தில் நுழைந்த உடன் சற்று தொலைவில் அமர்ந்து பேசிக்கொண்டு இருந்த பெண்ணைப் பார்த்துவிட்டேன்.

அவள் எங்கள் குடும்ப நண்பர் வீட்டுப் பெண். அவள் தாத்தா பாட்டி தொடங்கி அவள் அம்மா மாமா என எல்லோரும் நெருக்கம்.

அந்த வீட்டிற்கு போகும்போது அறையை விட்டு வெளியில் வந்து புன்னகையுடன் இரண்டு வார்த்தை பேசிவிட்டு உள்ளே போய் விடுவாள்.

உஷாவிடம் விவரித்த படியே வேகமாய் அருகில் போனேன். பெயர் சொல்லிக் கூப்பிட்டு

"எப்படி ம்மா இருக்க?" என்றேன்.

தன் கால்மீது கால்போட்டு அமர்ந்து இருந்த அப்பெண் என்னை ஏற இறங்கப் பார்த்தாள்.

ஒன்றும் பேசவில்லை. உடன் இருந்த பையன் மெல்ல எழுந்தான்.

பெண் வசதியாய் இருக்கை மீது நன்கு சாய்ந்துகொண்டு அவனை உட்காரச்சொல்லி அதட்டினாள்!

நான் நின்றுகொண்டே இருந்தேன்.

நான் பார்த்து பிறந்து, கண்ணெதிரே வளர்ந்த பெண்!

ஒருவேளை அடையாளம் தெரியவில்லையோ என்று மடத்தனமாய் நினைத்து

"நான் நிபு ஆண்டிடா!" என்றேன்.

அசையாமல் "தெரியுது!" என்றாள்!

உஷா என் கையைப் பற்றிக்கொண்டு தரதரவென அந்த இடத்தைவிட்டு அகன்று வந்துவிட்டார்.

எனக்கு சிறிது நேரம் ஒன்றும் புரியவில்லை.

என்ன நடந்தது? ஏன் இப்படி?

மனம் ஆறவே இல்லை.

எந்த அடிப்படையில் அந்தப் பெண்ணும் என்னைக் கண்டு மகிழ்வாள் என்று நினைத்தேன்..?

வேறு ஒரு குடும்பம். என் மீது பகைமை கொண்ட குடும்பம்!

அந்த வீட்டில் ஒரு சிறுமி! நான் தூக்கிக்கொண்டாடிய குழந்தை!

பல ஆண்டுகள் கழித்து வேறு ஒருவர் வீட்டில் அந்த சிறுமி(?)யை சந்தித்தேன்.

அவள் கையில் அவள் மகள்... ஒரு வயது குழந்தை!

நான் ஒரு நொடியும் தயங்கவில்லை!

போய் அந்தக் குழந்தையை வாரித் தூக்கிக்கொண்டேன். அதன் அம்மா கண்ணில் நீர் வழிய என்னைக் கட்டிக் கொண்டாள்!

நான் அதை எதிர்பார்க்கவில்லை !

அவள் குடும்பம் என்னைப் பற்றி தவறாக சொல்லிக் கொடுத்து இருக்கும்... சிறுமி அதைக் கேட்டு வளர்ந்துஇருப்பாள்... என்னிடம் முகம் திருப்பிக் கொள்வாள் என்று நினைத்த எனக்கு மகிழ்வான அதிர்ச்சி!

அந்தக் கண்ணீரில் என்மீது வைத்த பாசம் உருகி ஓடுவதாய் உணர்ந்தேன்!

அவளை இறுக அணைத்து முத்தம் இட்டபோது என் கண்களிலும் நீர்!

ஏதோ சில காரணங்களால் நம்மிடம் அன்பு காட்டுவதாய் நடிப்பவர் பலர்!

அதேசமயம் சில காரணங்களால் நம்மிடம் கொண்ட அன்பை மறைத்து வாழ்பவர் சிலர்!

பல நேரங்களில் உண்மை என்ன வென்று நமக்குத் தெரிவதே இல்லை.

எங்கேபோய் எப்படித் தேடுவது..?

அன்பை அப்படி தேடிக் கண்டுபிடித்துவிட முடியுமா?

இராவணன் நெஞ்சில் இராமன் எய்த அம்பு

'கள்ளிருக்கும் மலர்க் கூந்தல் சானகி மேல் வைத்த காதல் உள்ளிருக்குமோ என்று துழவியதோ?' என்று கம்பர் பாடுவார்!

அப்படி எல்லாம் கண்டு பிடித்து விட முடியுமா என்று சிறு வயதில் எண்ணியது உண்டு!

எப்போதும் எப்படியும் அன்பையோ நடிப்பையோ கண்டுபிடிக்க முடியாது என்று புரிகிறது இப்போது..!

65. பார்த்து வெட்டுங்கள்..!

எங்கள் தெருவில் இருந்த, எனக்கு நெருக்கமான அக்கா அவர். பிறகு என் அம்மாவுடனான சண்டையில் அந்த நட்பு அறுந்து விட்டது.

பல ஆண்டுகள் கழித்து என் ஊர்த்தோழி ஒருத்தி என் தொலைபேசி எண் கண்டுபிடித்துப் பேசினாள்.

அப்போது அந்த அக்காவைக் குறித்துப் பேசினாள்.

"அக்கா எங்க வீட்டுக்கு வந்தாங்க! நானும் அவங்க புது வீட்டுக்குப் போய் வந்தேன்! அக்கா எவ்ளோ ஆசையா சமைச்சுப் போட்டாங்க... தெரியுமா?"

கேட்ட எனக்கு எப்படி இருந்து இருக்கும்?

இதைச் சொல்லவா இவள் என்னைத்தேடிக் கண்டுபிடித்தாள்..?

அன்று இரவு தூக்கமே வரவில்லை. கோபம்.. பொறாமை... ஏக்கம்... என்று எல்லாம் கலந்து கட்டித் தாக்கியது!

அன்றுடன் முடிந்து விடவில்லை. மனம் உழப்பிக்கொண்டே இருந்தது.

அவ்வப்போது அந்த அக்காவின் நினைவு வந்து போகும்தான். ஆனால் இந்த அளவு இல்லை.

எனக்கு ஒன்று மட்டும் தெளிவாய்ப் புரிந்துவிட்டது. என் அம்மா பேசவேண்டாம் என்று சொன்னதால் நான் அதன்படி நடந்து கொண்டேனே தவிர என் மனதில் அந்தப் பாசம் மறையவே இல்லை.

போய்ப் பார்க்கவேண்டும் என்று ஆசை! ஆனால் அக்கா முகம் திருப்பிக்கொண்டால் என்ன செய்வது என்று பயம்!

நான் என்ன தப்பு செய்தேன்? அக்கா ஏன் என்னிடம் தொடர்பு கொள்ளவே இல்லை என்ற கேள்வி எழுப்பிய வருத்தம் ஒரு பக்கம்!

வீட்டில் ஒரு விசேஷம் வந்தது. அதை ஒரு காரணமாய்க் கொண்டு கிளம்பி விட்டேன்!

(அவர்கள் விலாசம், தொலைபேசி எண் இதெல்லாம் கொடுக்க எனக்கு ஆட்கள் உண்டு!)

அவர்கள் இருக்கும் தெருவுக்குப் போய் விட்டு அலைபேசியில் பேசினேன்.

அக்கா கணவர் பதில் சொல்லி விட்டு மூன்று மாடி இறங்கி வேகமாய் வந்தார்!

"வாம்மா! வாம்மா!" என்றதிலேயே மனம் நிறைந்து விட்டது!

வீட்டு வாசலில் நின்றிருந்த அக்கா என்னைக் கட்டிக் கொண்டார்!

"வா! வா! இப்பதான் வழி தெரிஞ்சுதா!"

அதன் பிறகு இருவருக்கும் பேச நிறைய கதைகள் இருந்தன!

"என் கையால உனக்கு பஜ்ஜி சுட்டுக்கொடுத்து எத்தனை வருஷம் ஆகுது! சாப்பிடு!" என்றபடி அக்கா தன் வலிக்கும் காலை சாய்த்தபடி செய்துபோட நான் சாப்பிட்டுக்கொண்டு இருந்தேன்!

மனம் நிறைந்து கண்களில் நீராய் வழிந்தது!

அக்கா என்னுடன் பேசவில்லை என்று வெறுப்பு சுமந்த மனமா இது! அரைமணி நேரத்தில் பழையபடி ஒட்டிக்கொண்டதே!

அப்போதுதான் புரிந்தது... வெறுப்பு என்பது தீவிர விருப்பின் ஒரு பகுதிதான் என்பது!

ஒருவர் மீது வெறுப்பு கொள்கிறோம் என்றால் அங்கு அன்பின் சில வேர்கள் ஒட்டிக்கொண்டு இருப்பதாய் அர்த்தம்!

ஒரு சின்ன சாரல் மழைக்குக் கூட அந்த வேர்கள் சரசரவென்று வளர்ந்து கிளைத்து விடும்!

ஆனால் சில உறவுகள் வேரில் அமிலம் கொட்டி பட்டுப்போக வைத்துவிடுகின்றன. அது பிறகு வரும் எந்த ஒரு மழைக்கும் துளிர்ப்பதே இல்லை.

கோபம், மன வருத்தம் வரும்போது அப்போதைக்கு அந்த உறவை வெட்டிவிட வேண்டும் என்று தோன்றும் தான்.

வெட்டுங்கள்..! சண்டை போடுங்கள்..!

முகம் திருப்பிக்கொள்ளுங்கள்..!

நாம் எல்லோரும் சாதாரண மனிதர்கள்தானே..! எனவே சண்டை எல்லாம் தப்பில்லை..!

அத்தனையும்... மேலாக...அதிகமாய் தழைத்துப்போன இலைகளைக் கழித்துவிடுவது போல இருக்கட்டும்.

தவறியும் கிளைகளை வெட்டிவிடாதீர்கள்!

எப்போதுமே வேரைப் பிடுங்கி எறிந்துவிடாதீர்கள்!

அது பாட்டுக்கு ஒரு ஓரம் கிடக்கட்டும்!

என்றாவது ஒருநாள் ஒரு சின்ன அன்பின் சாரல் விழுந்தால் துளிர்த்துவிட்டுப் போகட்டும்!

மனம் பசுமையால் நிறைவதை விரும்பாதவர் யார்..!

பார்த்து வெட்டுங்கள்..!

66. இரண்டாம் பாகம்..!

பார்த்து... வெட்டுங்கள்!

ஓர் உறவு விட்டுப்போனால் என்ன சொல்வார்கள்?

நல்லதோ கெட்டதோ திரும்பச் சேர்த்து வைக்கும் என்பார்கள் அல்லவா?

ஆனாலும் நான் போக விரும்பாத இடம் ஒன்று இருந்தது. ஏன் என்றால் நான் பட்ட பாடு அப்படி!

ஆனால் பலர் வந்து சொன்னார்கள்...

"நீ போகலன்னு என்கிட்ட வருத்தப்பட்டாங்க! போய் பார்த்து வா!"

"அவங்க பொண்ணு எப்படி தேனொழுகப் பேசினா... தெரியுமா! உனக்கு ஏன் பிடிக்கல?"

"விசேஷத்துக்கு நீ கூப்பிடலேன்னா காலத்துக்கும் உனக்கு கெட்ட பேரு..!"

எனக்கு அவர்களைப்பற்றி நன்கு தெரியும்.

எப்படி நடிப்பார்கள் என்றும் தெரியும்.

ஆனாலும் அக்கா வீட்டில் பஜ்ஜி தின்ற கையோடு (வாயோடு..?!) அந்த வீட்டுக்குப் போனேன்!

உள்ளே மிக மெல்லியதாய் ஒரு நப்பாசை!

'சரி... போனது போகட்டும்! கூப்பிட்டு வைப்போம்! வந்தாலும் வரலாம்... முதுமை மாற்றி இருக்காதா மனிதர்களை? பார்ப்போம்...'

உள்ளே நுழைந்தேன். கதவைத் திறந்த அவர் மகள் (தேனொழுகும் பேச்சு... அவரே தான்!)

ஒன்றும் பேசாமல் போய்விட்ட இடத்தில் இருந்து காபி ஆற்றினார்!

பிறகு தாய் வந்தார்! நான் புடவையும் அழைப்பிதழும் கொடுத்து வணங்கினேன்.

நிமிர்வதற்குள் அவர் வீசி அடித்த அழைப்பும் புடவையும் என்னைத் தாண்டி விழுந்தன!

நான் போய் அவற்றை எடுத்துக்கொண்டேன்.

உள்ளே இருந்து அவர் பேத்தி ஓடிவந்தாள்.

தன் அம்மா பாட்டியைப் பார்த்து கத்தி புலம்பிக் கொண்டே வந்து என் கையைப் பிடித்துக் கொண்டாள்!

"எத்தனை காலம் கழிச்சு நம்ம வீட்டுக்கு வந்திருக்கா..! இப்படி பண்றீங்களே... உட்காரச் சொல்லுங்க...பேசுங்க. ஏன் இப்படி இருக்கீங்க? (என்னிடம் திரும்பி..)

அய்யோ... நீ உக்காரு... இவங்க புத்தி மாறவே போறதில்ல..."

நான் அவளைக் கட்டி நெற்றியில் முத்தம் இட்டேன்.

"நீ இவ்வளவு பேசினது போதும்... வரேன்..." என்று கிளம்பி விட்டேன்.

இவ்வளவு வன்மம் ஒரு மனித மனத்தில் இருந்து வெளிப்படுமா என்று வியந்து கொண்டே வெளியே வந்தேன்.

மனதில் ஒட்டிக்கொண்டிருந்த ஓரிரு இழைகளை எடுத்து எறிந்து விட்டேன்.

காரில் ஏறிய பிறகு கணவருக்கு அலைபேசியில் நிகழ்வைச் சொல்லும்போது என் குரல் சற்றும் தடுமாறவில்லை.

எனக்குத் துளியும் வருத்தமும் இல்லை.

அவர்கள் குணம் அப்படி!

இதில் புதிதாய் வருத்தப்பட என்ன இருக்கிறது? என்று தான் தோன்றியது.

தூரத்தில் இருந்து பார்ப்பவருக்கு தேனடை என்பது ஈர்க்கும். அருகே சென்றால் என்ன ஆகும்?

கொட்டு வாங்கிக் குடைச்சல் வாங்கிப் புலம்பிக் கொண்டு இருக்க வேண்டியதுதான்!

சில மனிதர்கள் அப்படித்தான். தேனொழுகப் பேசுவார்கள்!

(நமக்கு என்னவோ பேச்சு தடாலடியாய்த்தான் வருகிறது! குழைந்து பேசும் கலை வரவே மாட்டேன் என்கிறது!)

தனக்கு லாபம் என்றால் மட்டும் பழகுவார்கள்.

காரியம் முடிந்தால் கழற்றிவிட்டுப் போய்விடுவார்கள்.

பிறரிடம் கூசாமல் பொய் சொல்வார்கள்.

அவர்கள் பிறரிடம் பழகுகிறார்களே என்று கேட்டால்... ஆமாம்!

அது மலரில் தேன் எடுக்கும் தேனீயின் செயல்! அவ்வளவு தான்!

இப்படியும் மனிதர்கள் உண்டு!

அவர்களைப் பார்த்து... வெட்டிவிடுங்கள்.

அதுபோன்ற உறவால் நமக்கு ஆகப்போவது ஒன்றும் இல்லை.

சஞ்சலம்தான் மிச்சம்!

அன்பு செலுத்தவும் தெரியாது!

பிறர் செலுத்தினாலும் புரியாது!

அவர்கள் ஏட்டில் நாம் வெறும் லாப நஷ்டக் கணக்கு மட்டும்தான்!

அதுபோன்ற உறவை வேரோடு வெட்டிவிடுதல் நமக்கு நல்லது.

பார்த்து... வெட்டுங்கள்..!

67. காதல் என்பது..!

தோழியின் உறவினர் ஒருவர் காலமாகிவிட்டார் 78 வயது. தோழி அவரையும் அவர் மனைவியையும் பற்றி வாய் ஓயாமல் பேசிக் கொண்டு இருந்தார்.

அந்த இருவரும் இந்த வயதிலும் ஒருவரை ஒருவர் செல்லப்பெயர் சொல்லி அழைத்துக்கொண்டது என்ன !

பிரிந்து எந்தப் பிள்ளை வீட்டிற்கும் செல்லாமல் ஒன்றாகவே வாழ்ந்து வந்த அழகென்ன!

உடல்நிலை முடியாதபோதும் பணிக்கு ஒரு பெண்ணை வைத்துக்கொண்டு இருவர் மட்டும் மகிழ்வாய் இருந்தது என்ன!

அவர்களின் இளம் வயதில் அவர்கள் பெற்றோர் அமைத்துக் கொடுத்த வாழ்க்கைதான்!

அதற்காக இந்தத் திருமணத்தில் காதல் இல்லை என்று கூறிவிட முடியுமா?

தெரிந்த பெண் ஒருவர். தானே தேர்வு செய்த ஆணை மணந்துகொண்டார்.

தினமும் சண்டை... சச்சரவு. இந்தத் திருமணமே தவறு என்று இருவருமே சொல்கிறார்கள்!

காதலே இல்லாத இந்த மணத்தை காதல் மணம் என்று ஒப்புக் கொள்ள முடியுமா?

இணைந்து கொண்டாடுவது மட்டுமே காதல் ஆகிவிடுமா!

பூக்களும் இனிப்பும் பொம்மைகளும் வாங்கித் தருவதா காதல்?!!

வலியும் வேதனையும் வந்த நாட்களில் ஆதரவாய்ப் பற்றி ஆறுதல் தருவது அல்லவா காதல்?

வாழ்வில் இறுதிவரை வேறு இடம் பிரிந்து சென்றுவிட மாட்டேன் என்ற உறுதி அல்லவா காதல்?

உன்னை விட வேறு யாருமே எனக்கு முக்கியம் இல்லை என்று உணர்த்துவது அல்லவா காதல்?

எல்லோரும் போற்றும்போது குறைகளை தனிப்பட்ட முறையில் சுட்டிக் காட்டுவதும்...

எல்லோரும் தூற்றும் போது "விடு... சரி செய்துவிடலாம்...நான் இருக்கிறேன் உன்னுடன்!" என்று கை பிடித்துக்கொள்வதும்தானே காதல் ஆக முடியும்!

இருக்கும் அனைவரிலும் அழகு என்றோ வசதி என்றோ தேர்ந்து எடுப்பது காதல் ஆகுமா?

அப்படித் தேர்வு செய்ய வாழ்க்கை என்ன ஒரு பந்தயமா?

அல்லது யாரும் கிடைக்கவில்லை என்பதால் வயதின் வேகத்தில் கிடைத்த ஒருவரை வேகமாய் மணம் செய்துகொண்டு பின்பு சாவகாசமாய் வாழ்நாள் முழுவதும் புலம்பிக்கொண்டு இருப்பது காதலா?

காதல் என்பது தன்னைப் பொறுத்த அளவில் நேர்மையாக இருத்தல்..!

நிபந்தனை அற்ற அன்பு செலுத்துதல்..! துணைவரை அவர்தம் குறைகளோடு ஏற்றுக்கொள்ளுதல்..!

வாழ்வை நிம்மதியாய் வாழவேண்டும் என்ற புரிதல்..!

மிகுந்த மனத்திடத்துடன் வாழ்வை எதிர்நோக்கல்..! அல்லவா!

எந்த ஓர் இடர் வந்தபோதும் இருவரும் கைகளை இறுகப்பற்றி அதைக் கடந்துபோவதே காதல் இல்லையா!

எந்த ஒரு நிலையிலும் தன் துணையை பிறரோடு ஒப்பிட்டுப் பார்க்காத ஒரு பேரன்பே இங்கு காதல் என்று கொள்ளப்படும் அல்லவா!

எந்த ஒரு மூன்றாம் மனிதரும் உள் நுழைந்து பிரிக்க முடியாத ஒரு பெரும் பிணைப்பு அல்லவா அது!

"ஆம்... நாங்கள் காதலித்தோம்!" என்று எப்போது சொல்லமுடியும்?

இளம் வயதில் "துணையை காதலித்து நல்லதொரு வாழ்வு வாழ வேண்டும்!" என்று ஆசைப்படலாம்.

அதற்கான பக்குவத்தை வளர்த்துக்கொள்ளலாம்!

நடு வயதில்... எத்தனை துன்பம் வந்தாலும் துணையை நேசிப்பதை நிறுத்திவிடக் கூடாது!" என்று உறுதியாய் இருக்கலாம்.

முதுமை வந்தபின்... வாழ்ந்த காலங்களை அசைபோட்டுப் பார்த்துக்கொண்டு நிம்மதியாய் இருக்கும்போது பெருமையாய் சொல்லிக்கொள்ளலாம்...

"ஆம்! நாங்கள் காதலித்தோம்!" என்று!

ஒரு உறவு காதல்தான் என்று தீர்மானிக்க அதைவிடச் சிறந்த ஒரு தருணம் வேறு ஏதேனும் இருக்கிறதா என்ன!

68. பேசாப் பொருள்

சமீபத்தில் ஒரு மாணவி செய்துகொண்ட தற்கொலை பரவலாக பலரையும் பாதித்து உள்ளது. குறிப்பாய் மகளைப் பெற்றவர்களை.

ஒருபாலர் பள்ளிகளே இதற்குத் தீர்வு என்றும் சிலர் சொல்கிறார்கள்.

இல்லை. அது தீர்வு அல்ல.

ஒருபாலர் பள்ளியில் படித்து விட்டு அவர்கள் எங்கு போவார்கள்?

ஒருபாலர் பணி செய்யும் அலுவலகங்கள் உண்டா?

ஒருபாலர் மட்டுமே வாழும் குடும்பங்கள் சாத்தியமா?

பெண் பற்றித் தெரியாத ஆணும், ஆண் பற்றித் தெரியாத பெண்ணும் வாழ்வை எப்படி எதிர்கொள்வார்கள்?

இரு பாலருக்கும் சொல்லிக்கொடுப்போம்.

மதிக்கவும் அன்பு செலுத்தவும் சொல்லிக்கொடுப்போம்.

ஒரு எல்லை தாண்டிப் பழகக்கூடாது என்பதையும் சேர்த்தே சொல்லிக்கொடுப்போம்.

சக மாணவர்கள் நட்புடன் பழகவே நினைக்கிறார்கள்.

பெரும்பாலும் அத்து மீறுவது வயதில் அதிகமான உறவினர், நட்பான குடும்ப உறுப்பினர், ஆசிரியர் போன்றவர்களே.

இதைத் தடுக்க நம்மால் முடிந்த அனைத்தையும் செய்தே ஆக வேண்டும்.

தயவு செய்து பெண்களிடம் பேசுங்கள்.

ஒரு பெண்... அவ்வளவுதான். யாராக வேண்டுமானாலும் இருக்கட்டும்.

மகள்... மாணவி... உறவுப் பெண்... நட்பு... எதிர்வீட்டுப்பெண்... யாராக இருந்தாலும் இதைச் சொல்லிக்கொடுங்கள்.

1. எந்த ஒரு ஆணிடமும் பொது இடத்தில் கூட தனியாய்ப் பேசாதீர்கள்!

2. என்ன காரணம் சொன்னாலும் தனிமையில் சந்திக்காதீர்கள்!

3. உடல் சார்ந்த பேச்சுகள் வேண்டாம்.

4. "நீ மட்டும் special! உன்கிட்ட மட்டும்தான் இப்படிப் பழகறேன்! நீ புத்திசாலி! உன் அழகு யாருக்கும் கிடையாது!"

இப்படி யார் பேசினாலும் உடனடியாய் வீட்டில் சொல்லுங்கள்.

இப்படி பேசும் ஆணைத் தவிர்த்துவிடுங்கள்.

5. உங்களுக்குப் பிடித்தது போலவே நடந்துகொள்ளும் ஆணை சந்தேகப்படுங்கள்.

6. பெண்ணை வீழ்த்துவதில் அனுபவம் கொண்ட ஆண், உங்களிடம் இனிக்க இனிக்கப் பேசுவான் என்பதை நினைவில் வையுங்கள்.

7. யார் எப்படிப் பேசினாலும் உங்கள் உடம்பைத் தொட அனுமதிக்காதீர்கள்.

8. எந்த ஒரு ஆணையும் நல்லவன் என்று உங்கள் பதின்வயதில் முடிவு செய்யாதீர்கள்.

9. படிப்பு முடிந்து நீங்கள் சொந்தக்காலில் நின்ற பின்பு உங்கள் வாழ்க்கைத் துணையைத் தேர்வு செய்யுங்கள்.

10. எதிர்பாலின ஈர்ப்பு என்பது பதின்வயதில் இயல்பான ஒன்று. ஆனால் அதைப்பற்றியே யோசிக்கத் தொடங்கினால் பிறகு படிக்க நேரமும் மனமும் இருக்காது.

இந்த வயதில் படிப்பே முக்கியம்!

இவை அனைத்தையும் உங்கள் மகளிடம் பேசத் தயங்கினால் ஒரு நல்ல மருத்துவரிடம் அழைத்துச் செல்லுங்கள். அவர் பேசட்டும்.

இறுதியாய்... உறுதியாய் இரண்டு விஷயங்கள் பேசியே ஆக வேண்டும்.

1. இதை எல்லாம் மீறி உன்னை யாராவது உன் சம்மதம் இல்லாமல் வன்முறைக்கு ஆளாக்கினால் தைரியமாய் வந்து எங்களிடம் சொல். நாங்கள் பார்த்துக்கொள்கிறோம்.

நீ எந்த ஒரு குற்ற உணர்வும் கொள்ளத் தேவை இல்லை.

இது உன் உடலுக்கு நேர்ந்த ஒரு விபத்து. அவ்வளவுதான்.... சரியாகிவிடும்!

2. நீ மனம் ஒப்பி உறவுகொண்ட பிறகு அவன் கெட்டவன் எனத் தெரிந்தால்...

அது உன் மனதுக்கு நேர்ந்த ஒரு விபத்து.

அவ்வளவுதான்.

மீண்டு வா... நாங்கள் இருக்கிறோம்!

உயிரை மாய்த்துக்கொள்ளும் அளவுக்கு எதுவுமே இங்கு தப்பு இல்லை!

செத்து நிரூபிக்கும் அளவுக்குப் பெண் உடம்பு ஒன்றும் புனிதம் கிடையாது! அதுவும் ரத்தமும் சதையும் ஆன ஆண் உடம்பு போலத்தான்!

எல்லா யோசனைகளும் இங்கு பெண்ணுக்குத்தானா? என்று கேட்டால்...

ஆமாம்..!

அந்த ஆசிரியனுக்குத் தான் செய்வது தவறு என்று நிஜமாய்த் தெரிந்து இருக்காதா?

அவன் போன்றவர்களைப் போதனை செய்து திருத்திவிட முடியுமா?

சட்டத்தைத் திருத்துங்கள்...

அவனுக்குத் தரும் தண்டனையைப் பார்க்கும் எவனும் தவறாக ஒரு பெண்ணைப் பார்க்கவே பயப்படும் அளவுக்கு...

ஒரு தண்டனை கொடுங்கள்..!

இனியாவது... பேசாப் பொருளை இங்கு பேசத் துணிவோம்..!

69. வரப் போகும் பெரும் பஞ்சம்...

என் மகன் கைக் குழந்தையாய் இருந்த காலம் அது. என் அம்மா என்னைப்பார்க்க ஊரில் இருந்து வந்து இருந்தார்.

மறுநாள் அலுவலக வேலையாய் வெளியூர் சென்றிருந்த என் கணவர் வீடு திரும்பினார். புது உடைகளும் பொம்மைகளும் தின் பண்டங்களுமாய் கடை பரப்பினார்.

என் அம்மா எந்தப் பண்டத்தையும் தொடவில்லை.

எனக்குப் புரிந்துவிட்டது! ஏதோ குறை கண்டுபிடித்துவிட்டார்!

'வலியப் போய்க் கேட்டு வாங்கிக் கட்டிக்கொள்வானேன்?' என்று கண்டுகொள்ளாமல் இருந்துவிட்டேன்!

விதி வலியது! மறுநாள் என் கணவர் அலுவலகம் போனதும் பொரிந்து தள்ளத் தொடங்கினார்..!

"அது என்ன கெட்ட பழக்கம்? தனக்கு குழந்தைக்கு எல்லாம் ட்ரஸ் வாங்கத் தெரியுது. உனக்கு ஒரு புடவை வாங்கிவரத் தோணலியா? நீயும் வாயை மூடிக் கிட்டு இருக்க? என் கிட்டத்தான் வாயாடுவ! அவன்கிட்ட நீ கேக்கறியா...நா கேட்கட்டுமா? உன்னை எப்படி எல்லாம் வளர்த்து..."

"அம்மா! கொஞ்சம் சும்மா இரு. அவருக்கு புடவைல்லாம் எடுக்கத் தெரியாது. என்னைக் கூட்டிட்டுப் போய்தான் எடுப்பார். நான்தான் எனக்கு எதுவும் வேணாம்னு சொல்லி அனுப்பினேன்."

"விட்டுக் குடுக்கறாளா பாரு.." என்று முனகிக்கொண்டே இருந்தார்!

அவர் போனதும் இதை என் கணவரிடம் சொல்லி இருவரும் சிரித்துக்கொண்டு பின் மறந்துவிட்டோம்.

ஆனால் இந்த வகைப் பேச்சு பல குடும்பங்களில் இலேசான குழப்பம் முதல் மிகப் பெரிய விரிசல் வரை ஏற்படுத்தி விடுகிறது.

அம்மாவின் கோணத்தில் அது என் மீதான அக்கறை தான். ஆனால் என் வீடு, என் கணவர், என் சூழல் பொறுத்து அந்த செய்கை சரியா தவறா என்பதை நான்தான் தீர்மானிக்க வேண்டும்.

இதை எல்லாம் யோசிக்காமல்

"என் அம்மா சொன்னால் சரியாத்தான் இருக்கும்," என்று ஒரே வாக்கியத்தைப் பிடித்துக்கொண்டு தன் துணையை ஒதுக்கும், சண்டையிடும் ஆட்களை என்ன செய்வது?

இருபாலரும் இந்தத் தவறை செய்கிறார்கள். எல்லா அம்மாக்களும் கெட்டவர்கள் இல்லை.

ஆனால் தன் மகனுக்கு அல்லது மகளுக்கு ஒன்றும் தெரியாது என்றும் தான் மட்டும்தான் அவர்களை வழிநடத்த முடியும் என்றும் நினைத்துக் கொள்கிறார்கள்.

இன்றைய நாளில் தம்பதிகளுக்குள் எழும் அனைத்து பிரச்னைகளுக்கும் இரு பக்க பெற்றோரின் தலையீடே காரணம் என்று ஒரு வழக்கறிஞர் பேசிக்கொண்டு இருந்தார்.

இதற்குத் தீர்வுதான் என்ன?

இளம் தலைமுறை யோசிக்க வேண்டும். ஒரு திருமண பந்தத்தில் நுழையும்போது சுயமாய் முடிவு எடுக்கத் தெரியவேண்டும்.

பெரியவர்கள் சொல்லும் யோசனையை கேட்டுக்கொள்ளுங்கள். ஆனால் முடிவை நீங்கள் எடுங்கள்.

ஓரிரண்டு முறை உங்கள் முடிவு தவறானாலும் பரவாயில்லை. அடுத்தமுறை திருத்திக் கொள்ளலாம். அதற்காக எப்போதும் பிறரைச் சார்ந்தே இருக்க நினைக்காதீர்கள்.

எங்கெங்கோ பிறந்து வளர்ந்த இருவர் இணைந்து வாழ்வை எதிர்கொள்வதே இங்கு காலங்காலமாய் நடந்து வருகிறது.

அந்த வாழ்வில் விட்டுக்கொடுக்க இருவருமே தயாராய் இருக்க வேண்டும்.

அடுத்துவரும் வாழ்நாள் முழுவதும் சேர்ந்தே வாழ வேண்டியவர்கள். ஒருவரை ஒருவர் புரிந்துகொள்ள சற்று கால அவகாசம் தேவை.

ஆரம்பத்தில் வரும் கருத்துவேறுபாடுகளில் இரு பக்க பெற்றோரும் தலையிடாமல் இருப்பது அவசியம்.

அப்படித் தலையிட அவர்களுக்கு எந்த உரிமையும் இல்லை என்ற புரிதல் அவசியம்.

“நான் ஆண் பிள்ளை பெற்று இருக்கிறேன். அதனால் எனக்குத்தான் அதிக உரிமை இருக்கிறது” என்று சொல்வது எவ்வளவு தவறு?

“நான் பெண் பெற்றதால் மட்டமா? நான் சொல்வதைத்தான் கேட்க வேண்டும் என்று சொல்வதும் அவ்வளவு தவறு தான்!

இரு பக்க பெற்றோரின் தூண்டுதலில் இரண்டு பேரின் வாரிசுகளும் தங்கள் வாழ்வை இழந்து விடுகிறார்கள்.

பெற்றோரின் காலத்துக்குப் பிறகு தனித்து இந்த உலகை எதிர் கொள்ளும் போது தங்கள் தவறை உணர்கிறார்கள்.

ஆனால் என்ன பயன்?

பெற்றோரும் ஊரும் உறவும் எதுவும் சொல்லாமல் இருக்கப் போவதில்லை!

சொல்லிவிட்டுப் போகட்டும்! அதைக்கேட்டே ஆக வேண்டுமா என்ன?

நம் வீட்டில் எதைச் செய்தால் அமைதி நிலவுமோ அதை நாம் செய்துவிட்டுப் போகலாம்.

“எப்பொருள் யார் யார் வாய்க் கேட்பினும்...” அதனைப் புறம் தள்ளிவிட்டு நம்மைச் சுற்றியுள்ள உறவுகளைப் பலப்படுத்திக் கொள்வோம்.

அனைத்து வகையான செல்வங்களை விடவும் நமக்கு மிக அவசியமானது அமைதியான குடும்பம்தான்!

அதற்குத்தான் இனிவரும் காலத்தில் பெரும் பஞ்சம் வந்துவிடும்போல் இருக்கிறது!

70. கந்து வட்டி

என் சிறு வயது எங்கள் வீட்டுத் தோட்டம் பூச்செடிகளாலும் காய், கீரை வகைகளாலும் நிரம்பியது.

செடிகள் பூக்கத் தொடங்கும்போதே அம்மா ஒரு பட்டியல் போட்டாற் போல் சொல்லிக் கொண்டு இருப்பார்.

"முத பறி காயில எதிர்வீட்டுக்கு ஒரு பங்கு கொடுத்துடணும். ரெண்டாம் பறி காய் மொத்தமும் ஸ்கூல்ல கொடுக்க. அப்புறம்..."

"மொதல்ல காய் வரட்டும். இரு!" என்பார் அப்பா!

"அவங்க வீட்டு காய், பழம்னு கொடுத்து இருக்காங்க இல்ல. நாம பதிலுக்கு கொடுக்கணும் இல்ல..? அதானே முறை.. யார் எது கொடுத்தாலும் அது வட்டி இல்லாக் கடன் தான். திருப்பிக் கொடுத்துடணும்."

சரிதான்..!

ஒரு பெண்மணி தன் மகனைக் குறித்து என்னிடம் குற்றப் பத்திரிக்கை வாசித்துக் கொண்டு இருந்தார்.

"ஏங்க! இவனைப் பெத்து வளர்த்து படிக்க வச்சு ஆளாக்கி விட்டுருக்கோம்... இந்த நாய்க்கு அந்த நன்றிகூட இல்லாம பொண்டாட்டி பக்கம் பேசுது..."

நான் தாங்க முடியாமல் இடை மறித்தேன்.

"அவன் நல்ல பையன். என்கிட்ட இந்த மாதிரி அவனைத் திட்டாதீங்க."

"நீங்க இப்படிப் பேசாதீங்க! எங்க வயிறு எரிஞ்சா நல்லா இருக்க மாட்டான். அந்தப் பொண்ணை வச்சு அவன் வாழக் கூடாது. நாங்க எதைச் சொன்னாலும் அவன் செய்யணும். பெத்த கடன்னு இருக்கு இல்ல?"

நான் அவர்களைத் திருத்த முடியாது என்று பேசுவதையே விட்டு விட்டேன்.

இத்தனைக்கும் இவர்கள் எல்லாம் படித்தவர்கள்! தான் மிக நாகரிகமானவர் என்று சொல்லிக் கொள்பவர்கள்!

சமீப காலத்தில் இவர் போன்று நிறைய பேரைப் பார்க்கிறேன்.

"நான் பெத்து வளர்த்தேன். அந்தக் கடனை நீ அடைக்கும் வழி என்பது... கடைசிவரை நீ என் பேச்சைக் கேட்டுத்தான் நடக்க வேண்டும்!"

பெண், பையன் என இரு பாலரின் பெற்றோரும் இந்தப் பட்டியலில் இருக்கிறார்கள்.

தாய், தந்தை தன்னலம் பார்க்காதவர்கள் என்ற காலம் மெதுவாய் மறைந்து வருகிறது என்பது கசப்பான உண்மை.

சம்பாதிக்கும் மகனுக்கு மட்டும் இல்லை..! மகளுக்கும் திருமணம் செய்வதை நிறைய பேர் தள்ளிப் போடுகிறார்கள்.

திருமணம் செய்து வைத்தாலும் தன் கையே ஓங்கி இருக்க வேண்டும் என்று பிடிவாதம் பிடிக்கிறார்கள்.

தன் மகன் மற்றும் மகள் வாழ்க்கை குறித்து எந்தக் கவலையும் இல்லை.

மணம் ஆகி ஒரே மாதத்தில் மகளைப் பிரித்து வந்து தன் வீட்டில் வைத்துக் கொண்டு விவாகரத்து செய்யச் சொல்லும் ஒரு பெண்மணி இருக்கிறார்.

மகள் செய்த தவறு, கணவன் பற்றியும் அவன் வீட்டார் பற்றியும் அம்மாவிடம் குறை சொன்னது தான். அதை ஊதிப் பெரிதாக்கி பிரித்தே விட்டார்.

பெண் இப்போது சேர்ந்து வாழ நினைக்கிறாள். அம்மா விடவில்லை. அவரிடம் பேசிப்பேசி எனக்குத் தொண்டை வறண்டு போனது தான் மிச்சம்.

"எனக்குப் பிள்ளை இல்லை. இவ என்கூட இருந்து கடைசிவரை பார்க்கட்டும். அந்தக் கடமை இருக்கில்ல..?

அதுவும் என்னத் தப்பா பேசின குடும்பத்துல இவ போய் எப்படி வாழலாம்?" என்கிறார்.

"பெத்து வளர்த்து..." வசனம் கேட்கும் போது எல்லாம் ஒரு கேள்வி எனக்குத் தொண்டைவரை வந்துவிடுகிறது..!

"நீங்க பெத்த பிள்ளைய நீங்க வளர்க்காம பக்கத்து வீட்டுக்காரனா வளர்ப்பான்..?"

காய்கறி கொடுக்கல் வாங்கலே கடன் என்றால் பெற்றவர்களுக்கு பதில் மரியாதை செலுத்துவதும் ஒரு கடன்தான். நிச்சயம் செய்ய வேண்டும்தான்.

ஆனால் எந்த எல்லை வரை?

வாங்கிய ஒரு சிறு கடனுக்கு வாழ்நாள் முழுவதும் உழைத்துப் பணம் கொடுத்தாலும் அது வட்டிக்கே காணாது என்று சொல்லி உருட்டி, மிரட்டி வாழ்வை நரகம் ஆக்கும் கந்து வட்டி பற்றி செய்திகளில் படித்தது உண்டு.

இன்று பெரும்பாலும் பெற்றோர் அப்படித்தான் மாறி வருகிறார்கள் என்பது கசப்பான உண்மை.

குறிப்பு: அப்படி எல்லாம் எந்தத் தாயும் கிடையாது என்று தயவு செய்து யாரும் சண்டைக்கு வர வேண்டாம். நீங்கள் இதுவரை அவர்களை சந்தித்தது இல்லை... அவ்வளவுதான்..!

71. பூஜ்யம்

சமீப காலத்தில் தொடர்ச்சியாய் மூன்று பேர் தங்கள் ஆதங்கத்தை என்னிடம் பகிர்ந்து கொண்டார்கள். அவற்றின் அடிப்படை ஒன்றுதான் என்பது என்னை ஆச்சரியப் படுத்தியது.

முதலில் ஒரு நாற்பது வயதுடைய பெண்.

தன் கணவரிடம் கோபித்துக் கொண்டு (வழக்கம் போல்!) தன் அம்மா வீட்டிற்கு வந்து விட்டார்.

வந்தவர் எந்த ஒரு உதவியும் யாருக்கும் செய்வது இல்லை. சாப்பிட்டு தூங்கி வாழ்வை அனுபவித்துக் கொண்டு இருக்கிறார்.

"இது சரியில்லை...பொறுப்பற்ற நடத்தை!"

என யாரேனும் சொன்னால் தாய் மறுத்து கண்ணீர் வடிக்கிறார்!

தாயே இங்கு மகளின் பலம்.

"அம்மாவுக்கு இத்தனை வயசு ஆகுது! இன்னும் பொறுப்புன்னா என்னன்னு தெரியல. எல்லா பாரத்தையும் அப்பா தாங்கினார்... இப்போ நான்!

என்னவோ சிலர் வாழ்க்கை இப்படியே நிம்மதியா போயிடுது! நாமதான் தலையைப் பிச்சுக்கிறோம்!"

இங்கு கணவரும் மகனும் பொறுப்பை எடுத்துக் கொள்கிறார்கள்.

"என் மருமக எதிலும் பட்டுக்காது. என்னவோ ஹோட்டல்ல தங்கி இருக்கற மாதிரி வரும்... சாப்பிடும்... போகும்! நான் பிள்ளைக்காக பொறுத்துக்கிட்டு செய்யறேன்."

இங்கு தாங்கிப் பிடிப்பது மாமியார்.

இப்படி இவர்கள் தாங்கிப் பிடிக்காவிட்டால் என்ன ஆகும் என்று யோசித்தேன்.

எந்தப் பொறுப்பும் ஏற்காதவர்கள் நிலை என்ன ஆகும்?

தோழி சொன்னார்,

"இவங்க எல்லாம் காரியப் பைத்தியம்! எந்த ஒரு குற்ற உணர்வும் இல்லாம அடுத்தவங்களை ஒட்டிக்கிட்டு வாழ்க்கையை ஓட்டிடுவாங்க. பாவம் பார்க்கிற நாமதான் பாவம்!"

ஓரளவுக்கு தோழி சொன்னது சரி என்றே எனக்கும் பட்டது.

பிறர் உழைப்பை செல்வத்தைப் பயன்படுத்திக்கொண்டு சொகுசாய் வாழ்பவர்கள்.

தான் தன் சுகம் என்று மட்டும் பார்க்கும் சுயநலம் மிக்கவர்கள்.

ஆனால் சுற்றி இருப்பவர் எதன் பொருட்டு இவர்களை சகித்துக் கொள்கிறார்கள்?

பெற்று விட்டோமே என்று சிலரும், கட்டிக்கொண்டோமே என்று சிலரும் பொறுத்துக்கொள்ள, பிறந்துவிட்டவர்களுக்கு அது கடமை ஆகிவிடுகிறது!

இவர்களை பூஜ்யம் என்று எடுத்துக்கொள்ளலாம்.

யாரோடு சேர்ந்தாலும் அவர்களுக்கு ஒரு பயனும் கூடப்போவது இல்லை!

விட்டு விலகினாலும் ஒன்றும் குறைந்துவிடப் போவதில்லை!

இவர்களை நம்பி செல்வத்தையோ உறவையோ பெருக்கும் பொறுப்பைக் கொடுத்தால் எல்லாம் போய்விடும்!

இவர்களுக்கு மதிப்பே அருகில் இருக்கும் உறவால்தான்!

அதனால் இவர்களை பூஜ்யம் என்று அழைப்பது பொருத்தமாய்த்தான் இருக்கிறது அல்லவா!

ஒரே ஒரு வித்தியாசம்... பூஜ்யம் தன் அருகில் இருக்கும் எண்ணின் மதிப்பைக் கூட்டும்!

இவர்கள் அருகில் இருப்பவர் மதிப்பைக் குறைத்துவிடுவார்கள்!

உற்றுநோக்கினால் நம் உறவிலும் நட்பிலுமாக ஆண்களிலும் பெண்களிலும் ஊருக்குள் எத்தனை பூஜ்ய மனிதர்கள்..!

72. தொட்டுத் தொடரும் ஒரு கெட்ட பாரம்பரியம்..!

நேற்று ஒரு சகோதரர் மனம் வருந்தி பேசிக்கொண்டு இருந்தார்.

"அக்கா! பெரிய தங்கச்சி நல்லா இருக்கா. அதனால் அவளுக்கு அம்மா ஒண்ணுமே செய்யறது இல்ல.

சின்னவ சரியா வாழல. எப்பவும் புருஷனோட சண்டை. பாதி நாள் இங்கதான் இருக்கா.

அம்மா சின்னவ பாவம்னு அவளுக்கே எல்லாம் செய்யறாங்க.

அவங்களுக்கு புரியவே இல்ல..! பெரியவ குடும்பம் நல்லா இருக்குன்னா அதுக்கு அவ முக்கிய காரணம்.

தன் வீட்டில் எல்லாரையும் அனுசரிச்சு போறா. ஓய்வு இல்லாம உழைக்கிறா.

வீட்டு வேலை, வெளி வேலை, பசங்க படிப்பு எல்லாம் பார்த்துக்கிறா!

இத்தனை செய்யும்போது அவ புருஷன் தாங்கத்தானே செய்வாரு?

சின்னவ எப்பவும் எல்லார் கூடவும் சண்டை. எந்தப் பொறுப்பும் கிடையாது.

எழுந்து ஒரு வேலையும் செய்யறது இல்ல. வாய் வேற. அடிக்கடி கோச்சுக்கிட்டு இங்க வந்துடறா.

அம்மா இவளை பாவம் ங்கிறாங்க.

நீங்களே சொல்லுங்க. அம்மா செய்யறது தப்பு தானே?"

யோசித்துப் பார்த்தால் நம் எல்லோர் வீடுகளிலும் இப்படிப்பட்ட சிந்தனை இருக்கிறது.

"அம்மா என்பவள் எந்தக் குழந்தை கஷ்டப்படுகிறதோ அதன்மீதுதான் கூடுதல் பாசம் வைப்பாள்!" என்று காலங்காலமாக சொல்லிக்கொண்டு இருக்கிறோம்!

இது எந்த அளவுக்கு நியாயம்?

தான், தன் சுகம் என்று மட்டுமே வாழ்பவர்கள் கடைசி வரை அப்படியேதான் இருக்கிறார்கள்.

அவர்களை தாங்கத்தான் சுற்றி இருப்போரும் முன் வருகிறார்கள்!

தன் வாழ்வை சரியாய் வாழத்தெரியாத ஒருவருக்கு, நாம் வாழக் கற்றுக்கொடுப்பதுதானே முக்கியம்?

ஆனால் அதை விடுத்து பாவப்பட்டால், அவர்கள் நம் பணத்தையும் உழைப்பையும் சுரண்டி சொகுசாய் வாழ்க்கை நடத்துகிறார்கள். இதுதான் உண்மை.

உண்மையாய் உழைத்து தன் வாழ்வை தானே உருவாக்கிக்கொள்பவர் யாரிடமும்... தன் பிறந்த வீட்டில் கூட எதையும் கேட்டுப் பெற விரும்பமாட்டார்கள்.

இந்த குணத்தை பல வீடுகளில் பெற்றவர்கள் கூட 'திமிர்' என்றே கணிப்பது வருத்தம் அளிக்கிறது.

ஆழமாய் யோசித்தால் தன் குழந்தைகள் என்றாலும் கூட ஏதோ ஒரு வகையில் வெற்றிகரமான வாழ்வு வாழ்பவர் மீது ஒரு சின்ன பொறாமை உண்டாகி விடுகிறதோ!

தன் உதவி இல்லாமல் முன்னுக்கு வந்து விட்டாள் எனும்போது பெற்றோரின் முக்கியத்துவம் குறைந்து விடுவதாய் நினைத்துக் கொள்கிறார்கள்.

அதுவே தோற்றுப்போன குழந்தை எனில்,

"என்ன பண்றது! நான்தான் அவ வாழ்க்கையைப் பார்த்துக்கிறேன்!

என்னை நம்பித்தானே அவ இருக்கா!"

என்று பிறரிடம் சொல்லும்போது அவர்கள் ஆழ் மனம் ஒரு திருப்தியை அனுபவிக்கிறதோ?

நான் பார்த்த வரையில் இப்படி நிறைய நட்புகள் என்னுடன் பகிர்ந்த வகையில் வெளியே தன் கஷ்டத்தை கடை பரப்பி பிறரின் உழைப்பையும் சொத்தையும் சுரண்டுபவர்கள் உள்ளுக்குள் சந்தோஷமாய் தன் சாமர்த்தியத்தை தானே மெச்சிக்கொண்டு இருக்கிறார்கள்!

நேர்மையாளர்கள் விட்டுக்கொடுத்துவிட்டு, இதை எல்லாம் கண்டும் காணாமல் தன் வேலையைப் பார்த்துக்கொண்டு அமைதியாகவே இருக்கிறார்கள்!

அவர்கள் நியாயமாக தனக்குக் கிடைக்க வேண்டிய அன்பைக்கூட கேட்டுப்பெற விரும்புவது இல்லை!

ஆனால் அவர்கள் மனதில் வருத்தம் இல்லை என்று கூறிவிட முடியுமா?

அவர்களை அப்படியே விட்டுவிடலாமா?

தன் உழைப்பால் உயர்ந்து நேர்மையாய் நடந்து கொள்ளும் மனிதரைச் சுற்றி உள்ளோர் மதித்தால் அது எல்லா இடங்களிலும் பரவும்.

சுயநலத்துடன் பிறருடன் ஒட்டாமல் முரண்டு பிடிப்பவரை முட்டுக் கொடுத்து தாங்கினால் ஏய்த்துப் பிழைக்கும் மனிதரே பெருகுவார்கள்!

என்ன செய்யப்போகிறோம்?

தொன்றுதொட்டுத் தொடரும் இந்த கெட்ட பாரம்பரியம் என்றாவது ஒருநாள் மாறுமா?

தெரியவில்லை...

73. வெந்நீர்த்தவளைகள்!

என் மாமா ஒருநாள் சொன்னார்,

“ரொம்ப நாள் கழிச்சு கூப்பிட்டாளேன்னு போய் வந்தேன்… அடடா! என்னா ஒரு கவனிப்புங்கிற!

இன்னும் ஒரு தோசை சாப்பிடுங்க மாமா ன்னு சொல்லிச் சொல்லி பரிமாறினா!

தகடு மாதிரி நெய் தோசை..!

சும்மா கள்ளிச் சொட்டு மாதிரி காபி! ருசி இன்னும் நாக்குல இருக்கு… போயேன்..!”

நான் நிதானமாய் கேட்டேன்,

“ஒரே ஊர்ல இருந்தும் இத்தனை நாளா நீங்க அவ கண்ணுக்குத் தெரியலையா? இப்போ உபசாரம் நடக்குதுன்னா என்னவோ அவளுக்குத் தேவைன்னு அர்த்தம்! சரிதானே..?”

மாமா மென்று விழுங்கி சரிதான் என்று ஒப்புக்கொண்டார்!

நாம் இப்படி பலரை சந்திக்கிறோம். அவர்கள் தங்கள் காரியம் ஆக நம் காலைப் பிடிக்கிறார்கள் என்பதும் தெரியும்!

வேலையானதும் நம்மைக் கழற்றிவிடப் போகிறார்கள் என்பதும் தெரியும்!

ஆனாலும் மறுக்காமல் வேலை செய்வோம்!

நிறைய வீடுகளில் தன் சம்பாத்தியம் முழுக்கக் கொடுத்துவிட்டு தனக்கென்று ஒன்றும் இல்லாமல் நின்று போனவர்கள் உண்டு.

ஏன்..? என்ன வசியம் அது..?

ஒரு கதை சொல்வார்கள்…

ஒரு அண்டா நிறைய தண்ணீர் நிரப்பிவிட்டு அதில் தவளைகளைப் பிடித்து போட்டு விட்டார்களாம்!

பிறகு அடுப்பு மூட்டி அண்டா நீரை சூடு செய்யத் தொடங்கினார்களாம்!

உள்ளே இருந்த தவளைகள் எல்லாம் இதமான சூட்டை கண்மூடி அனுபவித்தனவாம்!

மெல்லமெல்ல சூடு ஏறிக்கொண்டே இருந்தது.

பாவம்! அதைத் தவளைகள் உணரவே இல்லை.

கொஞ்ச நேரத்தில் தாம் சாகப் போகிறோம் என்பது தெரியாமலேயே அனைத்தும் இறந்து போய்விட்டன.

மனிதர் பலரும் இதுபோன்ற ஆரம்ப சூட்டின் இதத்தில் அப்படியே மயங்கிப்போய் விடுகிறார்கள்!

யாராவது வரப்போகும் ஆபத்தை எடுத்துச் சொன்னாலும் கேட்பது கிடையாது.

தான் இதமான சூழலில் இருப்பதைப் பார்ப்பவர், பொறாமை கொண்டு ஏதோ சொல்கிறார் என நினைத்துக்கொள்கிறார்கள்.

சக மனிதரைத் தவளைகளாய் மாற்றும் சக்தி படைத்த மனிதர்கள் இங்கு உண்டு.

அவர்கள் காட்டும் ஆரம்ப இதம் இங்கு பாசமாய் இருக்கலாம்!

நல்ல உணவாக இருக்கலாம்!

புகழும் வசனங்களாய் இருக்கலாம்!

அத்தனையும் நம்மை அவர்கள் பயன்படுத்திக்கொள்ளவே என்பது புரியும் முன் நம் கதை அங்கு முடிந்துவிடும்!

எந்த ஒரு உறவிலும் நட்பிலும் கடைசிவரை கொஞ்சம் விழிப்போடு இருக்க வேண்டும்.

நமக்கு என்ன நடக்கிறது என்பதை கூர்ந்து நோக்க வேண்டும்.

சில இடங்களில் நமக்கு வேண்டியவர் தன்னை அறியாமல் பிறரின் கைப் பாவையாகி அதனாலும் நமக்கு தீங்கு நேரலாம்.

"அன்பு செலுத்துபவரை எப்படி சந்தேகப்படுவது? அது தப்பில்லையா?"

"இப்படியே நினைத்துக்கொண்டு இருந்தால் யாரிடமும் பழகவே முடியாது!" என்றும் சிலர் சொல்லலாம்!

சந்தேகப்பட்டு ஆராய்ந்து நல்ல உறவுதான் என்று தெரிந்துவிட்டால் பிறகு அதிக மகிழ்வு அடையலாம் இல்லையா!

யாரைப் பற்றியும் ஒரு முடிவுக்கு வர கொஞ்சகாலம் எடுத்துக்கொள்ளுங்கள்.

அந்த நேரத்தில் எதிலும் மயங்கிவிடாமல் விழிப்போடு இருந்து முடிவு செய்யுங்கள்.

பின்பு தொடருங்கள்.

வெந்நீர்த் தவலையில் தவளைகளாய் முடிந்துவிடாமல் இருக்க எப்போதும் சற்று விழிப்போடு இருப்பது நமக்கு நல்லது.

74. எனக்குப் பிடித்த ஆண் / பெண்

இந்தத் தலைப்பு கொடுத்தால் நாம் ஒவ்வொருவரும் எத்தனை பக்கம் எழுதுவோம்?

"இப்படி இருந்தால்தான் பிடிக்கும்!

அப்படி இருந்தால் பிடிக்காது!"

உண்மையில் அடுத்தவருக்குப் பிடித்ததுபோல் எத்தனை காலம் வாழ முடியும்?

மிகுந்த அன்பினால் தன் இணைக்குப் பிடித்ததுபோல் தன் விருப்பங்களை ஒருவர் மாற்றிக்கொள்வதாய் வைத்துக்கொள்வோம்.

அது எதுவரை நிலைக்கும்?

ஏதோ ஒரு நேரம்

"உனக்காக எவ்வளவு விட்டுக்கொடுத்தேன்?"

"உனக்காக எவ்வளவு கஷ்டப்பட்டு என்னை மாத்திக்கிட்டேன்?"

என்ற வசனங்களைப் பேசும் காலம் வரும். அப்போது வருத்தப்பட்டுப் பயன் என்ன?

எந்த ஒரு உறவிலும் தங்கள் விருப்பங்களைப் பகிர்ந்துகொள்ள வேண்டும்.

அது முக்கியம்.

ஆனால் தன் விருப்பங்களை முற்றிலும் மாற்றிக்கொண்டு வாழ்ந்துவிடலாம் என்று முடிவு செய்துவிடக்கூடாது.

அது அசாத்தியம்.

அப்படி மாற்றிக்கொண்டாலும் அது மனதை உறுத்திக்கொண்டே இருக்கும்.

விட்டுக்கொடுத்ததற்காக தனக்கு அதிகம் கவனிப்புத் தேவை என்று மனம் எதிர்பார்க்கும்.

கொஞ்சம் கவனிப்பு குறைந்தால் மனம் சிலிர்த்துக்கொண்டு சண்டைக்குப் போகும்!

அப்புறம் எங்கே அன்பு செலுத்துவது?

அடிப்படையாய் நாம் யாராக இருக்க விரும்புகிறோமோ அப்படியே இருந்து விட்டுப் போகலாம்.

பிறரை துன்புறுத்தாத வாழ்வு! அதைப் பின்பற்றினால் போதும் அல்லவா?

நட்பு, உறவு, வாழ்க்கைத்துணை, குழந்தைகள் யாராக இருப்பினும் அவர்களுக்கு என்று ஒரு விருப்பம் இருக்கும் என்ற புரிதல் முக்கியம்.

"எனக்காக இதைச் செய்!" என்பதும்

"உனக்காக இதைச் செய்கிறேன்!" என்று முடிவெடுப்பதும் வெறும் உணர்ச்சி வசப்பட்ட வார்த்தைகள்தான்.

எந்த அன்புக்காக என்று நினைக்கிறோமோ அதே அன்பை வெறுப்பாய் மாற்றிவிடும் தன்மை உணர்ச்சிப்பூர்வமான முடிவுகளுக்கு உண்டு.

யாருக்காகவும் உங்கள் அடிப்படைத் தன்மையை விட்டுக்கொடுக்காதீர்கள்!

அதேபோல் உங்கள் விருப்பத்தின் படி யாரையும் மாறச்சொல்லி வற்புறுத்தியும் விடாதீர்கள்!

சேர்ந்து வாழும் வாழ்வில் இருவர் ஒரே மாதிரி விருப்பம் ரசனை கொண்டுதான் இருக்கவேண்டும் என்று எந்தக் கட்டாயமும் இல்லை.

அது அவர் விருப்பம் என்று ஏற்றுக்கொள்ளும் மனம் இருந்தால் போதும்.

எல்லா உறவிலும் கொஞ்சம் இடைவெளிவிட்டுத் தள்ளி நின்று கொள்ளுதல் இருவருக்கும் நல்லது!

இழுத்துப் பிடித்து சேர்த்துக்கொண்டு மூச்சுமுட்டிப் போய் விலகி ஓடுவதைவிட, ஆரம்பம் முதல் சற்றுத்தள்ளி இருப்பது நல்லது!

இதை எல்லாம் யோசித்தால்... எனக்குப் பிடித்த ஆண் என்றோ பிடித்த பெண் என்றோ யாரையுமே சொல்லமுடியாது போல் இருக்கிறது!

பிடித்தவை அனைத்தும் ஒருவரிடமே இருக்க வாய்ப்பே இல்லை!

இதை உணர்ந்துவிட்டால் நாம் எதிர்பார்க்க மாட்டோம்!

கிடைத்ததை ஏற்றுக்கொள்வோம்!

இது சரியில்லை... அது சரியில்லை! என்று குறைகூற மாட்டோம்!

"இப்படி இருந்தால்தான் எனக்குப் பிடிக்கும்!"

என்று பிறரை மாறச் சொல்லி எந்தப் பட்டியலும் போட மாட்டோம்!

பிறகு... வாழ்வு தானாகவே இயல்பாய்ப் போகத் தொடங்கிவிடும்!

எதிர்பார்ப்பு அற்ற வாழ்வில் ஏமாற்றங்கள் குறைவு!

75. முகமூடிகள்

என் தோழிக்கு நேற்று முகமே சரியில்லை. விசாரித்த உடன் வெடித்துக் கொட்டிவிட்டார்.

"இவரு கூடப் பிறந்தவங்க யாரும் அவங்கம்மாவை வச்சுக்கல. இவரு தான் தாங்கறாரு. இதுல சொத்தை மட்டும் மத்த ரெண்டு பேரும் எடுத்துக்கிட்டாங்க.

எனக்கு மட்டும் இதைக் கடைசி வரை வச்சு இடி வாங்கணும்னு தலையெழுத்தா?"

சற்று குரலைத் தாழ்த்தி,

"அதுவும் அது என்ன போட்டுக் குடுக்குதோ தெரியல. அது இருந்தாலே இவர் என் கிட்ட சிடுசிடுங்கறார். அது போனாத்தான் என் கிட்ட சிரிச்சுப் பேசறார்... எனக்குப் புரியவே இல்ல. அதுதான் என் கிட்ட சண்டை போடுதுன்னா... இவர் என்னைத் தாங்கணுமா இல்லையா? சொல்லு..!"

நான் யோசித்துவிட்டுச் சொன்னேன்.

"அவங்கம்மா பக்கம் எந்த ஞாயமும் இல்லன்னு அவருக்குப் புரிஞ்சிருக்கு.

நீ சொல்றது சரின்னும் தெரியுது.

ஆனா அதை உன்கிட்ட ஒத்துக்க பயம். நீ உடனே மச்சினர் வீட்டுக்கு அனுப்பச் சொல்வ.

ஆனா தம்பியும் அம்மாவும் தான் சொன்னாக் கேக்க மாட்டாங்கன்னு அவருக்குத் தெரியுது.

வேற வழி? கோபமா இருந்தா நீ வேற எதுவும் பேச மாட்டன்னு கணக்குப் போட்டு கத்தறார்.

அவ்வளவுதான்!"

இவர்போல் பலர் பல முகமூடிகளை அணிந்துகொண்டுதான் வலம் வருகிறார்கள்.

சூழ்நிலையை சமாளிக்கத் தெரியாதவர்கள் சட்டென்று ஒரு முகமூடியை மாட்டிக்கொள்கிறார்கள். அது பெரும்பாலும் கோப முகமாகவே இருக்கும்.

காரியம் சாதித்துக் கொள்பவர்கள் எப்போதும் ஒரு இனிமையான முகத்தை அணிந்து இருப்பார்கள். தப்பித் தவறியும் தங்கள் கோபத்தை வெளியில் கசியவிட மாட்டார்கள்.

இந்த வகையினர் ஆபத்தானவர்கள் என்பதை நான் அனுபவத்தில் கண்டு இருக்கிறேன்.

இன்னும் சிலர் தன் கீழே இருப்பவரிடம் அதிகாரம் காட்டிவிட்டு, தனக்கு மேலே இருப்பவரிடம் கூழைக்கும்பிடு போடுவார்கள். இரண்டுமே அசிங்கம் என்பதை அவர்கள் உணர்வதே இல்லை.

தன் பயத்தை மறைக்கத் தைரியசாலி முகமூடியைப் பலர் வைத்து இருக்கிறார்கள்.

சிலர் ரொம்ப அப்பாவியாய் அறிமுகம் ஆவார்கள்! நாம் சுலபமாய் நம்பிப் பேசுவோம். அப்புறம் சிலநாள் கழித்து,

"அடப் பாவிகளா! இப்படி ஒரு அயோக்கியரை(?) எனக்குக் கண்டுபிடிக்கத் தெரியலயே!"

என்று புலம்பிக்கொண்டு இருப்போம்!

இந்த அப்பாவி முகமூடிகள் எண்ணிக்கையில் அதிகம் என்று நினைக்கிறேன்.

அதுவும் நேரில் யாரையும் தெரியாத இந்த ஊடக உறவுகளில் அதிகம்.

கொஞ்சம் உற்றுநோக்கினால் அது உண்மையான முகமா அல்லது முகமூடியா என்பதைக் கணித்துவிட முடியும்.

"அப்படியானால் மனதில் இருப்பதை எல்லாம் வெளியே கொட்டி நம் உண்மை முகத்தோடு மட்டுமே இருக்க வேண்டுமா?"

அது இன்னும் ஆபத்து!

சில இடங்களில் பிறரின் குறையை கண்டும் காணாமல் போக ஒரு முகம் தேவை!

சிலர் புண் படுத்தினாலும் அதைப் பெரிது படுத்தாமல் சிரிக்க ஒரு முகம் தேவை!

உறவோ நட்போ நிலைக்க வேண்டும் என்றால் மனதில் உள்ள அனைத்தையும் கொட்டாமல் இருக்க வேண்டும்.

இவையும் முகமூடிகள்தான். ஆனால் இவை வாழ்க்கைக்குத் தேவை.

"பொய்மையும் வாய்மை இடத்தில்" வரும்... என்றார் வள்ளுவர். அது போல் உறவும் நட்பும் பலப்பட முகமூடிகள் அவசியம்.

அதுவே சுயநலத்தின் பொருட்டும் பிறரைக் கெடுக்கும் பொருட்டும் எனில் நிச்சயம் தவிர்க்கப்பட வேண்டும்.

எல்லாம் சரிதான்! முகமா இது முகமூடியா என்று கண்டுபிடிப்பதற்குள் அவர்கள் நம்மை ஏமாளி என்று சீக்கிரம் கண்டுபிடித்து விடுகிறார்கள்!

இழந்த பிறகே புரிகிறது! என்ன செய்வது..?

வேறு என்ன செய்வது... இப்படி எழுதி பிறரை எச்சரிக்கை செய்துகொண்டு இருக்க வேண்டியதுதான்!

யாம் பெற்ற துன்பம் பெறாமல் இருக்கட்டும் இந்த வையகம்..!

76. அத்தனைக்கும் ஆசைப் பட முடியுமா..?

ஆறாம் வகுப்பில் இருந்து நாங்கள் மூவரும் தோழிகள்.

போன வாரம் ஒரு தோழி பேசிக்கொண்டு இருந்தார். உண்மையில் அது ஒரு புலம்பல்!

பிள்ளைகள் வெளியூரில் இருக்க தோழி கணவருடன் சொந்த ஊரில் வசிக்கிறார்.

"என்ன வாழ்க்கை நிபு இது! எனக்கு ஒண்ணுமே பிடிக்கல. எட்டரை மணிக்கு எழுந்து ரெண்டு பேருக்கு சமைச்சுட்டு அப்புறம் என்ன பண்றதுன்னே தெரியல.

நம்ம மணிக்கு போன் போட்டேன். இருடி! அப்புறம் பேசறேன்னா. இன்னும் பேசவே இல்லடி!

குடுத்து வச்சிருக்கா! பேரன் பேத்தி சூழ அருமையா வாழறா! என்ன சொல்லு... வயசான காலத்துல ரெண்டு பேரும் ஒருத்தரை ஒருத்தர் பாத்துக்கிட்டு உக்காந்து இருக்கோம்!"

நான் பேசத் தொடங்கினேன்.

"உன் பிள்ளை கூப்பிட்டானே ஒண்ணா இருக்கலாம்னு. நீ ஏன் போகல?"

"அது எப்பிடி சொந்த வீட்டைவிட்டுப் போறது? எனக்கு வேற எங்கயும் சரிப் படாது."

"சரி... பிள்ளை வீட்டுக்கு எப்பவாவது போனா என்ன செய்வ? பேத்தியை ஸ்கூல் அனுப்ப கூடமாட ஏதாவது செய்வியா?"

"அங்க போனாலும் நானு எட்டரை மணிக்குத்தான் எழுந்திருப்பேன். மருமக அதுக்குள்ள வேலையை முடிச்சுடுவா."

"மணி, எத்தன மணிக்கு எழுந்திருக்கா தெரியுமா? தினம் அஞ்சு மணிக்கு!

காலைல சமையல் முடிச்சு பேரன் பேத்தியை குளிப்பாட்டி, க்ரைன்டர் போட்டு ன்னு வேலை சரியா இருக்கும்.

இதுல வருவோர் போவோர் கவனிச்சு அப்பப்போ பொண்ணு வீட்டுக்குப் போய் வேலை செஞ்சு...அந்தப் பேரன்களக் கவனிச்சு...

208 | சிலை ஒளிந்த கற்கள்

அவ இந்த வயசிலயும் பம்பரமா சுத்திக்கிட்டு இருக்கா!

அவ பேரன் பேத்தியோட ஜாலியா இருக்கான்னு சொல்ற. வாஸ்தவம்தான். ஆனா அவளுக்கும் உடம்பு முடியாம போகும்.

பல்வலி வந்தது... கால்வலி வந்தது... ஜுரம் வந்து ரெண்டுவாரம் அவஸ்தைப் பட்டா!

ஆனாலும், அவ பாதி வேலையாவது செய்யவேண்டிதான் இருந்தது. ஒண்ணும் செய்யமாட்டேன்னு சொல்லவும் முடியாது.

நீ எடுக்கும் ஓய்வு ஒருநாள்கூட அவளுக்குக் கிடைக்காது.

இப்போ சொல்லு... யார் வாழ்க்கை கஷ்டம்?

வாழ்க்கையில் கஷ்டப்படத் தயாரா இருந்தா மட்டும்தான் சந்தோஷங்களும் கிடைக்கும்!

எந்தக் கஷ்டமும் படாம இருக்க! அவ கஷ்டப்படறதும் உன் கண்ணுக்குத் தெரியல!

அவ சந்தோஷம் மட்டும் தெரியுது... இல்ல?"

அவள் ஒப்புக்கொண்டாள்...

"சரிதாண்டி... நீ சொல்றது! அவ்வளோ வேலையும் என்னால செய்ய முடியாது. கோபமும் அடிக்கடி வந்துடும். மருமக கூடவே வாழறது கஷ்டம்தான்."

நாம் நிறைய பேர்களைப் பார்த்து இப்படித்தான் பெருமூச்சுவிட்டுக்கொண்டு இருக்கிறோம்.

அவர்கள் வாழ்க்கையில் அடைந்த நல்ல விஷயங்கள் பற்றிப் பேசும்போது அவை எல்லாம் அதிர்ஷ்டம் என்று முடித்து விடுகிறோம்.

நமக்குக் கிடைக்காதது நம் கெட்டநேரம் என்ற முடிவுக்கு வந்து நொந்துபோய் விடுகிறோம்.

அதன் பின்னே இருக்கும் உழைப்பையும் அனுசரித்தல்களையும் நாம் கணக்கில் எடுத்துக் கொள்வதே இல்லை.

அத்தனைக்கும் ஆசைப்பட வேண்டும் என்பது உற்சாகம் ஊட்டும் வாக்கியம்தான்.

ஆனால் ஒன்றை ஆசைப்பட்டு விட்டால் மட்டும் போதாது. அதை அடைய உழைக்க வேண்டும். சிலவற்றை விட்டுக்கொடுக்கத் தெரியவேண்டும்.

கடைசியாய் என் தோழியிடம் சொன்னேன்...

"என் வீட்டுக்காரர் ஒரு டையலாக் சொல்லுவார்... ஆசைப்பட்ட சேனல் அத்தனையும் ஒரே பேக்கேஜில் கிடைக்காது!"

77. கடைசி காலம் வரையா..?

இருபது ஆண்டுகள் முன்பு அடுக்ககத்தில் எங்கள் முதல் சொந்த வீட்டை வாங்கினோம். ஆரம்பத்தில் ரொம்ப சந்தோஷமாய்த்தான் இருந்தது.

மாலை ஆனதும் மற்ற குடித்தனக்காரர்களுடன் சேர்ந்து அரட்டை அடித்து நன்றாகத்தான் சில காலம் போனது.

பிறகு தண்ணீர்ப் பஞ்சம் வந்தது. ஒருவருக்கு ஒருவர் முகம் திருப்பி, சண்டை போட்டு, ஒரே சாதி ஆட்கள் ஒன்று கூடி விட வாழ்வே வெறுத்துப் போயிற்று.

பின் வீட்டில் அதிகாலை நான்கு மணிக்கு "டாண்" என்று எழுந்து பாத்திரம் கழுவிக் கவிழ்ப்பார்கள்! எங்கள் படுக்கையறை சன்னலுக்கு மூன்றடி தூரத்தில்!

கடுப்பாய் இருக்கும் சில நேரம்!

தலைவலிக்கும் பல நேரம்!

கொலைவெறி வரும் மிகச்சில நேரம்!

அப்போதெல்லாம் அந்தக் குடைச்சல் அளிப்பதைவிட அதிகமான பயத்தை எங்கள் மனமே கொடுத்து விடும்!

"இந்த வீட்டில் இப்படியேவா? கடைசி வரையா? கடவுளே!"

வாடகை வீடு எனில் உடனே காலி செய்துவிட்டுப் போகலாம். சொந்த வீடு ஆயிற்றே!

எவ்வளவு கஷ்டப்பட்டுக் கட்டினோம்..?

ஒருநாள் துணிந்து முடிவு எடுத்தோம்.

வீட்டைக் காலி செய்துவிட்டு வாடகைக்குப் போய்விட்டோம்.

பிறகுதான் எங்கள் வாழ்க்கை, எதிர்காலத் திட்டம் பற்றி எல்லாம் யோசிக்கவே நேரம் கிடைத்தது.

வீடு மட்டும் இல்லை... இங்கு பல உறவுகள்கூட அப்படித்தான். என் தோழி ஒருத்தி சொல்வார்...

"ஏதோ தனிக்குடித்தனம் போயிட்டேன். தப்பிச்சேன்! அடிக்கடி இந்த சொந்தம் வந்து போனாலும், என்ன பேசினாலும்... போனாப் போறாங்க! பேசிட்டு போகட்டும்! இன்னிக்கு ஒருநாள் தானேன்னு விட்டுடறேன். ஒண்ணாவே இருந்தா எனக்குப் பைத்தியம் பிடிச்சிருக்கும்!"

ஆம்! உண்மைதான்!

எந்த ஒன்றும் நம்மைக் கடைசிவரை கட்டிப்போடும் என்றால் அதன் குறைகள் நமக்குப் பூதாகரமாய்த்தான் தெரியும்!

நாமும் பொறுத்துப்போக அஞ்சுவோம்!

"இப்போ விட்டுக்கொடுத்தா கடைசிவரை நம்ம தலைல மிளகா அரைப்பாங்களோ!"

மற்ற உறவுகளுக்கே இத்தனை யோசனை எனில்... திருமண உறவுக்கு..?

நாம் நம் துணையை முழுவதும் புரிந்துகொண்டோம் என்பது மாயை!

அதுபோல் இணை நம்மைப் புரிந்து அனுசரிக்க வேண்டும் என்பது ஒரு பேராசை!

கடைசிவரை ஒன்றாய் வாழ வேண்டும் என்றுதான் மண வாழ்வில் காலடி எடுத்து வைக்கிறோம்.

அதில் குறைகள் இருக்கக்கூடாது என்றால் இங்கு யாரும் இணைந்து வாழவே முடியாது!

உண்மையில் வாழ்க்கையில் ஏதேனும் இருவர் மனம் ஒன்றுபட்டு வாழ்ந்ததாய் சரித்திரம் உண்டா?

அம்மா அப்பாவுடன்... நம் பிள்ளைகளுடன் நமக்கு கருத்து வேறுபாடு வந்ததே இல்லையா?

உடன் பிறந்தவர்கள் அடித்துக்கொள்ளாத வீடு உண்டா?

நட்புகளிடம் நாம் முகம் திருப்பிக்கொள்வதே இல்லையா?

அவர்கள் அனைவரையும் அவர்கள் குறைகளுடன் ஏற்றுக்கொள்ளும்போது கணவனோ மனைவியோ மட்டும் குறை இல்லாத அவதாரம்போல் இருக்க வேண்டும் என்று ஏன் நினைக்கிறோம்?

குறை மறைத்து நடித்து அடுத்தவரைக் கவர நினைத்தால் அது ஒரு கட்டத்தில் உறவையே அறுத்துவிடுகிறது.

"கடைசிவரை நடிக்க வேண்டுமா? ஐயோ!" என்று ஆகிவிடுகிறது.

இதில் நகைச்சுவை என்னவென்றால்...

"எனக்கு வாச்சதுதான் இப்படி! என்னைத்தவிர எல்லாரும் சந்தோஷமா இருக்காங்க!"

"நான் மட்டும் இதைக் (!) கட்டாம வேற யாரையாவது கட்டி இருந்தேன்னா... என்னை அப்படியே தங்கத் தாம்பாளத்துல வச்சுத் தாங்கி இருப்பாங்க!"

என்று ஒவ்வொருவரும் நினைத்துக் கொள்வதுதான்!

முடிந்தவரை நம் இயல்புப்படி வாழ முயற்சி செய்யலாம்!

அடுத்தவருக்கும் அதே உரிமை உண்டு என்பதை மறக்காமல் இருக்கலாம்!

ஒருவர்மீது ஒருவர் ஒரு அடிப்படை அன்பையும் நம்பிக்கையையும் வைத்து இறுதி வரை வாழலாம்!

இப்போதைக்கு திருமணம் என்பதைவிடச் சிறந்த அமைப்பு வேறு எதுவும் இல்லை.

அப்படி ஏதாவது ஒன்று வருங்காலத்தில் வரலாம்.

அதுவரை... திருமணம் மூலம் கிடைத்த உறவுகளில் குற்றம் மட்டுமே கண்டு அலுத்துக் கொள்ளாமல்... கொஞ்சம் வாழ்வை ரசித்துத்தான் வாழ்வோமே..!

78. காத்திருப்பு

பள்ளி செல்லும் வயதில் காத்திருப்பு என்ற சொல்லே எரிச்சல் மூட்டக் கூடியதாய் இருந்தது. வரிசையில் நின்றுவர சலிப்பு!

ஆசிரியை என் விடைத்தாளைத் திருத்த சற்று நேரமானாலும் எரிச்சல்!

பொதுவிநியோகக் கடையில் என் முறை வரும்வரை முன்னால் நிற்பவர்களை முறைத்துக்கொண்டே நின்றுகொண்டு இருப்பேன்.

எல்லாம் வேகமாய் நடந்துவிட வேண்டும்!

எதற்கும் காத்திருக்க முடியாது!

"நான் நட்டதும் ரோஜா இன்றே பூக்கணும்!" என்று பாடாத குறைதான்.

(அப்போது இந்தப் பாடல் வரவில்லை!)

பிறகு வந்த நாட்களில் எது எதற்கோ காத்துக்கொண்டு இருந்த நேரங்கள்தான் எனக்கு வாழ்க்கையைப் புரியவைத்தன.

"தண்ணிக்குக் கஷ்டப்பட்டுக்கிட்டு ஒரு வீட்டுல இருந்தோம். கொடுமைடா சாமி! தினம் நரகம் தான்..!"

"எத்தனை நாள் இருந்தே?"

"அது ஒரு ரெண்டு வருஷம்.."

"அதுக்கா இந்தப் புலம்பல்..! அதான் வேற வீடு வந்துட்டியே..?"

"வேற வீடு போவோம்னு அப்போ தெரியாதே! எவ்வளவு நாள் இந்தக் கஷ்டம்னும் தெரியாது. இதுக்கு ஒரு முடிவு வருமான்னும் தெரியாது. கடைசிவரை இதே கஷ்டம் படணுமான்னு பயமா இருக்கும்..!"

உண்மையில் நம் அனைவருக்கும் இதுதான் பிரச்னை!

ஒரு கஷ்டம் வந்தால் அது எப்போது விலகும் என்று தெரியாது.

"நீ இன்னும் ஒரு வருஷம் இதே மாதிரி கஷ்டப் படுவ. அப்புறம் நல்லா இருப்ப!" என்று யாராவது சொன்னால்

"சரி! ஒரு வருஷம் தானே! போகுது போ!" என்று பல்லைக் கடித்துக்கொண்டு பொறுத்துக் கொள்வோம்!

கால அளவு தெரியாமல் இருப்பதே நம் முன் இருக்கும் பெரிய சவால்!

நம் கஷ்டமும் மோசமான சூழலும் நாளையே மாறி விடலாம். பல ஆண்டுகள் கழித்தும் மாறலாம். எப்போது மாறும் என்று தெரியாமல் தடுமாறிப் போகிறோம். ஒருவேளை அது நிரந்தரம் ஆகி விடுமோ என்று அஞ்சுகிறோம்.

மாறிப் போய் நல்லபடியாக வாழும்போது "சே! இதற்கா அவ்வளவு கவலைப் பட்டோம்?"

என்று தோன்றி விடும்.

இதில் மிகுந்த வேதனையளிப்பது மருத்துவமனையில் காத்திருக்கும் நேரம் தான். ஆனால் சிலர் சொல்வார்கள்...

"ஹாஸ்பிடல் போய் சேர்த்து காத்துக்கிட்டு இருந்தாலாவது மனசு கொஞ்சம் ஆறி இருக்கும். இப்படி பொட்டுன்னு போயிட்டாரே..."

இங்கு மாறாமல் இருக்கப் போவது எதுவும் இல்லை. நல்லதோ கெட்டதோ எது ஒன்றும் நிலைத்து நிற்கப்போவதில்லை.

வாழ்க்கையில் எல்லா உணர்வுகளும் மாறிமாறி வந்து கொண்டுதான் இருக்கும்.

இது கொஞ்சம் புரிந்துபோன பிறகு காத்திருக்கும் நேரங்கள் சலிப்பை அளிப்பதில்லை.

நல்ல சூழல் இருந்தால் "இதுவும் ஒரு நாள் மாறலாம்!" என்று நம்மைத் தயார் செய்து கொள்ளலாம்!

பிடிக்காத சூழல் இருந்தால் "இது நிச்சயம் மாறிவிடும்!" என்று நம்பிக்கையுடன் காத்து இருக்கலாம்!

எப்போது மாறும்? என்ற கேள்விக்கான விடை இல்லாததே இங்கு வாழ்வின் ரகசியம்!

இந்த வாழ்வை சுவாரசியமாய் வாழ்பவர் ஜெயித்துவிட்டதாய் உணர்கிறார்!

சலிப்பாய் எதிர்கொள்பவர், தான் தோற்றுவிட்டதாய் புலம்புகிறார்!

வாழ்க்கை எப்போதும் நம்மை எதற்காகவாவது காத்திருக்கச் சொல்கிறது!

அந்த நேரத்தையும் சுவாரசியமாய் வாழ்வது புத்திசாலித்தனம்!

காத்திருந்து அடையும் எது ஒன்றின் மதிப்பும் அதிகம் என்பதையும் மறந்துவிடக் கூடாது!

79. திருட்டும் திறமையும்!

பல ஆண்டுகள் முன்பு நாங்கள் குடியிருந்த வீட்டின் பின்வாசல் அருகில் ஒரு செம்பருத்தி செடி வைத்து இருந்தோம்.

அது ஒரு தொட்டிச் செடியாய் வாழ்ந்து பிறகு சிறிய அளவில் இடம் கிடைக்க பூமியில் நடப்பட்ட நீண்ட வரலாறு கொண்டது!

சிறுவர்களாக இருந்த என் மகன்கள் மிகுந்த ஆர்வமுடன் அதற்கு உரமிட்டு வளர்த்து வந்தனர்.

செடி அற்புதமாய் செழித்து ஒரு நாளுக்கு நாற்பது பூக்களுக்கு மேல் பூத்து வந்தது.

இது என்ன கதை என்கிறீர்களா? இனிதான் கதையே!

பின் வீட்டு மனிதர் தினமும் இருட்டோடு எழுந்து அத்தனை பூக்களையும் பறித்துச் சென்றுவிடுவார்!

நான் இதைப் பொறுக்க முடியாமல் ஒரு நாள் கேட்டுவிட்டேன்.

"ஏங்க! இவ்வளவு கஷ்டப் பட்டு செடி வளர்க்கிறேன்... எனக்கு ஒரு நாலு பூவாவது விட்டுவைக்கக் கூடாதா?"

மறுநாள் காலை போய் பார்க்கிறேன்... நம்ப மாட்டீர்கள்..! எண்ணி நான்கு பூக்கள் மட்டும் இருந்தன!

எனக்கு 'குபீர்' என்று இரத்தம் தலைக்கு ஏறியது!

அவர் சுற்றுச்சுவர் அருகே வந்து நின்றார்.

நான், "என்ன இது?"

அவர், "நீங்கதானே நாலு பூ கேட்டீங்க!"

அறுபது வயதுக்கு மேல் ஆன அவரை (முப்பதுகளில் இருந்த எனக்கு!) அப்படியே அறைந்துவிடலாம் போல் பற்றிக்கொண்டு வந்தது!

நான் பேசாமல் உள்ளே வந்துவிட்டேன்.

பிறகு அவர் மகளிடம் போய் சொல்லிவிட்டு வந்தேன்.

அடுத்த சில நாட்களில் அந்த பிரம்மாண்ட செடி பட்டுப்போய்விட்டது.

வேரில் எதையோ ஊற்றிய அடையாளம் இருப்பதாய் வீட்டு உதவியாளர் புலம்பிக்கொண்டு இருந்தார். நான் அருகில் போய் பார்க்கவே இல்லை.

என்ன மனிதர்கள்!

பின்பு வாழ்க்கை இவர்போல பலரை கடந்துபோக வைத்தது.

தன் உழைப்பு சிறிதும் இல்லாமல் அடுத்தவர் பொருளை திருடிக் கொள்வதை "திறமை" என்றும் "சாமர்த்தியம்" என்றும் தன்னைத்தானே பாராட்டிக் கொள்ளும் மனிதர்களை எதிர்த்து நிற்கவே முடிவதில்லை எனக்கு.

அவர்கள் எதற்கும் துணிந்தவர்கள்.

எதன் பொருட்டும் குற்ற உணர்ச்சி இல்லாதவர்கள்.

நியாயம் கேட்பவர் மீது சேற்றை வாரி இறைக்கத் தயங்காதவர்கள்.

பிறரிடம் பொய் சொல்லி தன் பக்கம்தான் நியாயம் இருப்பதாய் சொல்பவர்கள்.

அவர்கள் சொல்வதை நம்பவும் ஒரு கூட்டம் உண்டு.

எனவே... தரமற்ற மனிதர்களைக் கண்டால் நான் எப்போதும் ஒதுங்கியே போய்விடுகிறேன்.

எந்தக் காலத்திலும் அவர்களை மாற்றமுடியாது என்பதை நான் உணர்ந்து இருக்கிறேன்.

நாம் தொண்டை வறள பேசுவதையே அவர்கள் தன் வெற்றியாய் ரசித்துக் கேட்கிறார்கள் என்பதை நான் சற்று பயத்துடன் ஒரு தருணத்தில் புரிந்துகொண்டேன்.

என்னால் முடிந்தவரை பிற மனிதருடன் ஒத்துப் போகவே விரும்புகிறேன்.

ஆனால்... பொய் சொல்லத் தயங்காத மனிதர் எனில்...யாராய் இருந்தாலும்... நான் உள்ளூர அச்சப்பட்டு ஒதுங்கிக் கொள்கிறேன்.

இதனால் இழந்தவை ஏராளம்!

ஆனால் அவர்கள் தரத்துக்கு இறங்கிப்போய் விடவில்லை என்ற எண்ணமே எனக்கு பெரும் திருப்தியை அளித்துவிடுகிறது!

இது ஒன்று போதாதா வாழ்வதற்கு..!

("ம்க்கும்! ஏமாளியாய் வாழ்ந்துவிட்டு அதற்கு ஒரு பதிவு வேறா!" இது என்னைப்பற்றித் தெரிந்த... எனக்கு வேண்டியவர்களின் மனக் குரல்!)

80. ஈத்துவக்கும் இன்பம்

பள்ளி நாட்களில் தன் பின்னலை விட நீளமாய்ப் பூ வைத்துக்கொண்டு வரும் பெண்கள் அதிகம் பேர் உண்டு.

அவர்களில் பலர் தன் தலையில் சூடிய பூவைக் கொஞ்சம் கத்தரித்துத் தன் தோழியின் தலையில் சூடுவது உண்டு.

"ஹேய்..! அப்படில்லாம் தலையில் ஒருத்தர் வச்ச பூவை இன்னொருத்தர் வச்சிக்கக் கூடாதுப்பா! எங்கம்மா சொல்லி இருக்காங்க!"

"அய்ய..! அது ஒண்ணும் தலையில் இல்ல! கழுத்துக்குக் கீழ தான் தொங்கிட்டு இருந்துது! போ..! போ..!"

அவ்வளவு தான்! பஞ்சாயத்து முடிந்து விடும்!

நட்பை மகிழ்விக்கக் காசு பணம் ஒன்றும் தேவையில்லை. கொஞ்சம் அன்பு மனதில் இருந்தால் போதும்.

ஒரு நாள் ஒரு சிறுவன் கோடை விடுமுறையில் வேர்க்க விறுவிறுக்க சைக்கிள் மிதித்துக்கொண்டு எங்கள் வீட்டுக்கு வந்தான்.

அப்பா, "யாருப்பா நீ?"

"நான் நெகனூர்ல ருந்து வரேன். எங்க நெலத்துல மல்லாட்ட எடுத்தோம். டீச்சருக்குக் குடுக்க வந்தேன்."

அம்மா பல வருடங்களாய் மகளிர் பள்ளியில்தான் பணிபுரிந்தார் அப்போது.

"நீ படிச்சியா அவங்ககிட்ட?"

"இல்ல... எங்கக்கா படிச்சுது!"

அம்மா உள்ளே இருந்து வந்து விசாரித்துவிட்டு அவனைக் கட்டாயப்படுத்தி சாப்பிட வைத்தார்.

கிளம்பும்போது அவனிடம் தின்பண்டம் நிறைந்த பையைக் கொடுத்து...

"உன் அக்கா கிட்ட கொடுத்து நீயும் சாப்பிடு!" என்றார்.

"அக்காவுக்குக் கல்யாணம் ஆயிப் போயிடுச்சு! அம்மாதான் உங்ககிட்ட குடுத்துட்டு வரச்சொல்லி அனுப்பினாங்க!"

என் அம்மாவுக்குக் கண்கள் நீரால் நிறைந்துவிட்டது!

பல நாட்கள் அதை நினைத்து நெகிழ்ந்து போவார்.

"பாடம் நடத்தி கண்ட பலன் பார்த்தியா! எங்கோ எப்பவோ சொல்லிக் கொடுத்ததை மறக்காத மனுஷங்கதான் எங்க சொத்து!"

ஆம்! உண்மைதான்..! நாற்பது ஆண்டுகள் கடந்த பின்பும் அந்த வேர்க்கடலைப் பை இன்னும் மனதில் பச்சை வாசத்துடன் இருக்கிறது!

காசு கொடுத்தால் எல்லாம் கிடைக்கும் என்ற எண்ணம் இப்போது பலருக்கு வந்துவிட்டது.

ஆனால், காசு கொடுத்தாலும் கிடைக்காத பொருட்கள் பல உண்டு என்பது அவர்களுக்குப் புரிவதே இல்லை.

கொடுக்க ஒரு மனம் வேண்டும் என்பார்கள்.

உண்மையில் பிறர் தனக்குக் கொடுத்தது என்ன என்பதை அறிந்துகொள்ளவே ஒரு புத்திசாலித்தனம் தேவைப்படுகிறது!

அதை உணர்ந்து பதிலுக்கு நன்றி பாராட்டவோ அன்பு செய்யவோகூட மனிதர்களுக்கு இப்போது நேரம் இல்லாமல் போய்விட்டது.

தான், தன் சுகம் என்ற சுயநல வாழ்வில் பிறர் தனக்கு செய்துகொள்வதெல்லாம் லாபம்! அவ்வளவே!

பிறர் பெருந்தன்மையாக விட்டுக்கொடுத்தால்கூட அதைத் தன் சாமர்த்தியம் என்று எண்ணிப் பூரிக்கும் மனநிலையே பலருக்கு வாய்த்து இருக்கிறது.

பிறருக்குக் கொடுத்து அதனால் மகிழும் இன்பம் என்பது இப்போது குறைந்துகொண்டே வருகிறது.

ஏனெனில், கொடுப்பதை மதிக்க ஆளில்லை.

பலன் எதிர்பாராமல் ஏதாவது சிலவற்றைக் கொடுத்துக்கொண்டே இருக்கப் பழகுவோம்.

சிலராவது அதன் மேன்மையை உணர்வார்கள்.

வாழ்க்கை எந்திர மயம் ஆகாமல் சற்றே உயிர்ப்புடன் நம்மை வைத்திருக்கும்..!

என்னவெல்லாம் கொடுக்கலாம்..?

தேவை அறிந்து கொடுக்கவேண்டும் என்பது முதல் விதி!

புத்தகம், உடை, ஒரு இனிப்புப் பெட்டி, ஒரு பேனா, ஒரு செடி, கொஞ்சம் பூக்கள், பழம், காய்கறிகள்... எதிர்ப்படும் முகம் நோக்கி ஒரு புன்னகை..!

"எப்படி இருக்கே?" ஒரு விசாரிப்பு!

"என் உதவி தேவையா?" ஒரு அக்கறையான கேள்வி!

வீட்டில் ஓயாமல் சமைக்கும் பிறவிக்கு ஒரு குவளைத் தேனீர்!

எதைக் கொடுத்தாலும் உடனேயே நாம் அதை மறந்துவிட வேண்டும்! இது இரண்டாம் விதி!

வாங்கிக்கொண்டதை மட்டும் மறக்கவே கூடாது என்பது மூன்றாம் விதி!

கொடுப்பதையும் ஏற்பதையும் மனதால் உணர்ந்துகொண்டாடத் தொடங்கிவிட்டால்...

இங்கு வாழ்க்கையில் பல கசப்புகள் மறைந்துவிடலாம். ஈத்துவக்கும் இன்பம் கிடைத்து விடலாம்..!

81. கடலைக் கடைந்து..!

நாங்கள் ஒரு இடத்தை விற்க வேண்டியிருந்தது. நேரில் அடிக்கடி போக முடியாத சூழ்நிலை.

யாரையேனும் நம்பி பொறுப்பை ஒப்படைக்க வேண்டும். என் சிறு வயது நண்பனிடம் சொன்னேன்.

இது தெரிந்த பலர் எனக்கு அறிவுரை சொன்னார்கள்.

"அவன் நீ நினைக்கிற மாதிரி இல்ல. நிச்சயம் உன்னை ஏமாத்திடுவான்... வேண்டாம்னு சொல்லு. அவனை முன் நிறுத்தாதே..."

நான் ஒரே வரிதான் சொன்னேன்...

"அவன் என்னை ஏமாத்த மாட்டான்!"

அவன் அந்த வேலையை எனக்கு வெகு சீக்கிரம் அழகாய் நேர்மையாய் முடித்துக் கொடுத்தான்! அதுவும் எல்லோரும் வியக்கும் அளவுக்கு!

நான் நம்பியது போலவே அவன் நடந்து கொண்டான்.

அதே சமயம் எல்லோராலும் மதிக்கப்பட்ட ஒரு நபரால் நான் ஏமாற்றப்பட்டு கடும் மன உளைச்சலுக்கு உள்ளானதும் நடந்து இருக்கிறது.

ஏன்..? இது ஒரு பதில் இல்லாக் கேள்வி!

மானுட மனம் என்ன செய்யும் என்று இதுவரை முழுதாய் அறிந்தவர் யார்?

ஒருவர் பலருக்கு நல்லவராய் இருக்கும் அதே நேரம் யாருக்கோ மிக மோசமானவராய் இருக்கிறார்.

பலரும் வெறுக்கும் ஒருவர் யார் மனதிலோ நீங்காத இடம் பிடித்து விடுகிறார்.

நான் பொதுவாய் யாரையும் பிறர் சொல்கேட்டு எடைபோடுவது இல்லை.

நான் பழகிப்பார்த்துவிட்டே முடிவு செய்கிறேன்.

என்னிடம் பழகும்விதம் வைத்தே அந்த உறவைத் தொடர்கிறேன். அல்லது முடித்துவிடுகிறேன்.

அவர்கள் திறமை, பணம், செல்வாக்கு எதுபற்றியும் நான் யோசிப்பது இல்லை.

மனிதர்களின் மனம் ஒரு கடல் போல!

அவர்களிடம் உண்மையில் எல்லா உணர்வுகளும் இருக்கும்.

நமக்குத் தேவை...கொஞ்ச நேரம்! நமக்குத் தேவையான உணர்வை அவர்கள் மனதில் தேடி எடுக்க..!

அது நட்பாக இருக்கலாம்...

ஏதாவது திறமையாக இருக்கலாம்...

அளவற்ற பாசமாய் இருக்கலாம்..!

பலநேரம் அவர்களே அறியாமல் அவர்கள் மனதில் அவை ஒளிந்து இருக்கலாம்.

மேலோட்டமாய்ப் பழகாமல் நம் மனம் விட்டு உண்மையாய்ப் பழகும்போது அவை வெளிப்படும் வாய்ப்புகள் அதிகம்.

பாற்கடலைக் கடையும்போது அமுதமும் விஷமும் வந்ததாமே..!

அதுபோல் நெருக்கமாய்ப் பழகிய மனிதர்களிடம் நீங்காத நட்பைப் பெற்று இருக்கிறேன்!

என்மீது விஷம் கக்கிய மனிதர்களும் உண்டு!

அவர்களிடம் இருந்து விலகி வெகுதூரம் வந்துவிடுகிறேன்!

ஆனாலும் மனிதர்கள் மீதான என் நம்பிக்கை குறையவே இல்லை!

அதுவே வாழ்வை சுவாரசியம் மிகுந்த ஒன்றாய் ஆக்கிவிடுகிறது!

நன்கு யோசித்துப் பார்த்தால்...

சக மனிதர்கள் மீது வெறுப்பும் அவ நம்பிக்கையும் கொள்ளும் போதுதான்...

நமக்கு நம் வாழ்க்கையே வெறுத்துப்போகிறது..! அல்லவா..?

இவ்வளவு பெரிய உலகத்தில் எத்தனை எத்தனை மனிதர்கள்!

நிச்சயம் ஒருவரைப்போல் மற்றவர் இல்லை!

நம்மைப்பற்றி ஒருவர்போல் மற்றவர் நினைப்பது இல்லை!

அப்படி இருக்க, ஒரு துரோகத்தைப் பார்த்த உடன்...

ஒரு வெறுப்பைக் கண்டவுடன்...

ஓர் அவமானத்தை சந்தித்த உடன்...

ஒரு பிரிவை உணர்ந்த உடன்....

எதற்கு நாம் வாழ்க்கையை வெறுக்கத் தொடங்கிவிட வேண்டும்?

கிடைக்கப்போவது அமுதமோ விஷமோ...

அது கடலைக் கடைந்து பார்த்தால் அல்லவா தெரியும்..!

விஷம் பார்க்கப் பயந்து சும்மா இருந்தால்

அமுதமும் கிடைக்காமல் போய்விடும் அபாயம் உண்டு!

வாழ்வு இருக்கும்வரை நேசிக்கலாம்...

வாழ்வையும்... மனிதர்களையும்..!

82. இருப்பை உணர்தல்

சமீபத்தில் கேட்ட ஒரு பேச்சு மனதை உறுத்திக்கொண்டே இருக்கிறது.

"அந்த அம்மா சாவுக்குப் போயிருந்தேன். கடைசி வர தனியாத்தான் இருந்தாங்களாம். பெத்ததுங்க கூட சாதாரணமா என்கிட்ட தகவல் சொல்லிக்கிட்டு நிக்குதுங்க.

அவ்வளவு சொத்து! ஆனா யாருமே அழல!

என்ன வாழ்க்கை இது..?"

நினைத்துப் பார்த்தால் ஒரு நொடி மனம் நடுங்கிவிட்டது.

இதில் தவறு இறந்தவர் மீதா... சுற்றி இருப்பவர் மீதா என்ற விவாதத்துக்குள் போக மனம் இல்லை எனக்கு.

ஆனால் பொதுவாகவே உறவுகளுக்குள் முன்பு இருந்த ஒரு பிணைப்பு வரவர மங்கி வருவதாகவே தோன்றுகிறது.

எதனால் இப்படி...?

ஒருவர் இருக்கும்போது அன்போ மரியாதையோ நன்றியோ கொஞ்சம் இருந்தால்தானே அழுகை வரும்?

ஏதோ ஒரு தூரத்து உறவினர் இழப்பைக்கூட தாங்க முடியாமல் பலநாள் அழுது வருந்திக்கொண்டு இருந்த எத்தனைப் பேரை நாம் பார்த்து இருப்போம்?

அவை எல்லாம் இப்போது மாறிவிட்டதா?

மாற்றம் தேவைதான்.

ஆனால் மனிதம் இங்கு மரித்துப் போகலாமா?

உடன் வாழும் மனிதர்கள், இருந்தாலும் இல்லாவிட்டாலும் ஒன்றுதான் என்று நினைப்பது எத்தனைக் கொடூரமானது..?

இதை நாம் நினைத்தால் மாற்றலாம்.

நம்முடன் வாழ்பவருக்கு ஏதோ ஒரு சிறு உதவி செய்து விட்டு பேரன்பு காட்டலாம்!

பிறர் நமக்குச் செய்யும் சிறு உதவியைக்கூட பெரிதாய்ப் பாராட்டி மகிழலாம்... அதன் மூலம் மகிழ்விக்கலாம்!

பிறர் நம்மை வெறுத்தால் பதிலுக்கு வெறுக்காமல் சற்றுத்தள்ளி அமைதியாய் நின்றுவிடலாம்!

வயதாக ஆக எல்லோருமே ஏதோ ஒரு மனச் சிக்கலில் சிக்கிக்கொள்கிறார்கள்.

அதைப் புரிந்துகொள்ள கொஞ்சம் முயற்சி செய்தால் நல்லது.

தன்னால் சம்பாதிக்கவோ உடலால் உழைக்கவோ முடியாது என்ற கட்டம் வரும்போது எல்லோரும் தடுமாறித்தான் போகிறார்கள்.

தன்னால் யாருக்கும் உபயோகம் இல்லை என்று நொந்துபோகிறார்கள்.

"நீங்கள் இதுவரை உழைத்தது போதும்!" என்று நாம் பரிவு காட்டலாம்.

நமக்குத் தொல்லையாய் நடந்து கொண்டாலும் சிரித்துவிட்டுக் கடந்துவிடலாம்.

அவர்கள் செய்த சிறு நன்மையைக்கூட மறந்துவிடாமல் இருக்கப் பழகலாம்.

முக்கியமாய் நம் அடுத்த தலைமுறைக்கு இதைக் கற்றுக்கொடுப்பதை நம் கடமை என்று நினைக்கலாம்.

உணவு, உடை, வீடு, பணம்..! வாழ்க்கைக்கு இவை மட்டும் போதுமா?

இருக்கும் போது அன்புகாட்ட சிலர் வேண்டும் அல்லவா?

ஒருவரின் இருப்பை உணர்ந்து மதித்தலே நல்ல வாழ்க்கை அல்லவா?

நம் இருப்பை நல்ல விதமாய் பிறரை உணர வைப்பது நம் கடமை அல்லவா?

ஒருவரின் இருப்பை உணர்வதும்....

அவரின் இறப்பில் அழுவதுமே இங்கு வாழ்க்கையின் அர்த்தம் என்று கொள்ளப்படும்!

83. தயக்கம் என்ன?

என் கல்லூரியில் எனக்குக் கிடைத்த ஓர் அற்புதமான தோழி விஜி. என்னைவிட இரண்டு வயது சிறியவள். எனவே அக்கா என்றே அழைப்பார். இருவரும் 1986 இல் பிரிந்துவிட்டோம்.

பிறகு ஐந்து ஆண்டுகள் கடிதப் போக்குவரத்து நீடித்தது.

(அதுவே பெரிய விஷயம் தான் என்று இப்போது புரிகிறது!)

தொலைபேசி இல்லாத காலகட்டத்தில் எங்கள் நட்பு அப்படியே நின்று போயிற்று.

சென்ற ஆண்டு என் பதிவின் பின்னூட்டத்தில் விஜியின் கேள்வி!

"நிபுக்கா! நல்லா இருக்கீங்களா?"

எழும்பிக் குதிக்காத குறையாய் உடனே அலைபேசி எண் கொடுத்து பேசி, விட்ட இடத்தில் இருந்து உறவைத் தொடர்ந்துகொண்டு இருக்கிறோம்.

சென்ற வாரம் ஒரு திருமணத்திற்குப் போகும்போது, வழியில் விஜியின் ஊர் இருந்தது. வாய்ப்பைத் தவற விடாமல் சந்தித்துவிட்டோம்!

"நிபுக்கா!" என்று ஓடி வந்து கட்டிக் கொண்ட விஜி மாறவே இல்லை! என்ன ஒரு உபசாரம்!

விஜியின் கணவரும் சேர்ந்து கவனிக்க, நேரம் போனதே தெரியவில்லை.

கிளம்பிய பிறகு என் கணவர் ஆச்சரியப்பட்டுக்கொண்டே வந்தார்.

“என்ன மாதிரி மனுஷங்க! இது மாதிரி சட்டுன்னு ஒட்டிக்கிற ஆட்களைப் பார்த்தே நாளாகுது. உன்னைப் பார்க்கிற பார்வை யிலேயே என்ன ஒரு பாசம்! விஜியை விடு... உன் friend! அவரைப் பாரு... எத்தனை பண்டம் தானே பேக் பண்ணி வச்சிருக்காரு!”

இடையில் 36 வருடங்கள் எந்த மாற்றத்தையும் எங்களிடையே உருவாக்கவே இல்லை!

இந்தப் பிரியம் என்பது பார்த்துப் பார்த்து உணவு கொடுத்தது. பை நிறைய பொருட்கள் எடுத்து காரில் வைத்தது. நான் யோசித்துக்கொண்டே வந்தேன்...

“விஜி கொடுத்த பிள்ளையாரை பத்திரமாய் வைக்க வேண்டும். அது கொடுத்த ஜாக்கெட் பிட்டை தைத்துப் போட்டுக்கொள்ள வேண்டும்.”

அவை வெறும் பொருட்கள் அல்ல. அன்பின் சாட்சிகள் அல்லவா!

எனக்கு அப்போது ஒரு சந்தேகம் வந்தது.

அன்பு என்பது வெளிப்படையாய் காட்டிக் கொள்ளும்போது எவ்வளவு நிறைவாய் இருக்கிறது?

ஆனால் பெரும்பாலும் மனிதர்கள் ஏன் அன்பை வெளிக்காட்டத் தயங்குகிறார்கள்?

மனதில் அன்பு இல்லாதவர் பற்றிப் பேசவில்லை. மனதில் தீராத பிரியம் இருந்தும் அதைக்காட்டிக் கொள்ளாமல் எத்தனைப்பேர் இருக்கிறார்கள்!

இதில் அதிகம் பேர் கூச்ச சுபாவிகள் என்று சொல்லிக் கொள்வார்கள். இன்னும் சிலர் “மனதில் இருப்பதை எதற்கு வெளியே சொல்வது... சொன்னால்தானா?” என்பார்கள்.

“என்ன நாடகமா போடறோம்? இது வாழ்க்கை. அப்படி எல்லாம் நடிக்க முடியாது”

என்று சிலர் சிலுப்பிக் கொள்வார்கள்.

ஒரே வீட்டில் வாழ்பவர்கள் “தினம் தானே பார்த்துக்கிட்டு இருக்கோம்? புதுசா என்ன இருக்கு ?” என்பார்கள்.

அன்றாட வாழ்வில் பேசும் சிறு பேச்சுகள், சிறு செயல்கள் அடுத்தவருக்குப் பெரியதொரு மனநிறைவைத் தரலாம்.

“உனக்குப் பிடிக்குமேன்னு செய்தேன்!”

"உனக்குப் பிடிச்சது வாங்கி வந்திருக்கேன்!"

"உனக்கு என்ன வேணும்? சொல்லு!"

இதுபோல் மனமாரக் கேட்கும் சிறு கேள்விகள் பெரும் மகிழ்வைத் தரும் என்பது உண்மை. நம்பாவிட்டால் உங்கள் வீட்டில் பேசிப் பாருங்கள்!

பெற்ற பிள்ளைகளிடம் பாசம் காட்டத் தயங்கும் தகப்பன்! மனைவியிடம் முறைத்துக் கொண்டு இருக்கும் கணவன்!

கணவனிடம் உம் மென்று இருக்கும் மனைவி! குழந்தைகளிடம் சிடுசிடுக்கும் அம்மா! உறவினர் வந்து விட்டால் முகத்தைத் திருப்பிக் கொள்ளும் மனிதர்கள்!

எத்தனை விதமான மனிதரை தினமும் சந்திக்கிறோம்?

"வாழ்க்கை என்றால் ஆயிரம் இருக்கும்!

வாசல் தோறும் வேதனை இருக்கும்!" என்ற கவிஞரின் வரிகள் யதார்த்த வாழ்வைச் சொல்லும்.

இந்த வாழ்வில் மனதார... வாயார கொஞ்சம் அன்பு மொழி பேசி மகிழ்வித்து மகிழ்ந்து இருக்கலாமே! அதில் என்ன தயக்கம்..?

84. நண்பர்கள் கவனிக்கவும்...

வெகுநாள் கழித்து ஒரு குடும்பத்தைச் சந்தித்தேன். அந்நேரம் அவர் அம்மாவும் அங்கு இருந்தார். தோழி மெதுவாய் "அம்மாவுக்கு உடம்பு சரியில்ல. அதான் கூட்டிக்கிட்டு வந்துட்டேன்..." என்றார்.

அந்த அம்மாவை எனக்கும் பிடிக்கும். பல வருடங்கள் முன்பு பழகி இருக்கிறோம். எப்போதும் கொண்டை போட்டு பூச்சூடி பளிச்சென்று இருப்பார்.

நான் காலை வேளையில் அவசரமாய்ப் பிள்ளைகளைப் பள்ளிக்கு அனுப்பும்போது வாசலில் நின்று பார்ப்பார். நான் வேர்த்து வழிந்து அழகு சுந்தரமாய் நின்றுகொண்டு பேசுவேன்!

(பரட்டை என்கிற அழகு சுந்தரம்!)

அவர், தான் இதுவரை சமைக்காத கதையை எனக்கு விலாவாரியாக விளக்குவார். எப்படி ஆள் போட்டு சமைத்தார் என்று சொல்லுவார்.

இப்போதும் அதே உற்சாகத்துடன் பேசினார்.

"நீ ஒரு உப்புமா கிளறுவியே... அந்த வாசனை எங்க வீடு வரைக்கும் அடிக்கும்..." என்றார்.

நான் அவர் பெண்ணைத் திரும்பிப் பார்த்தேன். அதன் பொருள். "நல்லாத்தானே இருக்காங்க? என் உப்புமாகூட மறக்கல..?"

மூதாட்டி சொன்னார், "நீ ஒரு உப்புமா கிளறுவியே... அந்த வாசனை எங்க வீடு வரைக்கும்..."

நான் திடுக்கிட்டுத் திரும்பிப் பார்த்தேன்.

அவர் மெதுவான குரலில்....

“அம்மாவுக்கு எல்லாம் மறந்துபோயிடும்... அதான் பிரச்னை. சொன்னதையே திரும்பத் திரும்ப சொல்லுவாங்க....” என்றார்.

நான் கனத்த மனதுடன் விடைபெற்றுக் கிளம்புகையில் அந்த மூதாட்டி பத்தாவது முறையாய் நான் செய்யும் உப்புமா பற்றிப் பேசிக்கொண்டு இருந்தார்.

அதே வாரத்தில் இன்னொரு மூத்த பெண்மணியைச் சந்திக்க நேர்ந்தது. அவர் வாரிசுகள் யார் வீட்டிலும் தங்கமாட்டேன் என்று பிடிவாதமாய்த் தனியாய் வாழ்ந்து வருகிறார்.

அவருக்கும் இதே மறதி நோய். பார்க்கும்போது வருத்தம் ஒருபக்கம் பயம் மறுபக்கம் இருந்தது எனக்கு.

பேசிப் புழங்க அருகில் ஆட்கள் இல்லாத யாரும் மனதளவில் பாதிக்கப்பட்டு விடுகிறார்கள். தன் சௌகரியம் என்பதைத் தாண்டி, பிறரைக் கொஞ்சம் அனுசரித்துப்போனால் இந்நோய் வருவது தடுக்கப்படலாம்.

உண்மையில் சமையல் ஓர் அற்புதமான கலை. மன அழுத்தங்களில் இருந்து விடுவிக்கும் ஒரு மருந்து.

சமையல் என்பது வெறும் உடல் உழைப்பைக் கோரும் ஒன்றல்ல. மூளையைப் பயன்படுத்த வேண்டிய ஒன்று.

அளவு மாறாமல் இருக்க வேண்டும். புதிதாய் சமைக்க முயற்சிக்க வேண்டும். சரியான ருசியில் ஒரு உணவை சமைத்துவிட்டால் அது மனதுக்கு ஒரு நிம்மதியைக் கொடுக்கும்.

இரு பாலருக்கும் இது பொருந்தும்.

சக மனிதர்களுடன் மனம்விட்டுப் பேசவேண்டும்.

ஏதோ ஒரு வேலை செய்துகொண்டே இருக்க வேண்டும்.

இதை எல்லாம் செய்தால் மனம் கடைசிவரை ஆரோக்கியமாகவே இருக்கும் என்று சொல்கிறார்கள்.

நடுவயதில் இருப்பவர்கள் இதை எல்லாம் மனதில் வைத்து வருங்காலத்தைத் திட்டமிடுங்கள்.

எத்தனை வசதி வாய்ப்புகள் இருந்தாலும் சோம்பி உட்காராதீர்கள்.

வயதானாலும் வேலை செய்யவேண்டி இருப்பதாய் அலுத்துக்கொள்பவர்கள் இனி அப்படிச் செய்யாதீர்கள். உங்களை சுறுசுறுப்பாய் வைக்கும் மாயாஜாலம் அது!

சுற்றி இருக்கும் மனிதர்கள் பற்றி அலுத்துக்கொள்பவர்கள்... உதறி எழுந்து பாருங்கள்... உங்கள் மனதை ஓய்ந்துபோக விடாமல் சதா சர்வகாலமும் யோசிக்க வைப்பது அவர்கள்தான்!

வாழும் காலத்தில் பிறருக்கும் நமக்கும் ஒரு சுமையாய் மாறாமல் இருக்க நடுவயதிலேயே கவனமாய் இருங்கள்.

உடம்புக்கு மருந்துகள் எவ்வளவோ உண்டு.

மனதுக்கு மருந்து..? அதுவும் நம் மனதிலேயேதான் இருக்கிறது!

85. பின்னம்

என் சிறுவயதில் ஒரு கோவில் திருவிழாவிற்குப் போய் இருந்தோம். ஓர் இடத்தில் ஒரு தெய்வச் சிலைக்கு முன்னால் பெரிய இரும்புச் சங்கிலியை குறுக்காகப் போட்டு இருந்தார்கள். எதற்கென்றால் அதை வணங்கக் கூடாதாம். அது செதுக்கும்போது பின்னப்பட்ட சிலையாம்.

அந்தக் கல்லின் நிறமும் வழவழப்பும் அந்தச் சிலையின் முகமும் சேர்ந்து அத்தனை அழகாய் இருந்தது. அதைப்போய் ஒரு ஓரம் போட்டு வைத்திருக்கிறார்களே என்று அடுத்த சில நாட்கள் வருத்தமாகவே இருந்தது.

பிட்டுக்குப் பெருமான் மண் சுமந்த கதை கேட்கையில் பின்னப்பட்ட பிட்டு எல்லாம் கூலி என்பது யோசிக்க வைத்தது.

பிறகு நான் அம்மாவிடம் பிய்ந்துபோன தோசை தின்ன மாட்டேன் என்று சொல்வதை நிறுத்தி விட்டேன். எல்லா தோசைக்கும் ஒரே ருசிதானே..!

ஆனால் மனிதர்கள் எப்போதும் ஏன் ஒரு முழுமையைத் தேடி ஓடிக்கொண்டே இருக்கிறோம்?

தினமும் உண்ணும் உணவு தொடங்கி உடுத்தும் உடை வாழும் வீடு என்று முழுமை தேடும் பட்டியல் நீண்டுகொண்டே போகிறது.

அது பரவாயில்லை என்றே சொல்லலாம்.

ஆனால் இந்தத் தேடல் மனிதர்கள் வரை நீளும் போதுதான் வாழ்க்கை சிக்கல் ஆகி விடுகிறது.

"Perfect match கிடைச்சாதான் கல்யாணம் பண்ணிக்குவேன்..." என்று ஆரம்பிக்கிறார்கள்.

பிள்ளைகள் பள்ளியில் படிப்பில் முதல் இடத்துக்கு வர வேண்டும்... கூடவே பெற்றோர் ஆசைப்படும் அத்தனை வித்தைகளையும் கற்றுக்கொள்ள வேண்டும்.

எல்லோருமே எல்லாவற்றிலும் மேதையாய் எப்படி இருக்க முடியும்?

ஒவ்வொரு திறமையும் சற்று கூடவோ குறையவோ தான் இருக்கும். இருப்பதைக் கொண்டாடி விட்டு இயல்பாய் இருப்பதே நிம்மதி அல்லவா?

நாம் பெரும்பாலும் இல்லாத ஒன்றிற்கு ஏங்கியே பழக்கப்பட்டு விட்டோம். அந்த இல்லாத ஒன்று நம் வாழ்வில் வந்தால்தான் நாம் முழுமையாய் சந்தோஷப்படுவோம் என்று நினைத்துக்கொள்கிறோம்.

உண்மையில் கையில் இருப்பதற்கு முக்கியத்துவம் கொடுத்தால் போதும்... நாம் நிம்மதியாய் இருக்கலாம்.

என் தோழி ஒருவர் சொல்லுவார்...

"வேலைக்குப் போகாதவங்க நிம்மதியா வாழ்வை அனுபவிக்கிறாங்க ..! என்னைப் பாரு... ஓடிக்கிட்டே இருக்கேன். விதி..."

"ஏன் வேலையை விட்டுத்தான் பாரேன். இப்போ உன் சம்பாத்தியம் தேவை இல்லையே குடும்பத்துக்கு..."

"ஆங்..! அது எப்படி விட முடியும்..! இவ்வளவு சம்பளம் வீட்டில் இருந்தா வருமா ..?"

"அப்புறம் ஏன் புலம்பற..?"

இவரைப் போல ஆட்கள் அதிகம் உண்டு.

ஊரில் பழமொழி சொல்வார்கள்... கூழுக்கும் ஆசை... மீசைக்கும் ஆசை..! அது இவர்களைப் பார்த்து வந்ததுதான்!

உங்கள் வாழ்வை நீங்கள் தீர்மானம் செய்யுங்கள். ஒரு காகிதத்தில் எழுதிப் பாருங்கள்.

உங்களிடம் இருப்பது என்ன... இன்னும் எவை இருந்தால் நல்லது என்று நினைக்கிறீர்கள்? எழுதுங்கள்.

அவற்றை அடைய உழைப்பு தேவை எனில் அதற்குத் தயாராகுங்கள். அது நல்லது.

உங்களைச்சுற்றி இருக்கும் மனிதர்கள் மாறினால்தான் உங்களுக்கு நிம்மதி என்று நினைத்தால்... நீங்கள் எப்போதும் திருப்தி அடைய முடியாது.

எல்லா மனிதரிடத்திலும் குறை உண்டு. குறை அற்ற பிறப்பு எதுவும் இல்லை.

நாம் அன்றாடம் புழங்கும் மனிதரிடம் உள்ள குறைகளைப் பெரிது படுத்தாமல் போய் விடுவது நமக்கு நல்லது. இது பழகிவிட்டால் எப்போதாவது சந்திக்கும் உறவிடமும் நட்பிடமும்கூட நாம் குறை தேடமாட்டோம்.

குறை சொல்லாமல் இருக்கும் கலை கைவந்துவிட்டால்.... நிம்மதியும் மகிழ்வும் தானாக ஓடி வந்துவிடும்.

பின்னப்பட்டது என்று எதையும்... யாரையும் புறம் தள்ளாமல் இருக்கும் வாழ்வே இங்கு முழுமை பெறுகிறது..!

ஒரு படி மேலே போய் பின்னங்களை எல்லாம் சேர்த்துக்கொள்கையில்... தன்னால் ஒரு முழுமை கிடைத்துவிடும்..!

86. விட்டுப்போனவர்கள்..!

தூக்கம் வராத தருணங்களில் சில சமயம் நான் தீவிரமாய் யோசிப்பது என்னை விட்டுப் போனவர்கள் பற்றித்தான்.

அதை கவலை என்று சொல்லிவிட முடியாது. ஒரு புதிர் கொடுக்கும் ஆச்சரியத்தையும் அதை விடுவித்து விடை தேடும் ஆவலையும் அந்த சிந்தனைகள் கொடுத்துக்கொண்டே இருக்கின்றன.

எதன் பொருட்டு நம்மைப் பிறர் உதறிவிட்டுப் போகிறார்கள்?

சிலர் தம் வாழ்வோடு நம் வாழ்வை ஒப்பிட்டுக்கொண்டே இருக்கிறார்கள்.

அதில் தாங்கள் மேல் என்று நினைத்தால் நம்மை அலட்சியம் செய்துவிட்டு விலகிவிடுகிறார்கள்.

தாங்கள் கீழான நிலையில் இருப்பதாய் உணர்ந்தால் ஒரு பொறாமையுடன் நம்மை ஒதுக்கி விடுகிறார்கள்.

இன்னும் சிலர் நம்மிடம் ஏதேனும் காரியம் சாதிக்க பாச வேடம் போட்டு வருகிறார்கள். தங்கள் வேலை முடிந்த உடன் தன் வழியே போய்விடுகின்றனர்.

அதிலும் சிலர் போகும்போது நம்மேல் சேற்றை வாரி இறைத்துப்போவதும் உண்டு!

அதிகம் யோசிக்காத மக்களால் பெரும்பாலும் பிரச்னை வருவது இல்லை.

யோசிக்கத் தெரிந்த... அதுவும் குறுக்கு வழியில் யோசிக்கத் தெரிந்த மக்களே நம் தூக்கத்துக்கு எதிரி என்று நினைக்கிறேன்!

பலர் நம்மால் ஆதாயம் அடைந்து இருப்பார்கள். ஆனால் அதை எப்படி மறந்து போகிறார்கள் என்று நான் ஆச்சரியப்படுவது உண்டு!

இன்னும் சிலர் நாம் திணறிப் போகும்படி அன்பைப் பொழிவார்கள்.

நாம் உருகிவிடுவோம். சில காலம் கழித்து நம்மைக் கண்டுகொள்ளவே மாட்டார்கள்.

காரணம் என்னவென்றே தெரியாமல் நமக்கு மண்டை குடையும்!

“அட... காரணம் சொல்லி ரெண்டு திட்டுதிட்டிட்டுப் போம்மா!” என்று சொல்லவேண்டும்போல் இருக்கும்!

ஆனால், யார் மாறினாலும் அவர்கள் மீது அன்பு செலுத்திய நம் மனது மட்டும் ஏன் மாற மறுக்கிறது..?

“போனால் போகிறார்கள்... போ! அவர்களுக்குத் தெரிந்தது அவ்வளவுதான்!” என்று சொல்லிவிட்டு மீண்டும் ஒருவரிடம் ஏமாறத் தயாராய் ஆகிவிடுகிறோம்!

இதில் ஒரு விசித்திரம் என்ன வெனில் நம்மீது அன்பு செலுத்த ஆயிரம் பேர் இருப்பார்கள்! (ரொம்ப அதிகமோ..! சரி... ஒரு ஐம்பது?)

ஆனால், அவர்களை எல்லாம் விட்டுவிட்டு நம் மனம் நம்மைவிட்டுப்போன மனிதர்கள் பற்றியே நினைப்பது ஏன்?

அன்பு நம்மீது செலுத்தும் தாக்கத்தைவிட அலட்சியமும் துரோகமும் உண்டாக்கும் தாக்கம் அதிகம் என்று நினைக்கிறேன்.

ஒருவேளை... அப்படியும் இருக்கலாமோ?

87. அது நிகழ்ந்தது...

பூத்துக் குலுங்கிய ஒரு பூஞ்செடி நேற்று வாடிப்போய் செடியே காய்ந்துபோய்விட்டது.

மனசே ஆறவில்லை. வாடிய செடியைப் பார்க்கும்போது எல்லாம் அது தளதளவென்று இருந்த தோற்றம் மனதில் வந்தது.

சரி... அப்போது பூத்தது. இப்போது எதுவோ சரியில்லை... எனவே வாடிவிட்டது என்று யோசித்துக் கடந்துபோக நம்மால் ஏன் முடிவதில்லை?

நாம் ஒரு நிகழ்வை அப்படியே ஏற்றுக்கொள்ளப் பழகவில்லை.

அந்த நிகழ்வில் பங்குபெற்ற பொருள் ஏற்கெனவே நம் மனதில் எப்படி இடம் பெற்றிருந்தது என்று யோசிக்கிறோம்.

பிறகு அதனுடன் இன்றைய நிலையை ஒப்பிட்டுப் பார்க்கிறோம்.

அதன் பிறகுதான் வருத்தமோ சந்தோஷமோ உணர்கிறோம்.

இன்னும் தெளிவாகச் சொன்னால் நமக்கு ஒருவரைப் பிடித்துப்போய் விட்டால், அவர் தவறு செய்தாலும் நாம் ஏற்றுக்கொள்ள மாட்டோம்!

அவர் அப்படி செய்ததற்கு என்ன காரணம் சொல்லலாம் என்று தேடிக்கொண்டு இருப்போம்!

பிடிக்காதவர் நல்லது செய்தாலும் முகம் சுருக்கிக்கொண்டு அதில் குறை தேடுவோம்!

இது போல் ஏகப்பட்ட மனிதர்கள் பற்றிய கருத்துகளை சேமித்து நம் மனதில் வைத்து அந்த பாரத்தை தூக்கிக்கொண்டே அலைந்துகொண்டு இருக்கிறோம்.

இந்த எண்ணங்களை ஒரு மூட்டையாய் கட்டித்தூக்கி வீசிவிட்டால்... என்ன ஆகும்?

யாராக இருந்தாலும் நல்லது செய்தால் முகம் மலர பாராட்டலாம்!

தவறு செய்தால் சுட்டிக்காட்டி விட்டோ அல்லது மனம் இருந்தால் மன்னித்துவிட்டோ போய்க்கொண்டே இருக்கலாம்!

வாழ்வின் சிக்கல்களை குறைத்துவிட்டு மனதையும் சற்று இலேசாக்கிக் கொள்ளலாம்.

எல்லா நிகழ்வுகளுக்கும் காரணம் தேடிக்களைத்துப் போகவேண்டாம்.

"அது அவ்வாறு நிகழ்ந்தது!" அவ்வளவுதான்.

எது ஒன்றும் அச்சு அசலாக அப்படியே மீண்டும் நடக்க வாய்ப்புகள் மிகக் குறைவு.

ஒரு சண்டையை அந்த நேரத்து சூழ்நிலைகளும் அதில் பங்கு கொண்ட மனிதர்களின் அந்த நேரத்து மன நிலைகளும் சேர்ந்தே தீர்மானம் செய்கின்றன அல்லவா!

சின்னச்சின்ன கருத்து வேறுபாடுகளை, முகம் திருப்பலை, மனச் சங்கடத்தை, முகத்தில் அடித்தது போன்ற பேச்சுகளை எதனோடும் தொடர்புபடுத்திப் பார்த்து மனதில் ஏற்றிக்கொள்ள வேண்டாம்.

அது ஒரு சிறிய சம்பவம். அன்றைய சூழலில் அது அவ்வாறு நிகழ்ந்தது! அவ்வளவே... என்று கடந்துபோக நாம் கற்றுக்கொள்ளலாம்.

பக்கத்து வீட்டுக் குழந்தை நாம் தூக்கினால் மாலை மாலையாய் கண்ணீர் சொரிந்து அழுகிறது!

அதன் அம்மா தூக்கிக்கொண்டு போகும்போது அடுத்த நொடியே நம்மைத் திரும்பிப்பார்த்து சிரிக்கிறது!

நாம் என்ன செய்வோம்?

சேர்ந்து சிரிப்போம் அல்லவா!

"என்னிடம் ஏன் அழுதாய்?" என்று கோபிக்க முடியுமா அந்தக் குழந்தையை?

அழுகை அதுவும் நிஜம்!

சிரிப்பு இதுவும் நிஜம்!

சிரித்துவிட்டே போகலாமே..!

எல்லா இடங்களிலும்... எல்லோரிடத்திலும்....

மீதமுள்ள இந்தப் பிறவியில்!

88. அன்பெனும் யானை

வீட்டில் பழைய செய்தித்தாள்கள் நிறைந்துவிட்டன. வாசலில் போன, பழைய பேப்பர் வாங்குபவரை என் கணவர் அழைத்தார்.

"பேப்பர் எடுத்துக்கிட்டு போப்பா. ஆனா எடை நான்தான் போடுவேன்... எங்க வீட்டு மிஷின்ல. சரியா?" என்றார்.

வியாபாரி எச்சரிக்கையுடன் ,

"சரி சார். என் மிஷின் ல போட்டா கிலோ பத்து ரூபா! உங்க மிஷின்னா கிலோ ஏழு ரூபாதான் தருவேன்."

"நீ ஆறு ரூபா கூட குடு! பரவாயில்ல! ஆனா தப்பா எடை போடாத! ஏமாத்த நினைக்காத! அவ்வளவுதான்!"

யாராய் இருந்தாலும் இந்த பேப்பர் வியாபாரம் போல் முதலிலேயே உண்மையைப் பேசிவிடுவது நல்லது.

பிறகு வியாபாரம் நடப்பதோ முறிவதோ வேறு விஷயம்.

நட்புகளிடம் இதைப் பேசுவதும் புரியவைப்பதும் இப்போது சற்று எளிதாகிவிட்டன. ஆனால் உறவுகளிடம் புரியவைப்பது கடினமாகி வருகிறது.

சென்ற தலைமுறை மக்கள் உறவை ஒரு சம்பிரதாய முறையில் பின்பற்றி வந்தார்கள்.

அது நிறைய உரசல்களை தவிர்த்து வந்தது. அப்போது வீட்டுப் பெரியவர்கள் என்பவர்கள் யார் பக்கமும் சாயாமல் நடுநிலை வகித்தார்கள்.

இப்போது அவை எல்லாம் மெல்லமெல்ல மாறிவிட்டன.

ஆனால், நாம் உறவுகளை முறித்துக்கொண்டு வாழ முடிவது இல்லை. எனவே நம் தலைமுறைக்கு மன அழுத்தம் அதிகமாகிவிட்டது.

ஒவ்வொருவர் மனதிலும் அன்பு, பாசம் என்பதற்கு வெவ்வேறு அர்த்தங்கள் உள்ளன.

இரண்டுபேரின் கருத்து ஒத்துப்போகும்போது அங்கு உறவோ நட்போ நன்கு வேர்விட்டு வளர்ந்துவிடுகிறது.

கருத்துப் பரிமாற்றம் இல்லாத இடத்தில் முட்டலும் மோதலும் மிச்சம் என்று ஆகிவிடுகிறது.

கடைசிவரை அடுத்தவர் தன்னைப் புரிந்துகொள்ளவே இல்லை என்ற வருத்தம் மட்டும் மிஞ்சுகிறது.

என் பள்ளிப்பருவம் நினைவுக்கு வருகிறது.

எதற்கென்றே தெரியாமல் இருவர் முகத்தைத் தூக்கி வைத்துக் கொள்வார்கள்.

கேட்டால் இருவருக்கும் காரணம் சொல்லத்தெரியாது!

இதற்கென்றே பிறவி எடுத்ததுபோல ஒருத்தி இருப்பாள்!

இருவர் தோளிலும் தனித்தனியே கை போட்டு தனியாய் போய் பேசி காரணம் கண்டுபிடித்து விடுவாள்!

பின்பு இருவரையும் உட்கார வைத்து ஒருவர் செய்த செயல் எப்படி அடுத்தவருக்கு பிடிக்கவில்லை என்று விலாவாரியாக பேசுவாள்!

பிறகு ஆள்காட்டி விரல் நகத்தின்மீது நடுவிரலை வைத்து ஒருத்தி நீட்ட அடுத்தவள் அதைப்பிடித்து அமுக்க, “பழம்!” எல்லாம் சுபம்!

அன்புக்கும் பாசத்திற்கும் அளவுகோல் என்பது ஆளாளுக்கு மாறுபடும் தான்.

ஆனால், என் அளவு இது, என் எதிர்பார்ப்பு இது என்று பகிர்ந்துகொள்ளுதல் வாழ்வை சுலபம் ஆக்கும்.

இல்லை என்றால் பார்வை இல்லாதவர்கள் பார்த்த யானைபோல் அவரவருக்கு தோன்றியதை சொல்லிக்கொண்டு தன் கருத்தில் தனியாகவே நின்றுகொண்டு இருக்க வேண்டியதுதான்!

அன்பெனும் யானையை முழுதாய் இங்கு பார்த்தவர் யார்!

இப்போது எல்லாம் “பழம்”விடப் பாடுபடும் தோழிகளும் இல்லை... இருந்தால் கொஞ்சம் தொட்டுப்பார்க்கலாம் யானையை! என்ன செய்வது!

89. சண்டை, சாடி..!

இதுவரை நான் யாரிடமும் சண்டையே போட்டது இல்லை என்று சொல்பவர்கள் உங்கள் கையைத் தூக்குங்கள்! எத்தனைபேர்? கொஞ்சம் முன்னால் வாருங்கள்! பொய்தானே சொல்கிறீர்கள்?!

அன்பு இல்லாமல் வாழமுடியாது என்பது எவ்வளவு நிஜமோ அவ்வளவு நிஜம் சண்டை இல்லாமல் வாழ முடியாது என்பதும்!

எந்த இரண்டுபேரின் எண்ணங்களும் ஒன்றுபோல் இருக்காது இந்த உலகில்! சில சமயம் ஒருவரை மற்றவர் புரிந்துகொள்ள நேரம் எடுக்கும்.

நன்கு புரிந்துகொண்ட நட்பு என்று நினைப்பவர்கள்கூட சண்டை போடலாம், "ஏன் என்னைப் பார்க்க வரவே இல்லை?" என்று!

"ஒரு ஃபோன் பண்ணி பேசமாட்டியா?" என்று உரிமையுடன் சண்டை போடுபவர் எத்தனை பேர்!

எங்களுக்குள் சண்டையே வந்தது இல்லை என்று சொல்லும் தம்பதிகளை நான் பார்த்து இருக்கிறேன். அவர்கள் தங்களுக்குள் ஓர் இடைவெளியை எப்போதும் வைத்துக்கொண்டு வளைய வருவதாய் எனக்குத் தோன்றும்!

உண்மையில் சிறு சிறு சண்டைகள் ஒரு உறவை உயிர்ப்புடன் வைத்துக்கொண்டு இருக்கின்றன.

கல்லூரியில் என்னிடம் அதிகம் சண்டை இட்ட தோழி இன்றுவரை என்னுடன் தொடர்பில் இருக்கிறாள்!

உற்றுப்பார்த்தால் இந்த சண்டையை இரு வகையாகப் பிரிக்கலாம்.

ஒன்று நம்மை இழந்துவிடக் கூடாது என்று நினைப்பவர்கள்! இரண்டு நம்மை தேவை இல்லை என்று நினைப்பவர்கள்!

நம்முன் இருக்கும் பெரிய சவாலே நம்மோடு சண்டைபோடுபவர் இதில் எந்த வகை என்று கண்டுபிடிப்பதுதான்!

சரியாய்க் கண்டுபிடித்துவிட்டால் நாம் வாழ்க்கையில் ஜெயித்துவிட்டோம் என்று பொருள்!

தேவை இல்லை என்று நினைப்பவரிடமிருந்து ஒதுங்கிவிட்டாலே வாழ்வு அழகாகிவிடும்!

இன்னும் சில சண்டைகள் இருக்கின்றன. சிலருக்கு நம்மைப் பிடிக்கும்; ஆனால் நம்முடைய சில செயல்கள் பிடிக்காது. நாம் அதை மாற்றிக் கொள்ளும்போது உறவு சுமூகமாகிவிடும். ஆனால் இதைச் சொல்லும் அளவுக்கு தெளிவு இருக்காது.

எல்லாவற்றுக்கும் மேல் சண்டைபோடக்கூட ஒரு உறவு இருப்பது அவசியமாகிறது. எந்த உறவும் இல்லாத, முன்பின் தெரியாத ஒருவரிடம் எப்படி சண்டை போடுவது? அப்படிப்பட்டவர்கள் நமக்குப் பிடிக்காத எதைச் செய்தாலும் நாம் ஒரு புன்னகையுடன் கடந்து சென்றுவிடுவோம்... இல்லை?

நமக்கு அன்பானவர்கள் என்று நாம் நினைப்பவர்கள் நமக்குப் பிடிக்காததை செய்யும்போதுதான் நாம் கோபப்படுகிறோம்.

எனவே சண்டை போடுங்கள்... தவறில்லை! சிலநேரம் சண்டைபோட்டு முடித்து சமாதானம் ஆகிய உடன் மேலும் நெருக்கம் அதிகமாகிவிட்டதுபோல் தோன்றும்! அதை அனுபவித்துப் பாருங்கள்!

அதேநேரம் அடுத்தவர் உங்களிடம் சண்டை இடும்போது ஒரு மன்னிப்பு கேட்டுக்கொண்டாவது மீண்டும் நேசக்கரம் நீட்டிவிடுங்கள்!

எங்கள் ஊர்ப்பக்கம் சொல்வார்கள், "ஒரு சண்டை சாடி போடக்கூட ஆள் இல்லன்னா என்னா அது வாழ்க்கை!"

எனவே சின்னச்சின்ன சண்டைகள் காலம், இடம், மனிதர்கள் அறிந்து போடுங்கள்! வாழ்க்கை சுவாரசியம் ஆகிறதா என்று சொல்லுங்கள்!

அதற்கு ஆள் இல்லை என்றால் உங்கள் வாழ்வைப்பற்றி நிதானமாய் யோசித்துப்பாருங்கள். பாரபட்சம் இல்லாமல் உங்களை ஒரு சுயவிமர்சனத்துக்கு உள்ளாக்கிக் கொள்ளுங்கள்.

எந்தக் காரணத்தைக் கொண்டும் தனிமையில் இருக்காதீர்கள். அது மிகப்பெரிய ஆபத்தில் கொண்டு விட்டுவிடும்.

சண்டை போடவாவது மனிதர்களை உடன் வைத்துக்கொள்ளுங்கள்..!

90. எதை மாற்றுவீர்கள்?

மனம் ஒத்த உறவுகள்கூடிக் கொண்டாடிக்கொண்டு இருந்த ஒருநாள் அது. எல்லோரையும் ஈடுபடச் செய்யும் விதமாக ஒரு கேள்வி அனைவரிடமும் கேட்கப்பட்டது.

"உங்களுக்கு ஒரு வாய்ப்புக் கொடுத்தால் உங்கள் வாழ்வில் எதை மாற்ற விரும்புவீர்கள்?"

சிலர் படிப்பு என்றார்கள்.

சிலர் வேலை என்றனர்.

ஒருவர் தன் திருமணம் என்றுகூற சிரிப்பு வெடித்தது!

சிலர் சில நிகழ்வுகளை மாற்றிவிடலாம் என்றனர்.

சில நாட்களை மறந்துவிடலாம் என்றனர்.

என் முறை வந்தது.

"இந்த நாள் வரை எனக்கு நடந்த எதையுமே யாரும் மாற்ற வேண்டாம்! இந்த வாழ்வை மறுபடி ஆரம்பத்தில் இருந்து தொடங்கினால் எனக்குத் திரும்பவும் இதே வாழ்க்கைதான் வேணும்." என்றேன்.

"அது எப்படி?" என்று எல்லோரும் கேட்டு ஆள் ஆளுக்குப் பேசத் தொடங்கிவிட்டார்கள்.

உறவு என்பதால் என்னைப்பற்றித் தெரியும் அல்லவா!

"நீ ஆசைப்பட்ட படிப்பைப் படிக்க முடியல இல்ல? அதை மாத்த வேணாமா?"

ஆம்! பள்ளிப் பருவத்தில் சட்டம் பயில்வதே என் இலட்சியமாய் இருந்தது.

பேச்சுப் போட்டி, பட்டிமன்றம், வழக்காடு மன்றம் என்று வாங்கிய பரிசுகள் யாவும் அதை நோக்கியே என்னை அழைத்துச்சென்றன.

+2 முடித்த பின்பு சட்டக்கல்லூரிக்கும் விண்ணப்பம் அனுப்பி இருந்தேன். உடன் மாவட்ட மற்றும் மாநில அளவிலான போட்டிகளில் நான் முதல் பரிசுகள் வாங்கிய சான்றுகளையும் இணைத்து இருந்தேன்.

ஐந்து ஆண்டுகாலப் படிப்பு. நேர்முகத் தேர்விற்குக் காத்திருந்தேன்.

சென்னை சட்டக்கல்லூரியில் வந்து சேரும்படி ஆணை வந்துவிட்டது நேரடியாய்!

கனவு நிறைவேறும் தருணம்! எனக்குத் தலைகால் புரியவில்லை!

எல்லாம் ஒருமணி நேரம் தான்! என் அம்மா அதில் சேர்க்க மறுத்துவிட்டார்.

மூன்று நாட்கள் போராடிப் பார்த்துவிட்டு சோர்ந்து போய்விட்டேன். மிகப்பெரிய ஏமாற்றம் அது. ஏனோ என் அம்மாவுக்கு சட்டக்கல்வி பிடிக்கவில்லை.

பின்னொரு நாளில் சட்டம் படித்த என் நண்பன் கேட்டான்,

"உனக்கு ஏன் சட்டம் படிக்கப் பிடிச்சுது?"

நான் அப்போதுதான் யோசித்தேன்... ஆம்! ஏன் பிடித்தது!

அந்த உரையாடல் மூலம் எனக்கு ஒரு தெளிவு கிடைத்தது.

அதுவரை திரைப்படங்களில் மட்டுமே நான் நீதி மன்றங்களைப் பார்த்து இருந்தேன்.

"சினிமாவுல வர மாதிரி யாரும் நீளமா உணர்ச்சி வசப்பட்டெல்லாம் பேச முடியாது நிபு!" என்று என்னிடம் விளக்கிச்சொன்னதும் அந்த ஏக்கம் மெல்ல மறைந்துவிட்டது!

ஆனால் அந்தக் கறுப்புநிற உடைமீது அவ்வப்போது ஒரு ஏக்கம் வந்துபோகும்!

ஆனாலும், நான் அந்த நிகழ்வை மாற்ற விரும்பவில்லை!

அந்த ஏமாற்றம் எனக்கு வாழ்வின் இன்னொரு கோணத்தைக் கற்றுக் கொடுத்தது.

எதன்மீது ஆசை வந்தாலும் நான் அதிகம் யோசிக்க ஆரம்பித்தேன்.

ஒரு சினிமா பார்க்கத் தோன்றினாலும் எதற்கு? ஏன்? எப்படிப் பார்ப்பது? பார்க்காவிட்டால் என்ன ஆகும்? இப்படி யோசித்துப் பார்க்காவிட்டால் ஒன்றும் ஆகி விடாது!" என்ற முடிவுக்கு வந்துவிடுவேன்.

பிறகு அந்தப் படத்தைப் பார்க்க முடிந்தால் மகிழ்ச்சி! இல்லை என்றால் வருத்தம் ஒன்றும் இல்லை என்ற மனநிலை வசப்பட்டது.

ஒன்றின் இழப்பில் நாம் கற்றுக்கொள்வது மறக்க முடியாத பாடம் அல்லவா?

அப்படி இருக்க நாம் எதை மாற்றுவது?

ஒன்றை மாற்றிவிட்டால் அதன்பின் இருக்கும் அனுபவம் என்ன என்பது நமக்கு எப்படித் தெரியும்?

நம் முன்னே பல சாலைகள் இருக்கலாம். வாழ்க்கைப் பயணத்தில் ஏதேனும் ஒரு பாதையில் மட்டும்தானே பயணிக்க முடியும்?

அந்தப் பாதை தரும் அனுபவங்கள் பலவாறு இருக்கலாம்.

எல்லாப் பாதைகளிலும் வருத்தங்களும் சந்தோஷங்களும் சேர்ந்தே இருக்கின்றன என்ற புரிதல் மட்டுமே இங்கு வாழத் தேவைப்படுகிறது.

வெறும் மகிழ்ச்சி நிறைந்த பாதை என்ற ஒன்று இல்லவே இல்லை... யாருக்கும்!

பின்னால் வரப்போவது இங்கு யாருக்குத் தெரியும்?

தெரியாதபோது எதை மாற்றுவது?

நம்மால் மாற்ற முடியாத ஏதொன்றுக்கும் இங்கு வருத்தப் பட்டு ஆகப் போவது ஒன்றும் இல்லை. ஆமாம் தானே?

அப்படி மாற்றும் சக்தி நமக்குக் கிடைத்துவிட்டால் என்ன செய்வோம்?

வெறும் முள்ளாய் இருக்கிறது..! இந்தச் செடியே வேண்டாம் என்று தூக்கிப்போட்டு விடுவோம்!

பிறகு ரோஜா என்று ஒரு பூ பூக்கும் அழகைப்பார்த்தே இருக்க முடியாது!

இப்போது சொல்லுங்கள்... உங்கள் வாழ்வில் எதை மாற்றுவீர்கள்..?!

91. இருப்பதைவிட்டு..!

மாலைநேரத்தில் வீட்டின் முன்பு தினமும் அரட்டைக் கச்சேரி நடக்கும்!

யாரேனும் கழுத்து நிறைய நகை அணிந்து போனால், ஒரு பெண்மணி பெருமூச்சு விடுவார்!

"ஹூம்..! நா இந்தக் கயிறு முழுக்க காசா கோத்திருந்தேன்..! எல்லாம் ஒரு பவுன் காசு!

இப்போ... தாலிகூட ரெண்டு குண்டும் குழலுந்தான்..!"

இந்த வசனத்தை அடிக்கடி கேட்டிருந்த என் வாய் சும்மா இருக்கவில்லை!

(அப்போது பள்ளி இறுதி வகுப்பில் இருந்தேன்!)

"இதையே சொல்றீங்களே... என்னதான் செஞ்சீங்க அதை? சொல்லுங்க..! கேப்போம்!" என்றேன்.

"அதுவா? அதை எல்லாம் வித்துத்தான இந்த வீட்டைக் கட்டினேன்..!" என்றார்.

"அப்ப எதுக்கு அடிக்கடி புலம்பறீங்க? உங்க வீட்டைப் பார்த்து திருப்திப்பட்டுக்க வேண்டியதுதான?"

"அது எப்படி முடியும்..! மனசு கேக்குதா?"

"அப்ப நகையை எதுக்கு கொடுத்தீங்க? போட்டு அழகு பார்த்துட்டே இருக்கலாம். இல்ல?

வீடு வேணும்னு வாங்கின அப்புறம் நகைக்கும் ஆசப்பட்டா எப்படி?"

நான் சிறுவயதுப் பெண் என்று நினைத்தாரோ என்னவோ... நான் சொன்னதை அவர் ஒப்புக்கொள்ளவே இல்லை!

நிறையபேர் இதை ஒப்புக்கொள்வதே இல்லைதான்.

நாம் அனைவருமே எப்போதும் ஏதோ ஒன்றை விட்டுக்கொடுத்து தான் இன்னொன்றை வாங்குகிறோம்.

எதை அடைந்தோமோ அதை நாளடைவில் மறந்து போகிறோம்!

ஆனால், இழந்து போனதை மட்டும் மறக்காமல் அப்படியே நினைவில் வைத்துக்கொள்கிறோம்!

ஏன்..?

வீடுகட்ட நகையைக் கொடுத்ததுபோல்... இங்கு எத்தனைபேர் ஏதோ ஒன்றை அடைய எதை எல்லாம் இழந்து இருக்கிறோம்..?

ஆனால் முற்றிலும் விட்டுக்கொடுத்து புலம்பாமல் இருக்கிறோமா..?

"என் வேலையை விட்டுட்டு வந்தேன்... ஹூம்... நான் கொடுத்து வச்சது அவ்வளவுதான்..!"

கிடைத்த குடும்ப வாழ்வில் சந்தோஷப்படலாமே!

சிலநேரம் இழப்பது பொருளாக இருக்கலாம்.

சிலநேரம் இழப்பது நம் மரியாதையாக இருக்கலாம்.

சிலநேரம் இழப்பது நம் நிம்மதியாக இருக்கலாம்.

ஆனால், இவற்றை இழந்து நாம் பெற்றது என்ன என்று நிதானமாய் யோசித்துப் பார்த்தால்...

நிச்சயம் அதைவிட மேலான ஒன்றை நாம் அடைந்தே இருப்போம்!

பொருள் கொடுத்து வசதி வாங்கி இருக்கலாம்!

உழைப்பை... அன்பை... சுயமரியாதையை விட்டுக்கொடுத்து உறவை நிலைநாட்டி இருக்கலாம்!

சில நேரம் நம் நிம்மதிக்காக சில உறவைக்கூட விட்டுக்கொடுக்கலாம்!

கையில் இருப்பதைப் பார்த்து மகிழ்வதே நமக்கு நல்லது!

கைவிட்டுப் போனவற்றை எண்ணி கலங்கிக்கொண்டு இருந்தால்...

கடைசிவரை அப்படியே புலம்பிக்கொண்டே இருக்க வேண்டியதுதான்!

இருப்பதை விட்டுவிட்டு அதற்குக் கொடுத்த விலைக்காக கவலைப்பட்டுக்கொண்டு இருக்க வேண்டாமே..!

92. குழந்தை

எங்கள் ஊரில் ஓர் ஆசிரியர் இருந்தார். அவருக்கு ஐம்பது வயதுக்கு மேல் இருக்கும் அப்போது. குழந்தை இல்லை என்று அவர் மனைவியே முன் நின்று அவருக்கு இரண்டாம் திருமணம் செய்து வைத்தார். மணப்பெண் இருபது வயது தாண்டவில்லை. ஏழைப்பெண் என்பதால் காசைக் கொடுத்து பெண்ணின் பெற்றோரை வாயடைக்கச் செய்துவிட்டார்கள் என்று மக்கள் கூடிக்கூடிப் பேசிக்கொண்டார்கள்.

ஓரிரு வருடங்களில் அவர் இறந்துவிட்டார். குழந்தை இல்லாமலே.

என் அம்மாவும் பிறரும் வருத்தமாய் கோபமாய் இந்த நிகழ்வு குறித்துப் பேசும் போது எனக்கு அதன் தாக்கம் அவ்வளவாய்ப் புரியவில்லை. ஏனெனில் நான் அப்போது சிறுமி.

ஒரு இளம் பெண்ணுக்கு மூன்று மாதக் கரு கலைந்துவிட்டது. அதற்கு பார்ப்பவர் எல்லாம் அத்தனைக் கேள்விகள் கேட்டனர்! அந்தப் பெண்ணே அதற்குக் காரணம் என்று சொல்லி குற்றம் சாட்டினர். கைக்குழந்தை வைத்து இருப்போர் அந்தப் பெண்ணின் கண் திருஷ்டி தங்கள் குழந்தைகள்மீது பட்டுவிடும் என்று ஒதுங்கிப்போயினர்.

நானும் அப்போது ஒரு இளம் பெண்தான். ஆனால், மக்களின் மனப்பான்மை எனக்கு அப்போதும் புரியவில்லை.

குழந்தை இல்லாத பெண் என்று பலப் பல சிகிச்சைகள். பெரும் பொருட் செலவு. ஆனாலும், எப்படியாவது ஒரு குழந்தை வேண்டும் என்று உடலாலும் மனதாலும் வேதனை அனுபவிக்கும் ஒரு இளம் பெண்.

இது நடப்பது இந்தக் காலகட்டம்தான்.

ஆனாலும் எனக்குப் புரியவில்லை..!

இப்படித் தன் உயிரைப் பணயம் வைத்து அந்தப்பெண் தன்னையும் ஒரு தாய் என்று நிரூபிக்க வேண்டிய அவசியம் என்ன?

குழந்தை என்பது அழகான, நல்ல, ரசிக்கத்தகுந்த ஒரு அம்சம்தான். யாரும் அதை மறுக்கவில்லை.

ஆனால், குழந்தை இல்லாவிட்டால் சுற்றமும் நட்பும் அந்தத் தம்பதிக்குத் தரும் மன அழுத்தம் கொஞ்ச நஞ்சமல்ல.

அவர்கள் வாழ்வதே வீண் என்று நினைக்க வைத்து விடுகிறார்கள். இன்னொரு பக்கம் தாங்கள் பெற்ற குழந்தைகள் மூலம் மன நிம்மதியை இழந்தவர்கள்கூட இதேபோல் பேசுவதுதான் ஆச்சரியம்.

ஏன் மக்கள் இப்படி இருக்கிறார்கள்? எனக்குப் புரியவே இல்லை.

பல ஆண்டுகள் முன்பு எங்கள் வீட்டின் அருகில் ஒரு தம்பதி குடிவந்தார்கள். அதிகமாய் யாருடனும் பேச மாட்டார்கள்.

ஒருநாள் இரவு அவர்கள் வீட்டில் இருந்து ஒரு குழந்தை அழும் சத்தம் கேட்டது. சிலநாட்கள் கழித்து அந்தப்பெண் எங்கள் வீட்டுக்கு வந்தார்.

“சொந்தமா வீடு கட்டிக் குடிபோறோம். ஆனா யாரையும் கூப்பிடல. சாரி... பத்து நாள் முன்ன எங்க குழந்தையை தத்து எடுத்து இருக்கோம். புது வீட்டுகிட்ட இருக்க யாருக்கும் இதை சொல்லமாட்டோம். அவ அங்க எங்க குழந்தையாவே வளருவா. போயிட்டு வரோம்.”

எனக்குப் புரிந்தது!

என்ன ஒரு திட்டமிடுதல்! புறம்பேசிய இந்த சமூகத்தை அவர்கள் சமாளித்த விதம் என்னைக் கவர்ந்தது. கொஞ்சம் பொறுமையாய்... புத்திசாலித்தனமாக குழந்தையின்மைப் பிரச்சனையை அணுகியவர்கள் எனக்குத் தெரிந்து அவர்கள் மட்டும்தான்.

மற்றபடி... காசு பணம் செலவு செய்தால் இப்போது ஆயிரம் வழிகள் இருக்கின்றன. எனவே அதைப் பயன்படுத்தி குழந்தை பெற்றுக்கொள்ளலாம் என்று பலர் நினைக்கிறார்கள்.

சரிதான். ஆனால், அதற்கும் ஒரு எல்லை உண்டு அல்லவா?

எல்லாவித மருத்துவமும் இங்கு பெண்ணின் உடம்பை சிதைப்பதில்தானே முடிகிறது? அதன்மூலம் பெண்ணின் மனதையும் அல்லவா பாதிக்கிறது?

அடுத்த முறை எந்த ஒரு உறவிடமும் நட்பிடமும், "ஏன் இன்னும் குழந்தை இல்லை?" என்று தயவுசெய்து கேட்டுவிடாதீர்கள்.

அவர்கள் எந்த ஒரு குற்ற உணர்வும் தாழ்வு மனப்பான்மையும் கொள்ளாமல் இயல்பாய்த் தங்கள் வாழ்வை நிம்மதியாய் வாழட்டும்.

முடிந்தால் அதற்கு உதவி செய்வோம்! இல்லாவிட்டால் நம் வாயை மூடிக்கொண்டாவது இருப்போம்!

இதை அனைவரும் புரிந்துகொண்டால் நாம் வாழும் இடம் கொஞ்சம் மகிழ்ச்சியுடன் இருக்கும்!

அந்த மகிழ்ச்சி உடலால் நொந்து பெறும் ஒரு குழந்தை தரும் மகிழ்வைவிடச் சிறந்தது... அவர்களுக்கு..!

93. எளிமையின் விலை

இருபது ஆண்டுகளுக்கு முன்பு நியாயவிலைக் கடைகளில் நூல் புடவை விற்றார்கள். ஒரு புடவை நாற்பது ரூபாய்.

நெசவாளர்களுக்கு உதவும் பொருட்டு அரசு இதை முன்னெடுத்தது.

நான் உடனடியாய்ப் போய் நான்கைந்து புடவைகள் எடுத்து வந்தேன்.

அப்போது நாங்கள் கட்டிக்கொண்டு இருந்த வீட்டை மேற்பார்வை இட தினமும் நடந்து போவேன்.

அந்தப் புடவைகளை தினம் ஒன்றாய் அணிந்து நடக்கையில் பலர் விசித்திரமாய்ப் பார்ப்பார்கள்.

சிலர் நேரடியாய்க் கேட்டே விட்டார்கள்.

"என்னது! இதப்போய் கட்டிக்கிட்டு வறீங்க?

கணுக்காலோட நிக்குது! இதெல்லாம் நீங்க கட்டலாமா?"

நான் நெசவாளர்களுக்கு உதவ வேண்டியதன் அவசியம் பற்றி ஒரு சின்ன சொற்பொழிவு ஆற்றிவிட்டு,

"நீங்களும் ரெண்டு வாங்கிக் கட்டுங்க. பிடிக்கலேன்னா வீட்டில் திரை, தலைகாணி உறை தச்சுக்கலாம்.." என்று ஆலோசனை சொன்னேன்.

"ம்க்கும்! நீங்க கட்டினா சிம்பிள்னுவாங்க! நாங்க கட்டினா நல்ல புடவைக்கு வக்கில்லாம ரேஷன் புடவை கட்டுதுன்னுவாங்க! எதுக்கு வம்பு..!" என்று பதில் வந்தது.

என்ன செய்வது?

ஒரு மணவிழாவுக்குப் போக வேண்டிவந்தது. அப்போது எனக்கு அவ்வளவாய் உலக அனுபவம் கிடையாது!

(இப்போது மட்டும்..? என்பவருக்கு..!

அதாவது இதைவிட இன்னும் குறைவு என்று அர்த்தம்.)

என் அம்மா மாட்டிவிட்ட நகைகளை சற்று முனகிக்கொண்டு அணிந்துகொண்டேன்.

அங்கு மிகப் பணக்காரப் பெண்மணி என்று அறியப்பட்டவர் வந்தார்.

காதுகளில் ஒற்றைக் கல்தோடு! கழுத்தில் மிக மெல்லிய சங்கிலியில் கோர்த்த ஒற்றைக்கல்!

நான் என் அம்மாவை இடித்தேன்.

"பாரு! நல்லா அலங்காரம் பண்ண அம்மனாட்டம் இப்பிடி எல்லா செயினையும் அள்ளிப்போட்டு என்னைக் கூட்டிக்கிட்டு வந்திருக்க!

அவங்களப் பாரு! எவ்வளோ அடக்கமா சின்னதா நகைபோட்டு வந்து இருக்காங்க! பாத்து கத்துக்கோம்மா..!"

அம்மா பதிலுக்கு முறைத்தார்.

"அது என்னன்னு தெரியுமா உனக்கு? அது வைரம்! ஒரு கல்லு வாங்கற காசுல பத்திருபது பவுன் தங்கம் வாங்கிடலாம்!

எவ்வளோ பெரிய கல்லு! இன்னும்கூட விலை இருக்கும்..!"

நான் வாயைப் பிளக்காத குறையாய் வேடிக்கை பார்த்துக்கொண்டு இருந்தேன்!

அந்த எளிமையான தோற்றத்தின் பின்னால் எவ்வளவு செலவு!

என் வீட்டில் பல ஆண்டுகள் முன்பு ஒரு உதவியாளர் இருந்தார். அந்த நடு வயதுப் பெண்ணுக்கு பட்டுப்புடவை வாங்குவதே இலட்சியம்.

நான் எடுத்துச்சொன்னேன்...

"பாரு... நான் பட்டு கட்டறதே இல்ல. எதுக்கு அவ்வளவு காசை அதுல கொண்டு போடற? நல்லதா அஞ்சாறு சேலை எடுக்கலாம் இல்ல?"

"சும்மா இரும்மா! நானு ஊட்டு வேல செய்யறேன்னு எங்க ஆளுங்களுக்குத் தெரியும். எவளும் மதிக்க மாட்டா!

பட்டு கட்டி நாலு கவரிங் நகயாச்சும் போட்டு போனாத்தான் வான்னே கூப்பிடுவாளுங்க!"

ஓ..! இப்படி ஒரு பக்கம் இருக்கிறதா..!

மொத்தத்தில்...

உண்மையில் எளிய வாழ்வு அமையப் பெற்றவர்கள் தங்கள் எளிமையை பிறர் அறிந்துகொள்வதை விரும்புவது இல்லை!

பணம் இருப்போர் தங்களை எளிமையாய் காட்டிக்கொள்ள அதிகம் செலவு செய்கிறார்கள்!

எனக்குக் குழப்பமாய் இருக்கிறது!

நாம் எல்லோரும் இங்கு எளிமையான வாழ்வு என்று எதைச் சொல்லிக்கொண்டு இருக்கிறோம்..?

அப்படி ஒன்று இருக்கிறதா என்ன..?

94. எங்கே தொலைந்து போகிறோம்?

மகனின் நண்பன் வீட்டுக்கு வந்தான். வந்த உடனே Frodoவை கொஞ்ச ஆரம்பித்து விட்டான்! (Frodo எங்கள் வீட்டு நாய்!)

அதற்கு ஒரு பழக்கம் உண்டு. அதன்படி அவன் ஏமாந்த நேரம் பார்த்து வெளிக்கதவைத் திறந்து ஓடிவிட்டது.

நாங்கள் சொல்வதை காதில் வாங்காமல் அவனும் அதன் பின்னாலேயே ஓடிப்போய்விட்டான்!

நாங்கள் சிரித்துக்கொண்டு காத்திருந்தோம். கொஞ்சநேரத்தில் ஃபோன் செய்தான்!

"டேய்! எங்க இருக்கேன்னு தெரியலடா!"

"எதுக்குடா ஓடின?"

"Frodo பாவம்டா! அது தொலைஞ்சு போயிடும் இல்ல! அதான் அது பின்னால ஓடி வந்தேன்."

"டேய்! அது தொலையல! அது உன்னைத் தொலைச்சுக்கிட்டு இருக்கு! அங்கியே நில்லு! வரேன்!"

என்று மகன் சிரித்துக்கொண்டே போனான்!

ஒரு வீட்டுக்குப் போனால் கொஞ்சம் நின்று அவர்கள் சொல்வதை கேட்கவேண்டும் அல்லவா!

சில சமயங்களில் கேட்கவும் முடிவதில்லை!

நானும் என் தோழியும் ஒரு புதுத் தோழி வீட்டுக்கு போயிருந்தோம்.

நன்றாகத்தான் எல்லாம் போய்க்கொண்டிருந்தது. புதுத் தோழி கேக் கொண்டுவந்து கொடுத்தார்.

நான் சற்று தயக்கத்துடன், "கேக் வேண்டாம். காபி மட்டும் போதும்!" என்றேன்.

அவர் விடாமல் வற்புறுத்தவே நான் சுத்த சைவ உணவுப் பழக்கம் உடையவள் என்பதைக் கூறி, முட்டை சேர்த்த கேக் உண்ண மாட்டேன் என்று சொன்னேன்.

அவ்வளவுதான்! அவருக்கு என்ன ஆயிற்று என்றே தெரியவில்லை!

ஒரு துண்டு கேக்கை எடுத்து என் வாய் அருகில் ஊட்ட வந்துவிட்டார்!

"நான் சொல்றேன்... நீங்க ஒரு துண்டாவது தின்னுட்டுத்தான் போகணும்! அப்புறம் என்ன நட்பு! சொல்லுங்க!"

நான் மிரண்டு போய்விட்டேன்! அடக் கஷ்டமே! எப்பேர்ப்பட்ட இடத்தில் வந்து மாட்டிக்கொண்டோம்!

தப்பித்து வந்தது பெரும்பாடு என்று ஆகிவிட்டது! கடைசிவரை அவருக்குப் புரியவே இல்லை!

அசைவம் சாப்பிட்டு பழகியவர்கள் எனில் அது ஒரு துண்டு கேக். அவ்வளவுதான்! ஆனால் சாப்பிடும் பழக்கம் இல்லாதவர்களுக்கு?

நான் சொல்வதை நீ கேட்டால் தான் நட்பு என்று எல்லோருமே சில விதிகள் வைத்துத்தான் இருக்கிறோம்.

ஆனால் அது அடுத்தவரை எந்த அளவு பாதிக்கும்? எந்த அளவு பிறரால் ஏற்றுக்கொள்ள முடியும்? இதனால் இவரை நாம் இழக்க நேரிடுமே? என்றெல்லாம் எத்தனை பேர் யோசிக்கிறோம்?

அப்படி சிந்திக்கத் தெரிந்தவர்கள் நட்போடும் உறவோடும் நிம்மதியாய் இருக்கிறார்கள்.

நட்பில் மட்டும் அல்ல.

நாம் எத்தனை விதமாய் நம்மைச்சுற்றி வட்டங்கள் வரைந்து அதனுள் மாட்டிக்கொண்டு நிற்கிறோம்?

"நாலுபேர் என்ன சொல்வார்கள்?"

"கடன் வாங்கியாவது ஆடம்பரமாக திருமணம் செய்யவேண்டும்!"

"ஒரு ஆண் குழந்தையாவது பெற்றுக்கொள்ள வேண்டும்!"

"அடுத்தவர் பொறாமைப்படும்படி உடையும் நகையும் அணியவேண்டும்!"

"நமக்குத் தெரிந்த அனைவரும் எப்போதும் நம்மைப் பாராட்ட வேண்டும்!"

"நம் குழந்தைகள் எப்போதும் வகுப்பில் முதலாவதாக வர வேண்டும்!"

"நம் குழந்தைகள் வளர்ந்த பின்பு வெளிநாடு போய்விட வேண்டும்!"

இவற்றைத் துரத்திக்கொண்டு ஓடி ஒரு கட்டத்தில் நாம் எங்கு இருக்கிறோம் என்று தெரியாமல் தொலைந்துபோகிறோம்!

வாழ்வில் ஏதோ ஒரு முறையாவது நின்று நிதானித்து யோசித்துப்பாருங்கள்... எங்கே இருக்கிறோம் என்று!

எதைத் துரத்தி ஓடிக்கொண்டு இருக்கிறோம் என்று!

இல்லையெனில் நாயைத் துரத்திய நண்பன் கதைதான்!

95. என்ன பேச வேண்டும்..?

சுமார் முப்பது ஆண்டுகளுக்கு முன்பு ஒரு திருமண வீட்டில் என்ன பேச்சுகள் எல்லாம் காதில் விழும்?

கொஞ்சம் யோசித்துப்பாருங்கள். அதிலும் பெண்வீட்டார் நிலை எப்படி இருக்கும்?

பெண் என்பவள் படித்தாலும் படிக்காவிட்டாலும் மாமியார் வீடு நுழைந்த மறுநாள் முதல் அனைத்து வேலைகளையும் செய்தே ஆகவேண்டும்.

சமையல் தெரியாது என்றால் அது பெண்வீட்டு பரம்பரைக்கே கேவலம்!

பெண்ணை எப்படி நடத்துவார்கள் என்ற திகிலில் பெண்வீட்டார் முகங்கள் வெளிறிப்போய் இருக்கும்.

மாப்பிள்ளையை மலைபோல் நம்பி பெண்ணை நன்கு பார்த்துக்கொள்ளும்படி வேண்டுகோள் விடுத்து ஒப்படைப்பார்கள்!

இன்றைய நிலை என்ன?

பெண்கள் நிச்சயம் படித்து இருக்கிறார்கள். பெரும்பாலும் பணியில் இருக்கிறார்கள்.

முக்கியமாய் பெண்கள் சமைத்தே ஆக வேண்டும் என்பது மாறி வருகிறது.

நிறைய பெண்களின் பெற்றோர் உடன் இருக்கிறார்கள்.

பெண்ணும் மாப்பிள்ளையும் வெளியூரில் வேலை நிமித்தம் தனியாய் இருக்கிறார்கள்.

அப்படியே மாமியார் வீடு போனாலும் வேலைகள் செய்தே ஆக வேண்டும் என்று (எனக்குத் தெரிந்து) எந்த மாமியாரும் கட்டாயப்படுத்துவது இல்லை!

கணவர்கள் மனைவிகளின் வேலைகளை பங்குபோட்டு செய்கிறார்கள்.

இன்றைய நாளில் இதையெல்லாம் நீங்களும் பார்த்திருப்பீர்கள் அல்லவா!

ஆனால் இப்போதும், "என் பெண்ணை நல்லபடியாக பார்த்துக்கொள்ளுங்கள்!" என்ற ஒரு வசனத்தை பெண்வீட்டார் முன்வைக்கிறார்கள்!

அவர்களுக்குச் சில கேள்விகள்... கோபித்துக்கொள்ளாமல் பதில் சொல்லுங்கள்!

உங்கள் பெண்ணை தன் சொந்தக் காலில் நிற்கும் அளவிற்கு படிக்க வைத்து இருக்கிறீர்கள்!

பணிக்கு அனுப்புகிறீர்கள்!

பணி இடத்தில் உங்கள் பெண் உங்கள் உதவியின்றி வெற்றிகரமாய் வலம் வருகிறாள்!

இப்போது குழந்தைத் திருமணம் கிடையாது.

படித்து பணிக்குப்போய் பிறகு மணம் செய்ய நிச்சயம் இருபது, இருபத்திரண்டு வயது தாண்டிவிடுகிறது.

இப்போது திருமணங்களில் பெண்ணின் சம்மதமும் முக்கியமான ஒன்றாகிவிட்டது.

இதெல்லாம் உண்மைதானே?

பிறகு ஏன் நீங்கள், "என் பெண்ணை பார்த்துக்கொள்ள ஒரு வரன் வேண்டும்!" என்று சொல்கிறீர்கள்?

பார்த்துக்கொள்வது என்று கூறிவிட்டாலே பெண் ஒரு சொத்து என்ற பொருள் வந்துவிட வில்லையா?

வாழ்க்கை என்பது இருவர் இணைந்து வாழத்தான் அல்லவா!

"நாங்கள் பிறரின் சொத்து இல்லை! உயிருள்ள பெண்கள்! எங்களை சமமாய் நடத்துங்கள்!" என்று பெண்கள் ஒருபுறம் போராடிக்கொண்டு இருக்க, மறுபுறம் அவர்கள் அறியாமலே அவர்களை ஒரு சொத்து, பொக்கிஷம் என்று ஜடமாய் ஆக்கும் செயல் நடந்துகொண்டே இருக்கிறது.

பெண் பிறந்து விட்டால் முதல் பயம், "எப்படி கரை ஏற்றப்போகிறோம்?"

பெண் குழந்தை என்னவோ திருமணம் ஆகும்வரை தண்ணீரில் தத்தளித்துக்கொண்டு கிடக்கும் ஒரு பிம்பம் கண்முன்னே வருகிறது!

ஆண் குழந்தை என்றால் உடனே ஆளப் பிறந்துவிட்டான் என்கிறார்கள்!

அத்தனை சாம்ராஜ்யங்கள் இங்கு கொட்டிக்கிடக்கிறதா என்ன!

பேர் சொல்லும் பிள்ளை என்கிறார்கள்! ஏன்... பெண் குழந்தை தகப்பன் பெயர் சொல்லாதா?

நான் நிபுணமதி துரைசாமி. என் வயது 56. இதுவரை துரைசாமி என்ற என் அப்பா பெயரை நான் விடவேயில்லை!

பெண்கள் வளர்ந்து சம உரிமைகேட்டு போராடுவதுதான் நடக்கிறது!

அதை பிறந்த உடனே வழங்க பெற்றோர்களால் மட்டுமே முடியும்!

தயவு செய்து பெண் குழந்தை பிறந்த உடன் அலுத்துக்கொள்ளாதீர்கள்!

அதேசமயம் தலையில் வைத்தும் ஆட வேண்டாம்.

இயல்பாய் இருங்கள்! அனைத்தையும் கற்றுக்கொடுங்கள்.

சுற்றி இருப்பவர்களுடன் வாழக் கற்றுக்கொடுங்கள்.

வாழ்க்கையை எப்போதும் நல்லவிதமாய் பயமின்றி அணுக கற்றுக்கொடுங்கள்.

யாராவது, "பெண்ணா! கட்டிக்கொடுத்து கரை ஏத்தணுமே! என்ன பண்ண போறீங்க? பாவம்!" என்று கேட்பார்கள்.

"என் பெண்ணுக்கு வாழக் கத்துக்கொடுத்து இருக்கேன். எத்தனை பெரிய குடும்பம், எப்பேர்ப்பட்ட மனுஷங்க என்றாலும் என் பெண் சமாளிச்சு சந்தோஷமா வாழுவா!

அவளை யாரும் பார்த்துக்க வேண்டாம்! அவ எல்லோரையும் அக்கறையா பார்த்துப்பா.

ஒரு குடும்பத்தைத் தாங்கி நடத்துற அளவுக்கு நாங்க தைரியமா வளர்த்து இருக்கோம்" என்று தலை நிமிர்ந்து பெருமையுடன் சொல்லுங்கள்!

என் அப்பா அப்படித்தான் சொன்னார்..!

96. முப்பத்து முக்கோடி தேவர்கள்..!

என் சிறுவயதில் அம்மா சொல்லுவார், "ஓடு! அப்பாகிட்ட போய் சக்கர வாங்கணும்னு சொல்லு!"

நான் "சக்கர இல்ல!" என்று கத்தியபடி ஓடுவேன். அப்பா சட்டென்று பிடித்து உட்கார வைத்துக் கொள்வார்.

"சக்கர வாங்கணும் சொல்லு! இல்லன்னு சொல்லாதே!" என்பார். எத்தனைமுறை என்று கணக்கே இல்லை.

கொஞ்சம் புரிந்துகொள்ளும் வயது வந்ததும், நான் ஏன் சொல்லக்கூடாது என்று கேள்வி கேட்க ஆரம்பித்துவிட்டேன்.

"நம்மைச்சுற்றி முப்பத்து முக்கோடி தேவர்கள் இருக்காங்க. அவங்க அப்பப்போ ததாஸ்துன்னு சொல்லுவாங்க. அதுக்கு அர்த்தம் "அப்படியே ஆகட்டும்!" நீ இல்லன்னு சொல்லும்போது அவங்க சொல்லிட்டா இல்லாமலே போயிடும். அதனால வாங்கணும் சொல்லு. எதிர்மறையா எதுவுமே பேசாதே ! மனசில்கூட நினைக்காதே! நேர்மறையா யோசி!" என்று சொல்லிக்கொடுத்தார்.

இப்போது யோசிக்கும்போது அப்பா தேவர்களை எல்லாம் நம்பியதாய் எனக்குத் தெரியவில்லை! ஆனால், ஒரு நேர்மறை எண்ணத்தை என் மனதில் பதியவைக்க ஒரு கதை சொல்லி இருப்பாரோ என்று இன்று தோன்றுகிறது!

நம் அத்தனை செயல்களுக்கும் முன்னோடி நம் எண்ணம்தான். அதை முதலில் சீர் செய்வதே முக்கியம். எண்ணம் சரியாய் இருந்தால் செயல்கள் தானாய் சரியாகிவிடும்.

அடுத்தவருக்கு துன்பம் நேரவேண்டும் என்ற எண்ணம் மனதில் வரும்போதே அதைக் கிள்ளி எறிந்துவிட்டால் நல்லது. மனதில்தானே நினைக்கிறோம் என்று வளரவிட்டால் நம் மனம் தீங்கு செய்யும் வாய்ப்புத்தேடி காத்திருக்கத் தொடங்கிவிடும்!

பின்புதானே வாய்ப்புகளை உருவாக்கத் தொடங்கிவிடும். கடைசியில் அடுத்தவருக்கு தீங்கு செய்துவிட்டு அல்லல்படும்! மாட்டிக்கொண்டால் பிரச்னை! இல்லாவிட்டால் குற்றஉணர்வு!

நான் படித்த காலத்தில் ஆசிரியர்கள் படிப்பு தாண்டி எங்கள்மேல் ஒரு அக்கறை கொண்டு இருந்தார்கள்.

(இப்போதும் சிலர் இருக்கலாம். ஆனால் இன்றைய நாட்களில் அவர்களுக்கு அக்கறைப்பட நேரமில்லை.)

நான் எட்டாம் வகுப்பு வந்தபோது ஒரு ஆசிரியை சொன்னார், "கெட்ட எண்ணங்களை மனதில் வர விடாதீர்கள்!"

அன்று மாலை நான் வீட்டில் கேட்டேன், "எது கெட்ட எண்ணம்? எது நல்ல எண்ணம்?"

"நீ எதுவோ ஒண்ணப் பத்தி யோசனை பண்ணிக்கிட்டு இருக்கே. அப்போ நாங்க உன்ன கூப்பிட்டு என்ன யோசிக்கிறன்னு கேட்டா? நீ உடனே பதில் சொல்லணும். இதை அம்மாகிட்ட எப்படி சொல்றது? இல்ல... அப்பாகிட்ட எப்படி சொல்றதுன்னு தயங்கினா அது கெட்ட எண்ணம்."

எனக்கு மெல்லமெல்ல புரிந்தது. வீண் விஷயங்களில் மனம் போகாமல் என்னைக் காத்தது.

என் பிள்ளைகள் பதின் வயதில் அடி வைத்தபோது இதையேதான் சொல்லிக்கொடுத்தேன்.

சிலர் அவை அடக்கம் என்று நினைத்துக்கொண்டு தன்னை மிகவும் தாழ்த்தி பேசிக்கொள்வார்கள். ஆனால், பிறர் தன்னைப் பெரிதாய் எண்ணவேண்டும் என்று ஆசைப்படுவார்கள்! எப்பேர்ப்பட்ட முரண்?

தன்னைத்தானே மதிக்கவில்லை என்றால் அடுத்தவர் எப்படி மதிப்பார்?

எண்ணங்களிடம் எச்சரிக்கையாய் இருங்கள் எப்போதும். நம்மை உயர்த்துவதிலும் தாழ்த்துவதிலும் அவற்றிற்கு பெரும் பங்கு உண்டு.

ஒரு சோதனை முயற்சியாய் ஒரு நாள் முழுவதும் நேர்மறை எண்ணங்களை மட்டுமே நினையுங்கள். மனம் எப்படி லேசாய் இருக்கிறது என்று பாருங்கள்!

நல்லது நடக்கும் என்றால்... முப்பத்து முக்கோடி தேவர்கள் இருக்கிறார்கள் என்று நம்பலாம்..! அதில் ஒன்றும் தவறில்லை!

97. வரிகளுக்கு இடையில்...

நீங்கள் ஒரு நிமிடம் சென்னை தி.நகரில் ஒரு சாலை ஓரம் நின்றுகொண்டு இருப்பதாய் கற்பனை செய்துகொள்ளுங்கள். (ஆனால் கொரானா காலத்திற்கு முன்பு...) உங்களைச்சுற்றி எவ்வளவுபேர் இருப்பார்கள்? குறைந்தபட்சம் ஒரு இருநூறு பேர்!

அவர்களில் ஒருவர் கூட உங்களுக்குத் தெரிந்தவர் இல்லை. இந்த நிமிடம் உங்களுக்கு எது நடந்தாலும் அதில் யாருக்கும் அக்கறை இல்லை என்னும் எண்ணம் உங்களுக்குத் தருவது என்ன? ஒரு ஏக்கமும் லேசான ஒரு பயமும் வருகிறது அல்லவா!

நாம் வாழ்க்கை முழுவதும் நமக்கான மனிதர்களைத் தேடிக் கொண்டே இருக்கிறோம்.

உணவு, உடை, இருப்பிடம் தாண்டி ஒவ்வொரு மனிதரின் தேடலும் தனக்கான ஒரு உயிராகவே இருக்கிறது.

தனியாகத்தான் பிறக்கிறோம் என்று சிலர் சொல்லலாம். ஆனால் தாயாவது உடன் இருப்பார் அல்லவா அக்கறை கொள்ள?

தனியாகத்தான் மரணத்தை சந்திக்கப்போகிறோம். ஆம்..! ஆனால், அதுவரை இந்த மனிதர்கள் சூழ் உலகில் தானே வசிக்க வேண்டும்?

தான், தன் சுகம், தன் குடும்ப நலம், தன் நண்பர்கள் நலம், தான் சார்ந்த சமூக நலன் என்று விரிந்துகொண்டே போவதுதான் ஒரு வாழ்க்கையின் பயணம்.

ஆனால் இந்த வாழ்க்கை நாம் சொல்லும் அளவுக்கு சுலபமாய் ஏன் இருப்பதில்லை?

எத்தனை மொழிகள் இருந்து என்ன பயன்? நாம் பல நேரம் அடுத்தவர் பேசும் மொழியை தவறாகவே மொழி பெயர்த்துக் கொள்கிறோம்.

நாம் மனதில் நினைப்பதை யும் சரியாக சொல்லத் தெரியாமல் சொதப்பி விடுகிறோம்.

சிலரைப் பார்க்கும் போது எனக்கு ஆச்சரியமாய் இருக்கும். நான் புத்திசாலி என்று எண்ணும் ஒருவர் தன் உறவினரிடம் படு மோசமாய் ஏமாந்து கொண்டு இருப்பார்!

பாவம்..! ஒன்றுமே தெரியாத மனிதர் என்று நினைக்கப் பட்டவர் தன் தேவைகளை பிறர் மூலம் அழகாய் நிறைவேற்றிக் கொண்டு இருப்பார்!

இவை எல்லாவற்றுக்கும் காரணம் பேச்சுதான் என்று சிலசமயம் தோன்றுகிறது. மனிதர்கள் பிறர் பேசுவது பொய் என்று தெரிந்தாலும், தனக்குப் பிடித்ததை மட்டுமே கேட்க விரும்புகிறார்கள்! அப்படிப் பேசத்தெரிந்தவருக்கு எதையும் கொடுக்கத்தயாராக இருக்கிறார்கள்!

தன்னைப்பற்றிய உண்மை கசப்பானது! அதை யாரும் விரும்புவது இல்லை! அதைப்பற்றி பேசுபவரை ஒதுக்கிவிட்டுப் போய்விடுகிறார்கள்!

தாயின் பாசம் எல்லைகள் இல்லாதது என்பார்கள். ஆனால், அந்தத் தாய்கூட தன் பிள்ளைகள் எல்லோரையும் சமமாய் நேசிப்பது கடினம்! பிறகு யாரைச் சொல்வது!

நம் உறவையும் நட்பையும் சுற்றிலும் பாருங்கள். ஒவ்வொருவரும் ஏதோ ஒரு நேரத்தில் மனம் பலவீனப் பட்டு, "எனக்கென்று யாருமே இல்லை!" என்று புலம்பி இருப்பார்கள்.

அப்படிப்பட்டவரிடம் சொல்லுங்கள், "நான் இருக்கிறேன் உனக்கு..!" என்று. அந்த வார்த்தைகள் செய்யும் மாயாஜாலம் அற்புதமானது! அதே நேரம் வார்த்தைகளிடம் சற்று எச்சரிக்கை யாகவும் இருங்கள்! அவை காயப்படுத்துவதில் கத்தியைவிடக் கூர்மையானவை!

நம்மைச்சுற்றி உள்ள உறவையும் நட்பையும் நம்மால் சந்தோஷமாய் வைத்துக்கொள்ள முடியும் என்றால் அதைவிட ஆகச்சிறந்த காரியம் வேறு ஒன்றும் இல்லை!

பிறர் பேசும் வார்த்தைகளை மட்டும் கணக்கில் எடுத்துக்கொள்ளாதீர்கள்!

வரிகளுக்கு இடையில் தொக்கி நிற்கும் மௌனத்தின் அர்த்தங்களையும் புரிந்துகொள்ளப் பாருங்கள்! வாழ்க்கை நிச்சயம் அழகாகும்!

98. வார்த்தைகள்..!

நான் சிறிய ஊரில் மக்கள் அவரவர் வீட்டின் அருகில் உள்ள அனைவருடனும் பேசிப் பழகி வாழ்ந்த காலத்தில் பிறந்தவள்!

நாங்கள் அம்மா, அத்தை, பாட்டி, அக்கா, அண்ணா, அண்ணி, மாமா என்று சுற்றி உள்ளவரை முறை வைத்து அழைப்பது வழக்கம்.

நான் கல்லூரியில் சேர்ந்ததும் என் தோழிகள் இதை கிண்டல் செய்வார்கள்!

"என்னது! யாரைப் பார்த்தாலும் 'அண்ணா'ன்னு கூப்பிடற! அவங்க எல்லாம் அண்ணா ஆகிட முடியுமா?" என்பார்கள்.

திருமணம் ஆன இரு பெண்கள் பேசும்போது, "அண்ணா எங்கே?" என்றால் அது முதல் பெண்ணின் கணவர் என்று பொருள்!

யோசித்துப் பார்த்தால் இது எந்த அளவு புத்திசாலித்தனம் என்று வியப்பாய் இருக்கும்.

கணவரின் நண்பனை, "அண்ணா!" என்று அழைப்பார்கள். தோழியின் கணவரும் அண்ணாதான்!

எல்லா மனிதரும் நேராய் பார்ப்பதில்லை. சற்று ஓரக்கண்ணால் பார்க்க நினைப்பவரை அண்ணா என்ற சொல் நேராக்கிவிடும் என்று அதை ஒரு பண்பாடாய் கடைபிடித்து வந்தார்கள்.

என் பதின் வயதில் இதை ஒரு முதிய பெண்மணி எனக்கு விளக்கினார்.

நான் வேகமாய் கேட்டேன், "அப்போ ஆண்கள் எல்லாரும் அப்படித்தானா?"

அவர் புன்னகையுடன் மேலும் விளக்கினார்.

"அப்படி இல்லைதான். ஆனால் தடம் மாறும் சிலரை தனியாய் பிரித்து புத்தி சொன்னால் அவர்களுக்கு இன்னும் கோபம் வரும். பழகும் குடும்பங்கள் பிரிய வேண்டி இருக்கும்.

அதுவும் சொந்த வீடு என்றால் காலத்துக்கும் பகைமையுடன் இருக்க வேண்டி வரும்.

அதனால் அண்ணா என்று சொல்லிவிட்டால் அந்த வார்த்தைக்குப் பெரும்பாலான ஆண்கள் கட்டுப்பட்டு விடுவார்கள்.

மீறி பிரச்னை செய்யும் ஒன்றிரண்டு பேர் எல்லா இடத்திலும் உண்டு".

இப்போது நினைத்தால் அவர்களின் புரிதல் வியப்பாய் இருக்கிறது!

முகநூல் வந்த பிறகுதான் 'சகோ' என்ற சொல் பழகியது.

சகோதரி, சகோதரா என்பதின் சுருக்கம் என்பதே நிறைய பேருக்கு தெரிவதில்லை!

சகா என்ற சொல் போலவே இதையும் பயன்படுத்துகிறார்கள் என்று தோன்றுகிறது.

என் தோழி கிண்டல் செய்து கொண்டு இருந்தார், "ஆமாம்! சகோ என்று கூப்பிட்டு விட்டால் உடனே போய் விருந்தா சாப்பிடப் போகிறோம்? எதுக்கு அப்படி கூப்பிடுவது!"

நான் சொன்னேன், "அது ஒரு மரியாதை. உன்னிடம் தவறாகவோ உன்னைப்பற்றி தவறாகவோ பேசமாட்டேன். கவலை வேண்டாம் என்ற வரிகளை ஒரு சின்ன சொல்லில் சொல்ல முடிகிறதே அதுதான் சகோ..!"

தோழி சிரித்துவிட்டார். இந்த அளவுக்கு யோசித்து எல்லாம் யாரும் கூப்பிடுவது இல்லை என்றார்!

என் மகன் ஒருநாள் ஆட்டோவில் வந்து இறங்கினான், "அண்ணா! தேங்க்ஸ்ணா!" என்றான்!

இன்னும் இந்த வார்த்தை இருக்கிறதே என்று சந்தோஷமாய் இருந்தது.

தீவுத்திடல் பொருட்காட்சி போய்விட்டு நானும் தோழியும் ஒரு ஆட்டோவில் ஏறினோம்.

ஓட்டுனருக்கு இருபது வயது இருக்கும். ஒரு முதியவரை இடிப்பதுபோல் சென்று சட்டென்று நிறுத்தினார்.

நான் "ஏம்பா! பத்திரமா ஓட்டுவியா?" என்றேன் சற்று பயத்துடன்.

அந்தப் பையன் (!) திரும்பிப் பார்த்து, "அய்ய யக்கா! என்னா... இப்பிடி கேட்டுட்ட! உக்காரு! பயப்படாத!" என்றார்!

நாங்கள் சிரித்துக்கொண்டோம். இறங்கும்போது, "யக்கா! பத்தரமா விட்டுட்டேன்! பார்த்துப் போ!" என்றபோது "சரி தம்பி! நீ பார்த்து ஓட்டு!" என்று சிரித்துவிட்டு வந்தோம்!

எட்டு மாதங்கள் ஆன போதும் அந்த அழைப்பு மறக்கவில்லை!

ஆம்! வார்த்தைகள் வலிமை ஆனவை!

அதிலும் உறவு கொண்டாடும் வார்த்தைகள் மிக வலிமை ஆனவை!

முடிந்தவரை உறவைச் சொல்லி... அதுவும் தமிழில் சொல்லி அல்லது அவரவர் தாய்மொழியில் சொல்லி அழைத்துப் பாருங்கள்!

சிறு குழந்தைகளுக்கும் பழக்கிவிடுங்கள். அந்த ஒட்டுதலை உணரும் குழந்தைகள் ஒரு பாதுகாப்பையும் உணர்வார்கள்.

ஒட்டு மொத்தமாக எல்லோரையும் அங்கிள், ஆன்டி என்று அழைக்கும் கலாசாரத்துக்கு ஒரு முற்றுப்புள்ளி வைத்தால் நன்றாக இருக்கும்!

99. சிற்றின்பம்

காலையில் செய்திகளைப் படித்தால் எத்தனைக் கொலைகள்! அதிலும் கணவனை மனைவி, மனைவியைக் கணவன் என்று எத்தனை பேர் கொலையாளிகள்!

"பிடிக்கலன்னா ரத்து பண்ணிட்டுப் போயிருக்கலாமே..." என்று புலம்பிக்கொண்டே பார்க்கவேண்டி இருக்கிறது.

இங்கு பெரும்பாலும் சார்ந்துதான் வாழ்க்கைப் போகிறது. பிடிக்கவில்லை என்றால் உடனே வெட்டிவிட முடியாது. உறவு, நட்பு, குழந்தைகள், வருமானம் என ஏகப்பட்ட தடைகள் உண்டு. வெட்டிவிடாமல் ஒட்டிக்கொண்டு இருப்பதில் லாபங்களும் உண்டு. எனவே லாபத்தை கணக்கில் எடுத்துக்கொண்டு கட்டிய உறவு தொடரும். தனிப்பட்ட இச்சைகளுக்கு ரகசிய உறவு தொடரும். வெளியில் தெரிய வந்தால் அது கொலையில் முடிகிறது.

இதில் சமீபகாலங்களில் வேறு ஒரு விவாதம் வைக்கிறார்கள்.

"அவள்(ன்) வேறு என்ன செய்ய முடியும்? தன் உடல் இச்சையை இந்த உலகத்துக்குப் பயந்து அடக்கிக்கொண்டு இருக்க வேண்டுமா? கற்பு என்று எல்லாம் ஒன்றும் இல்லை! அது ஆண்களின் சதி!"

என்ன காரணம் சொன்னாலும் ஒரு உயிரைக் கொல்லும் உரிமையைத் தந்தது யார்?

திருமண உறவு என்பதின் மீது ஆயிரம் விமர்சனங்கள் வைக்கலாம். ஆனால் மனிதரை ஒழுங்கு முறையுடன் இணைத்து வாழவைக்க இதைவிடச் சிறந்த முறை எதுவும் இப்போது இல்லை.

வேறு ஒருமுறை வரும்வரை இப்போது உள்ளதே செல்லுபடியாகும்.

ஒரு சிறு விளையாட்டு ஆடச் சென்றாலே அதன் விதிகளைக் கடைபிடிப்பது அவசியம் என்று சொல்கிறார்கள். அதை ஏற்பதாய் இருந்தால் நாம் உள் சென்று விளையாடலாம். விதிகளை ஏற்கும்

விருப்பம் இல்லை என்றால் தள்ளி நின்று வேடிக்கை பார்க்கலாம். அதுதானே நியாயம்?

"நான் உள்ளே சென்று ஆடுவேன்! ஆனால் எந்த விதியையும் மதிக்க மாட்டேன்!" என்றால் இந்த சமூகம் சீர் குலைந்து போய்விடாதா?

போன தலைமுறை ஆட்களுக்குத் தெரியும்... கோவில்களில் இதிகாசங்கள் கதையாய், பாடலாய், கூத்தாய், மக்கள் முன் வைக்கப்படும்.

தந்தை சொல்லைத் தட்டாத மகன் இராமன் என்பது சிறு குழந்தைக்கும் புரியும். இராமன் போல் ஒரு ஏக பத்தினி விரதன் வேண்டும் என்பது பதின் வயதுப் பெண்களின் கனவாய் இருக்கும்.

சிவனின் அருள் பெற்றிருந்தாலும் பிறன் மனைவிமேல் ஆசை வைக்கும் ஆண் அழிந்துபோவான் என்று இராவணனை முன் நிறுத்தியது எல்லோருக்கும் புரியும்.

ஐவருக்கு மனைவியாய் இருந்தாலும் பாஞ்சாலியைக் குறைத்து யாரும் மதிப்பிட்டுவிட முடியாது. அவள் ஆடையில் கை வைத்தவன் அழிந்தான் என்று பாரதக் கதை சொன்னது.

படித்தவர்கள் கோவில் பற்றியும் புராணங்கள் பற்றியும் மறுத்துப் பேசமுடியும். அவை எல்லாம் சாதாரண மனிதர்களுக்கானவை. இந்த உலகம் சாதாரண மனிதர்களால் நிரம்பியது. அவர்கள் வாழ்வை சிக்கல் இன்றிக் கடக்க இறை நம்பிக்கை தேவையாய் இருக்கிறது.

நன்மை தீமைகளின் விளைவு என்ன என்பதைப் புரியவைக்க ஏதாவது ஒன்று தேவை.

இப்போது விளைவுபற்றி சொல்ல யார் இருக்கிறார்கள்?

ஒருவனுக்கு ஒருத்தி என்பது பழைய வசனம்! சரி... ஒரு காலகட்டத்தில் ஒருவருடன் உண்மையாய் வாழலாமே!

பிறருக்கு தன் செல்வத்தை, தன் வித்தையை, தான் கற்ற கல்வியைப் பகிர்ந்து அளிப்பது பேரின்பம். அது பிறரையும் முன்னேற்றுவதால் பெருமை கொள்ளத்தக்கது.

பெருமைப்படத் தக்க இன்பம்... பேரின்பம்!

தான், தன் சுகம் என்று சுயநலமாக யோசித்தால்... தன் உடம்பின் சிறுபொழுது இன்பத்திற்காக கொலையும் செய்யலாம் என்று போய்முடிகிறது.

சிறுபொழுது இன்பம் சிற்றின்பம். மேலும் சிறுமையைக் கொண்டுவந்து சேர்ப்பதாலும் அதை சிற்றின்பம் என்று சொல்லலாம் அல்லவா?

100. மச்சினி

நாற்பது ஆண்டுகள் முன்பு எங்கள் வீட்டின் அருகில் ஒரு குடும்பம் இருந்தது. அந்த வீட்டில் இருந்த நான்கு வயது சிறுமி என்னுடன் விளையாட ஓடிவருவாள்.

நான் பத்தாம் வகுப்பு படித்துக்கொண்டு இருந்தேன். நிறைய கேள்விகள் கேட்டு அம்மாவிடம் பாதி நேரம் பதிலும் மீதி நேரம் திட்டும் வாங்கியபடி சுற்றிக்கொண்டு இருந்த காலம்.

அந்தச் சிறுமியின் அப்பா எப்போதாவது தான் வீட்டுக்கு வருவார். அவரைப் பார்த்தாலே அந்தச் சிறுமி பயந்து போய் விடுவாள்.

என் விசாரணையைத் தொடங்கிவிட்டேன்.

சிறுமியின் அம்மா இரண்டாம் தாரம். அக்கா கணவரைத் திருமணம் செய்து கொண்டார். அக்கா வெளியூரில் இருக்க இவர் தன் மகளுடன் தனியே இருக்கிறார்.

"இது தப்பில்லையா?" என்ற கேள்வி என்னைக் குடைந்துகொண்டே இருந்தது.

ஆரம்பத்தில் சண்டை இட்டாலும் பிறகு எப்படி இதை சகஜமாய் ஏற்றுக்கொள்கிறார்கள்?

இதில் தங்கை செய்தது துரோகம் என்று சிலர் சொன்னார்கள்.

அந்த அக்கா பாவம் என்று சிலர் சொன்னார்கள்.

ஆனால் அந்த ஆண்மீது தவறு என்று யாருமே சொல்லவில்லை..! பெண்கள் உட்பட..!

'ஆண் என்றால் அப்படித்தான்!' என்று வெகு இயல்பாய் எடுத்துக்கொண்டார்கள்.

ஏன்..?

ஏன் என்றால்... பெண்களை அப்படி நினைக்கும்படியான ஒரு சூழலில்தான் ஆண்கள் வைத்திருந்தார்கள்.

உண்மையில் 'ஆணாதிக்கம்' என்பதைப் பின்பற்றி அதை விடாமல் காப்பாற்றி வருபவர்கள் பெண்களே.

"இது நாற்பது ஆண்டுகளுக்கு முன்பு. இப்போது மாறிவிட்டது..." என்று சிலர் சொல்லலாம்.

"அக்கா கணவன் எல்லை மீறிப் பேசுகிறான்" என்று சொன்னால், அம்மா சொன்ன பெண்ணைத்தான் கண்டிப்பார்!

"வெளியில் சொல்லாதே!" என்று அடக்கி வைப்பார்.

இங்கு அக்கா கணவன் மட்டும் இல்லை. குடும்பத்தில் உள்ள சிறுமிகளுக்குப் பாலியல் தொல்லை தரும் உறவினர்கள் அனேகம் பேர் உண்டு.

அவர்களை எல்லாம் பெயர் கெட்டுவிடாமல் காப்பாற்றி வைத்து இருப்பவர்கள் யார் என்று நினைக்கிறீர்கள்?

நம் அருமைப் பெண்களேதான்!

குடும்ப கௌரவத்தைக் கட்டிக்காக்கிறார்களாம்!

இன்று நிலைமை எப்படி என்கிறீர்களா?

புதிதாய்த் திருமணம் ஆகும் பையனின் நண்பர்கள் கேட்கும் முதல் கேள்வி...

"மச்சினி இருக்காடா? நீ குடுத்து வச்சிருக்க!"

தனக்கு சொந்தம் என்று நினைத்து இருக்கும் மனைவியையே, அவள் சம்மதம் இல்லாமல் தொடக்கூடாது என்று பேசத்தொடங்கி இருக்கும் காலம் இது.

அப்படி இருக்கும்போது தனக்கு சொந்தம் இல்லாத ஒரு பெண்ணைப்பற்றி இப்படிப் பேசும் உரிமையை யார் கொடுத்தது?

இப்படிப்பட்ட பேச்சை உங்கள் காதுபட யார் பேசினாலும் கண்டியுங்கள்.

மாற்றம் அப்போதுதான் மெதுவாகவாவது வரும்.

நாம் சகஜம் என்று நினைத்துக்கொண்டு இருக்கும் பல விஷயங்கள் தவறானவை.

அதை நாம் முதலில் புரிந்து கொள்ள வேண்டும்.

அந்தப் புரிதலில் இருந்துதான் மாற்றம் பிறக்க வேண்டும்.

ஒரு வாதத்துக்குக் கேட்கிறேன்...

"என்னது..! மாப்பிள்ளைக்குத் தம்பி இருக்கானா? ஜாலிதான் போ!"

மணப்பெண்ணின் தோழி இப்படிச் சொன்னால் நீங்கள் என்ன செய்வீர்கள்?

பாய்ந்து போய்...

"அடச்சே! அண்ணி என்பவள் அம்மாவுக்கு சமம்! மச்சினன் என்பவன் பிள்ளை மாதிரி. வாயைக் கழுவு!" என்று சொல்வீர்கள் அல்லவா?

ரொம்ப சரி..!

அதே போல் "மச்சினி" பற்றிப் பேசினாலும் பொங்கி எழுந்து வாருங்கள்..!

அதுதான் சமத்துவம்!

பெண் என்பவள் வெறும் பொருள் இல்லை!

இரத்தமும் சதையும்... கூடவே மனசும் அதில் உணர்வுகளும் சேர்ந்த ஒரு மனுஷி!

இதை முதலில் பெண்கள் தெளிவாய்ப் புரிந்துகொள்ளுங்கள்..!

பிறகு ஆண்களுக்குப் புரிய வைக்கலாம்..!

101. தப்பென்று சொல்லுங்கள்..!

நன்கு படித்த பெண்மணி அவர். பிறருக்கு புத்திமதி சொல்லக்கூடியவர்.

அவர் மகள் தேர்வில் புத்தகத்தைப் பார்த்து எழுதியது தெரிந்தபோது கண்டிக்கவில்லை. மாறாக அவள் ஏன் அப்படிச் செய்தாள் என்று காரணங்கள் தேடிக் கூறிவிட்டு

"அது அப்படி ஒன்றும் பெரிய தப்பு இல்லை!" என்று முடித்துவிட்டார்.

மகள் வளர்ந்து மணம் ஆகிப் போனாள். மகளின் மாமியார் உடல் நலம் குன்றிப்போனது.

"நீ எதுக்கு அவங்கள வச்சுக்கிட்டு கஷ்டப் படணும்? வயசைக் காரணம் காட்டி சொத்தை எழுதி வாங்கு. அப்புறம் அவங்க பொண்ணுகிட்ட அனுப்பிடு."

அது அவ்வாறே நடந்தது.

தாய்ப் பெண்மணிக்கும் வயது ஆனது. மகள் சொத்தை எழுதி வாங்கிக்கொண்டாள். பிறகு அதுவரை போட்ட பாச நாடகத்தை முடித்துக்கொண்டாள்.

தாய்க்கு மனமும் உடலும் சோர்ந்துபோனது. சம்பளத்திற்கு வந்த பெண் தலைவாரி உணவு ஊட்டிவிட,

"என்ன பாவம் செஞ்சேன்னு தெரியல. கடவுள் என்னை இன்னும் வச்சி கொடுமைப் படுத்தறான்" என்று உறவினரிடம் புலம்பிவிட்டு அவர் கதை முடிந்தது.

என் கேள்வி ஒன்று அந்தரத்தில் தொங்கியபடியே இருக்கிறது.

"அவ்வளவு விவரம் தெரிந்த பெண்மணிக்குத் தன் மகள் செய்தது தவறு என்று ஒருமுறைகூடத் தோன்றவில்லை... ஏன்?"

சிறியதாய் ஒரு தவறு நடக்கும்போதே அதைத் தவறு என்று உரத்துச்சொல்லி இருந்தால் மகளுக்கும் தன் தவறு புரிந்து இருக்கும் அல்லவா?

தன் மகள் செய்யும் தவறுக்கு ஆதரவு கொடுப்பதே அன்பு என்று நினைத்துவிட்டார் போலும்.

அது ஒவ்வொன்றாய் வளர்ந்து கடைசியில் மிகப்பெரும் சுயநலவாதியாய் மகளை ஆக்கிவிட்டுத் தானும் நொந்து போனதில் முடிந்தது.

நாம் அனைவருமே வாழ்வின் ஏதோ ஒரு தருணத்தில் இதுபோல் ஒரு தவறைச் செய்துவிடுகிறோம்.

அடுத்தவர் தவறு செய்யும்போது ஏனோ அமைதியாகிவிடுகிறோம்.

"நம் குழந்தையை எப்படி நாமே விட்டுக்கொடுப்பது?"

"இவர் செய்வது தப்புத்தான். அதைச் சொன்னால் நம்மீது கோபப்படுவார். எதற்கு வம்பு?"

"இவரால் நம் காரியம் ஆக வேண்டும். நாம் எதற்கு தப்பென்று சொல்லி அதைக் கெடுத்துக் கொள்வது?"

"என்னை இவர் நல்லவர் என்று நம்பிக்கொண்டு இருக்கிறார். இவர் செய்யும் தவறைக் கண்டும் காணாமல் போய்விடுவது நமக்கு நல்லது!"

"நான் யார் வம்புக்கும் போக மாட்டேன். அடுத்தவர் தப்பு செய்தால் எனக்கு என்ன?"

இப்படி விதவிதமாய்க் காரணங்கள் தேடி அதன் பின்னே ஒளிந்துகொள்கிறோம்.

நாம் நேரடியாய்ப் பாதிக்கப்படாத வரை யார் தவறு செய்தாலும் நாம் கண்டுகொள்வதே இல்லை!

ஆனால், நாம் பாதிக்கப்பட்டுவிட்டால் மட்டும் சுற்றி உள்ள அனைவரும் வந்து நம் பக்கம் நிற்க வேண்டும் என்று எதிர் பார்க்கிறோம்! உண்மைதானே?

இதில் இன்னொரு மறைமுக ஆபத்தும் மறைந்து இருக்கிறது.

நம்மை உற்றுக்கவனித்தபடியே நம் குழந்தைகள் வளர்கிறார்கள்.

நம்மைப் பற்றிய அவர்கள் கணிப்பில் நாம் எப்படி இருப்போம்?

நாம் சரியானதைப் பாராட்டி, தவறானவற்றை எதற்காகவும் ஆதரிக்காமல் இருப்பது ஒரு நல்ல வாழ்க்கையைப் பிள்ளைகளுக்குக் கற்றுக்கொடுக்கும்.

அவர்கள் தவறு, சரி என்பவற்றைப் புரிந்து வளர உதவும்.

யாராய் இருந்தாலும், எத்தனை சிறிய தவறு என்று தோன்றினாலும், சொல்லவேண்டிய இடத்தில், சொல்லுங்கள்!

சற்று உரக்கவே சொல்லுங்கள்..!

தப்பைத் தப்பென்று சொல்லுங்கள்..!

102. ஆடாத ஆட்டம் எல்லாம்..!

சில ஆண்டுகள் முன்புவரைகூட வாழ்வில் சில விளையாட்டுகளை ஆட நேரமும் சூழலும் வாய்த்து இருந்தது.

உறவுகள் ஒன்றுகூடும் நாளில் வயது வித்தியாசம் இன்றி இரு குழுக்களாய்ப் பிரிந்துகொள்வோம்.

மிகச்சுவாரஸ்யமான ஆட்டம் ஆரம்பிக்கும்.

ஒருவரை மட்டும் தனியே அழைத்து எதிரணியினர் ஒரு திரைப்படத்தின் பெயரை காதில் ரகசியமாய் சொல்லி அனுப்பிவிடுவார்கள்!

வாயே திறக்காமல் எந்த ஒலியும் எழுப்பாமல் சைகைகளால் மட்டுமே தன் அணிக்கு அந்தப் பெயரைப் புரிய வைக்கவேண்டும்!

ஒரே கூச்சலும் கும்மாளமுமாய் நேரம் போவது தெரியாமல் ஆடுவோம்.

அது நம் திறமையை, யோசிக்கும் திறனை அதிகரிக்கும் ஒரு ஆட்டம்!

நீங்கள் எல்லாம் கூட ஏதோ ஒரு காலகட்டத்தில் இந்த ஆட்டத்தை ஆடி இருப்பீர்கள் அல்லவா?

உண்மையில் இந்த விளையாட்டில் ஒரு ரகசியம் பொதிந்து உள்ளது! அதை அறிந்தவர் வாழ்வில் வெற்றி பெறுவது சுலபம்!

வாழ்வில் நாம் சந்திக்கும் பெரும் பிரச்னை... அடுத்தவர் நாம் எதிர்பார்க்கும்படி பேசுவது இல்லை!

அதை சமாளிக்கத் தெரியாமல் நாம் தடுமாறுவதும் கோபம் கொள்வதுமே நம் நேரத்தில் பாதியைத் தின்று விழுங்கிவிடுகிறது.

நாம் பிறரைக் குறை சொல்லிக்கொண்டே இருக்கிறோம். அவர்கள் நம் விருப்பப்படி நடந்துகொள்வார்கள் என்று எதிர்பார்க்கிறோம். அப்படி நடப்பது அவர்கள் கையில் இருக்கிறது என்று நம்புகிறோம்.

அது உண்மை இல்லை!

அவர்கள் எப்படி நம்மிடம் பேசவேண்டும்.

எப்படி நம்மிடம் நடந்துகொள்ள வேண்டும் என்பதை நாமே தீர்மானிக்க முடியும்!

நம்புங்கள்..! இது ஒன்றும் குட்டிச்சாத்தான் வசியம் கிடையாது.

நான் முதலில் சொன்ன ஆட்டத்தைக் கவனியுங்கள்.

நமக்குத் தெரிந்த திரைப்படத்தின் பெயரை அடுத்தவர் வாயால் சொல்ல வைக்கவேண்டும்!

குறித்த நேரத்தில் பிறரை சொல்லவைக்க நாம் கை கால்களை அசைத்து ஒரு சிறு நடனம் ஆடி தவித்து எப்படியாவது அந்தச் சொல்லை பிறர் வாயில் இருந்து பிடுங்கி விடுவோம்!

அதுவே வாழ்க்கை!

ஆடுற மாட்டை ஆடிக் கற!

பாடுற மாட்டைப் பாடிக் கற! என்பார்கள்.

ஆடினால் பால் கறக்கும் எனில் ஆடித்தான் ஆக வேண்டும்!

நமக்கு உகந்த ஒரு வாழ்வை நாம் வாழ நினைத்தால், நம்மைச் சுற்றியுள்ள மனிதர்கள் இடம் நம்மால் முடிந்தவரை நம்மைப் புரியவைக்க முயற்சி செய்யவேண்டும்.

எல்லோருக்கும் புரிந்துவிடுமா என்றால் அது சந்தேகம்தான்.

முயன்று பார்ப்பதில் ஒன்றும் நஷ்டம் இல்லையே.

வாழ்க்கை ஒரு நேர்கோட்டில் செல்வது கிடையாது.

நல்லவன் வாழ்வான்; கெட்டவன் வீழ்வான்!

என்ற பழங்காலப் படம் இல்லை வாழ்க்கை!

வாழ்க்கை ஒரு விளையாட்டு!

அதை சரியாய் ஆடத்தெரிந்தவர்கள் மட்டுமே இங்கு வெற்றி பெற்று நிம்மதி அடைகிறார்கள்.

பிறர் ஏன் தோற்றோம் என்று அலசி ஆராய்ந்துகொண்டே மீதி வாழ்வை ஓட்டுகிறார்கள்.

இந்த ஆட்டத்தில் விதிகள் ஏதுமில்லை.

அவரவர் வாழ்வை ஆடித்தீர்த்த பிறகு கடைசியில் நிம்மதி கிடைத்தால் வெற்றி!

புலம்பினால் தோல்வி!

ஆனாலும் கடைசிவரை நாம் ஆடலாம்!

அதற்கு சிறுசிறு யோசனைகளை ஒருவரோடு ஒருவர் சொல்லிக்கொள்ளலாம்!

நான் எழுதியது அதுபோல் ஒன்று.

நீங்கள் எதிர்பார்க்கும் வார்த்தைகளைப் பிறர் வாயில் இருந்து கொண்டுவாருங்கள்!

103. மாயமா மந்திரமா!

ஒரு இருபது வயதுப் பெண். எப்போதும் உம்மென்ற முகம்!

யார் எது செய்தாலும் அதில் இருக்கும் குறை அவள் கண்ணில் பட்டுவிடும். உடனே அதை சொல்லியும் விடுவாள்.

எல்லோரும் உள்ளுக்குள் ஒரு பயத்துடன் தான் பழகுவார்கள்.

(இது எப்போ என்ன குறை கண்டுபிடிச்சு நம்மகிட்ட மோதுமோ..! தெரியலையே..!)

எப்போதும் யாரோ அமைத்த விதிகளின்படி ஒழுங்காய் நடந்துகொள்ள வேண்டும் என்ற நினைப்பு மாறாமல் இருக்கும் பெண்!

ஒரு ஐம்பது வயது பெண்மணி. கொஞ்சம் சிரித்த முகம்!

யாரைப்பார்த்தாலும் அவரிடம் உள்ள நிறைகளைப் பற்றி பேசும் குணம்.

என்ன பெரிய விதிகள்! அவரவர் மனதுக்குப் பிடித்த, மனசாட்சி உறுத்தாத வாழ்வு வாழ்ந்தால் போதும் என்ற நினைப்பு!

இருவரில் நமக்கு யாரைப் பிடிக்கும்?

எந்த ஒரு கொள்கையின் பொருட்டும் மனிதர் தனித்து வாழ விரும்புவது இல்லை.

கூடிவாழ்தலே எல்லோருக்கும் இங்கு முதல் விருப்பம்.

சுற்றி உள்ள மனிதரிடம் நாம் தேடுவதையே கடைசியில் கண்டடைகிறோம்!

குறைகள் தேடினால் குறைகள்!

நல்ல குணம் தேடினால் நல்ல குணம்!

இது உண்மை! ஏனெனில் மனிதர்கள் குறையும் நிறையும் நிரம்பி இருப்பவர்கள்.

ஒரு பல்பொருள் அங்காடிபோல் இருப்பவர்கள்!

அவர்களிடம் நமக்கு என்ன தேவையோ அதை மட்டும் எடுத்துக்கொண்டு போய்விட வேண்டும்!

சிலரிடம் நமக்குத் தேவையானது முதலிலேயே கிடைத்துவிடும்.

சிலரிடம் தேடிக் கண்டுபிடிக்க வேண்டும்.

சிலரிடம் எதுவும் கிடைக்காமல் வெறும் கையுடன் வெளியேற நேரிடும்.

எல்லோரும் பழகவே தகுதி இல்லாத ஆள் என்று ஒதுக்கி வைக்கப்பட்டவர் யாரோ ஒருவரிடம் பாசமாய் இருக்கலாம்!

ஊரே கொண்டாடும் ஒருவரின் கசப்பான முகம் சிலருக்கு மட்டும் தெரிந்து இருக்கலாம்!

அப்படி இருக்க, மனிதரில் நல்லவர் யார்? கெட்டவர் யார்?

எந்த அளவுகோல் கொண்டு அளப்பது?

பிடித்தால் பழகிக்கொள்ள வேண்டியதுதான்.

பிடிக்கவில்லை எனில் புறம் கூறாமல் விலகிப் போய்விட வேண்டியதுதான்.

மேலும், மாறிக்கொண்டே இருக்கும் இந்த உலகத்தில் மனிதர்களும் மாறிக்கொண்டே இருப்பவர்தானே?

நமக்குப் பிடித்தவரும் பிடிக்காதவரும் வரும் காலத்தில் மாறிப்போகலாம் அல்லவா?

இதில் நாம் நிரந்தர நட்பு என்றோ எதிரி என்றோ யாரைச் சொல்லமுடியும்!

அதனால், நாளை எதிரி ஆனாலும் ஆகலாம் என்ற ஒரு சிறு எச்சரிக்கையுடன் நம் நட்பை அணுகலாம்.

யாருக்குத் தெரியும்..? இந்த எதிரி நமக்கு நட்பாகி விட்டால்..? என்ற எண்ணத்துடன் எதிரியிடம் இன்று சற்று அமைதியுடன் விலகிப் போகலாம்!

இப்படி மனிதர்கள் மாறுவார்களா? என்று கேட்டால்?

ஆம்! மாறுவார்கள்!

முதலில் சொன்ன இருபது வயதுப் பெண்ணும் பின்னர் சொன்ன ஐம்பது வயதுப் பெண்மணியும் ஒரே நபர் தான்!

இது மாயம் இல்லை... மந்திரம் இல்லை!

காலம் எதையும் யாரையும் மாற்ற வல்லது!

அவ்வளவே..!

எனவே... யாரையும் அளவுக்கு அதிகமாய் தலையில் தூக்கிவைத்துக் கொண்டாடவும் வேண்டாம்..!

மூர்க்கமாய் எதிர்க்கவும் வேண்டாம்!

104. வரமா... சாபமா..?

என் அப்பா நிலைகுலைந்து படுக்கையில் இருந்த நேரம். என் அம்மா எங்கள் குடும்ப மருத்துவர் கிருஷ்ண ராஜிடம் கேட்டார்.

"நான் வேண்ணா பாண்டிச்சேரிக்கு இவரைக் கூட்டிட்டுப் போயிடவா?"

மருத்துவர் பொறுமையாய் சொன்னார்...

"வேண்டாம்மா. அவர் நேரம் நெருங்கிடுச்சு. அவரை அமைதியா விடுங்க. நான் தினம் ரெண்டு தடவை வீட்டுக்கு வந்து பார்த்துக்கறேன். மனசை திடமா வச்சுக்கோங்க."

மறுநாள் என் அப்பா இறந்துவிட்டார். அது 1983ஆம் ஆண்டு.

அடுத்து 1986இல் என் அம்மாவுக்கு உடம்பு முடியாதபோது என்னிடம் அதே மருத்துவர் சொன்னார்,

"அம்மாவை மெட்ராஸ் கூட்டிக்கிட்டு போ. இதுக்கான மருந்து அங்க கிடைக்கும். நான் டாக்ஸி வச்சுத் தரேன். பயப்படாம கிளம்பு. இதை வச்சுக்கோ... ஆயிரம் ரூபா இருக்கு."

நான் என்னிடம் பணம் இருப்பதைச் சொல்லிவிட்டுக் கிளம்பினேன். அதன்பிறகு 32 ஆண்டுகள் என் அம்மா நன்றாக இருந்தார்.

இன்று இதை நினைவுகூற காரணம் உண்டு.

ஒரு உறவினர் மருத்துவமனையில் இருக்கிறார். அவர் நோய்க்கு மருந்து இல்லை என்று தெரிந்தும் அங்கு தீவிர சிகிச்சைப் பிரிவில் வைத்திருக்கிறார்கள்.

இதுவரை பத்து லட்சம் செலவு. ஆனால் அவர் அப்படியே அதே நோயோடுதான் இருக்கிறார். எதுவரை வைத்து இருப்பார்கள்?

பதில் சொன்னால் கொடூரமாய்ப் பேசுவதாய்த் தோன்றும். ஆனால் உண்மை இதுதான்... கையில் காசு இல்லை என்று வாரிசு சொல்லும்வரை அவரை அங்கே வைத்திருப்பார்கள்.

நிறைய பணம் வைத்து இருப்பவருக்குப் பிரச்னை இல்லை. பணமே இல்லாதவர் அரசு மருத்தவமனை சென்றுவிடுவார்.

இங்கு நடுத்தர குடும்பங்கள்தான் இந்த மருத்துவமனைகளில் சிக்கிச் சீரழிகிறார்கள்.

சிகிச்சை நன்றாக இருந்தாலும் அரசு மருத்துவமனை போக தயக்கம். உற்றார் உறவினர் என்ன சொல்வார்கள் என்று பயம்.

தனியார் மருத்துவமனையில் செலவு செய்தால் நோயாளி பிழைத்துவிடுவார் என்று ஒரு நம்பிக்கை. ஒருவேளை நோயாளி இறந்துவிட்டால்?

"செலவுக்குப் பயந்து சாகடிச்சுட்டா பாரு..." என்று உறவுகள் பேசுமே என்று பயம். அதையும் மீறி ஒரு குற்ற உணர்வில் மாட்டிக்கொள்ள வேண்டாமே என்றுதான் மக்கள் யோசனை செய்கிறார்கள்.

இந்த உணர்வுகள் அனைத்தையும் காசாக்கும் வித்தை அறிந்தவர்கள் இன்றைய தனியார் மருத்துவர்கள்.

முப்பது ஆண்டுகளில் எவ்வளவு மாற்றம்?

மருத்துவரை கடவுளாய்ப் பார்த்த மக்கள், இன்று பணம் பிடுங்கும் வியாபாரிகள் என்று அஞ்சி ஓடுகிறார்கள்.

மருத்துவர்கள் வியாபாரம் செய்யலாமா? மருத்துவம் ஒரு சேவை அல்லவா?

உயிர் காக்கும் உன்னதமான இடம் மருத்துவமனை அல்லவா?

அறம் தவறாத மருத்துவர்கள் இன்னும் சிலர் இருக்கிறார்கள் என்பது சிறு ஆறுதல். ஆனால் அவர்கள் எண்ணிக்கை மிகக்குறைவு.

மருத்துவம் படிக்கத் தனியார் கல்லூரிகளில் கோடிக்கணக்கில் செலவு. அதன்பிறகு இயந்திரங்கள் வாங்கிப்போடும் செலவு. பார்த்தாலே பளிச்சிடும் பிரம்மாண்ட மருத்துவமனை கட்டும் செலவு. அதில் வரவேற்பறையில் சீருடை அணிந்து சிரிக்கும் பெண்களின் சம்பளம் ஒரு செலவு!

இவை அனைத்திற்கும் காசு வேண்டுமே! ஒரு நோயாளி உள்ளே நுழைந்துவிட்டால் குறைந்தபட்சம் பாதி சொத்தாவது பிடுங்கிவிட வேண்டும்.

உடம்பில் ஒன்றும் வியாதி இல்லை என்றால்கூட அனைத்து சோதனைகளும் செய்த பிறகே சொல்வார்கள்!

அடிப்படையில், "அறம்" என்பது எல்லாத் துறைகளிலும் மறைந்து வருகிறது. ஆனால் அப்படி மறையக் கூடாத இடங்களில் மருத்துவமனையும் ஒன்றல்லவா?

ஏகப்பட்ட மருந்துகள், உயிர் காக்கும் கருவிகள் இவை எல்லாம் கண்டுபிடிக்கப்பட்டது வரமா..? சாபமா..?

லாபம் அள்ளும் மருத்துவமனைகளுக்கு இது வரம்!

இருக்கும் சொற்ப காசை இழந்துவிட்டு கடன் வாங்கியும் செலவு செய்துவிட்டு கடைசியில் வேண்டிய ஒரு உயிரையும் இழந்துவிட்டு நிற்கும் நடுத்தர வர்க்கத்துக்கு இது ஒரு சாபம்.

105. இயந்திரர்கள்

தற்செயலாய் அலைபேசியில் எத்தனை பேர்கள் பதிந்து இருக்கிறோம் என்று பார்த்தேன். நூற்றுக்கணக்கில் இருக்கிறது!

தினமும் யாரிடம் பேசுகிறோம் என்று பார்த்தால் அது காய், மளிகை கொண்டுவரும் கடைக்காரர்!

பிறகு வீட்டில் இருந்து வெளியே போய்வரும் குடும்ப உறுப்பினர்கள்.

நேரம் கிடைத்தால் வெகுசில நட்புகள். வேறு யாரிடமும் பேசுவது இல்லை.

ஏதாவது வேலை நிமித்தம் மட்டுமே பிறரிடம் பேச்சு என்றாகிவிட்டது.

வீட்டில் ஏதாவது விசேஷம் என்றால் மட்டுமே அலைபேசியில் இருக்கும் உறவுகளையும் நட்புகளையும் அழைத்துப் பேசுகிறோம்.

தவறாமல் அவர்கள் வந்துவிட்டாலும் அவர்களிடம் நேரில் எங்கே பேசமுடிகிறது?

நாம் போடும் இசை இரைச்சலில் அவர்கள் ஜாடையில் எதையோ சொல்ல நாம் தலையை ஆட்டிக்கொள்வோம். அவர்கள் பரிசு கொடுக்கும் வரிசையைக் கவலையுடன் பார்த்து சேர்ந்து நிற்பார்கள். நம்முடன் புகைப்படம் எடுத்துக்கொண்டதும் நாம் சாப்பிட்டுவிட்டுப் போகச்சொல்லி அடுத்த புகைப்படத்திற்கு ஆயத்தம் செய்வோம்.

சாப்பாட்டுக் கூடத்தில் வேறு வழியின்றி முன்பே சாப்பிடுபவர் பின்னால் நின்று இடம்பிடித்து சாப்பிட்டுவிட்டு அவர்கள் போய்விடுவார்கள்.

இதில் எங்கே உறவையும் நட்பையும் வளர்ப்பது..?

தேவை இன்றி நாம் யார் வீட்டுக்கும் இப்போது செல்வது இல்லை. வீடு முழுக்க வேலையை எளிதாக்க அத்தனை இயந்திரங்கள்! ஆனாலும் சக மனிதர்களிடம் பேச நமக்கு நேரம் இல்லை!

"சும்மா இந்தப்பக்கம் வந்தேன்... அப்படியே உங்களைப் பார்த்துட்டுப் போகலாம்னு வந்தேன்!" இந்த வசனம் இப்போது மறந்தே போய்விட்டது.

யார் வீட்டுக்காவது போவதாய் இருந்தால் முன்கூட்டி அலைபேசியில் சொல்லவேண்டும். அப்படி சொல்லும்போது வருகைக்கான காரணம் சொல்லவேண்டும். சும்மா எல்லாம் போய்விட முடியாது.

நமக்கு உதவி செய்தவரிடம், "இதை மறக்கவே மாட்டேன்!" என்று சொல்வதுகூட ஒரு சடங்குபோல் ஆகிவிட்டது! அவர் பெயரும் நம் அலைபேசியில் அமைதியாய் கிடக்கும்!

நாம் நன்றாக வாழத்தான் இத்தனை வசதிகள் வேண்டும் என்று நினைத்துக்கொண்டு இருக்கிறோம். உண்மையில் அனைவரும் மூச்சுவிடும் இயந்திரங்கள் ஆகிக்கொண்டிருக்கிறோம்.

நாம் வாழவே இல்லை..!

தொலைக்காட்சி பார்த்து சிரித்தது தவிர, யாரிடம் மனம்விட்டுப் பேசி சிரிக்கிறோம்?

நம் குடும்பத்தில் உள்ளவர் தவிர வேறு யாரை ஒருவேளை சாப்பிட அழைக்கிறோம்?

அந்தக் காலத்தில் வேலை இல்லாமல் வெட்டிப்பேச்சு பேசினார்கள் என்று அலட்சியமாய்க் கடந்துபோகிறோம்.

நிஜத்தில் அவை அனைத்தும் அனுபவச் சிதறல்கள். நமக்கு வேண்டியதை எடுத்துப் பயனடைய முடியும்.

அந்தப் பேச்சுகள் நமக்கு உலகத்தில் சக மனிதருடன் வாழக் கற்றுக்கொடுத்தன. உறவோடும் நட்போடும் பிணைத்து வைத்தன. நாம் யாரும் தனி ஆள் இல்லை என்ற நிம்மதியைக் கொடுத்தன.

தேவை இன்றி பேசக்கூடாது என்று அவரவர் வேலையைப் பார்த்துக்கொண்டு தீவுபோல் ஆகிவிட்டோம். எல்லாம் சுகமாய்ப் போகும்வரை எந்தப் பிரச்னையும் இல்லை.

ஆனால், வாழ்க்கை வெறும் சுகம் அல்லவே!

பிரச்னை வரும்போது நமக்கு மட்டும் வந்துவிட்டதாய் நினைத்து இடிந்து போகிறோம்.

பிறரிடம் பேசினால் தானே, பிரச்னை என்பது எல்லோருக்கும் வரும் என்பது தெரியும்? அதை சமாளிக்கும் வித்தை புரியும்?

சமூக ஊடகங்களில் ஆயிரக்கணக்கில் நட்பு இருக்கும். அந்த நட்பு என்பது அவர்கள் எழுத்தைப் படித்து ஒரு விருப்பக் குறி இட்டுவிட்டால் முடிந்தது!

அலைபேசியில் இருக்கும் எண்களில் ஏதாவது ஒன்றை அழைத்து எந்தத் தேவையும் இல்லாமல் "சும்மா" ஒரு அரைமணி நேரம் உங்களால் பேச முடியுமா?

"ஆம். முடியும்!" என்றால் வாழ்த்துகள்!

நீங்கள் இன்னும் மனிதராய்த்தான் வாழ்ந்து கொண்டிருக்கிறீர்கள்.

"சும்மாதான் கூப்பிட்டேன்!" என்று யாரிடமும் பேச முடியாமல்... "சும்மா இந்தப் பக்கம் வந்தேன்!" என்று சொல்லி யார் வீட்டிலும் ஒரு காபி குடிக்க முடியாமல் போய்விடும் நாளில் ஒன்றை மட்டும் நினைவில் கொள்வோம்.

நாம் மனிதர்கள் இல்லை. இயந்திரர்கள் ஆகிவிட்டோம்.

உங்களுக்கு சந்தேகம் எதுவும் இருந்தால், இன்று ஒரு எண்ணை அழைத்துப் பேசிப்பாருங்களேன்!

106. "சும்மா" இருக்கும் பெண்கள்..!

என்னுடன் பள்ளியில் படித்த ஒரு தோழி அலைபேசியில் பேசினார். நலம் விசாரித்து முடித்த உடன்,

"எங்க வேலை செய்யற? நீயெல்லாம் கண்டிப்பா பெரிய பதவிலதான் இருப்ப..?"

"இல்ல... நான் ஒரு ஹோம் மேக்கர்!"

அவருக்கு சட்டென்று வாயடைத்துவிட்டது!

இவர் போன்று பலரை சந்தித்திருக்கிறேன். அவர்களின் ஆச்சரியம் எனக்குப் புரிகிறது.

என் பதின் வயதில் கல்லூரி என்பதே 90 சதவிகிதம் பெண்களுக்கு கனவுதான். அப்படி படிக்க முடிந்தவர்கள் பணிக்குச் செல்வதே சிறப்பு என்ற நிலை இருந்தது.

படித்து முடித்த உடன் நானும் அவ்வாறே பணி செய்து கொண்டிருந்தேன்.

திருமணம் முடிந்து குழந்தை பிறந்த பின் வாழ்வில் முக்கியமான முடிவு எடுக்கும் தருணம் வந்தது.

வேலைக்குப் போனால் குழந்தையை யார் பார்த்துக்கொள்வது? நம்பிக்கையான ஆள் கிடைப்பார்களா? என்று பலவித எண்ணங்கள்.

நான் உறுதியாய் முடிவெடுத்தேன்.

வேலைக்குச் செல்லப்போவது இல்லை!

குழந்தையை ரசித்து வளர்ப்பதே முதல் வேலை என்று நானும் கணவரும் தீர்மானம் செய்தோம்.

என் குழந்தைகளுக்கு தேடித்தேடி கற்றுக்கொடுத்தேன்.

ஒரு கட்டத்திற்கு மேல் நான் பிள்ளைகளிடம் இருந்தும் கற்றுக்கொண்டேன்.

நாங்கள் சேர்ந்தே வளர்ந்ததுபோல் உணர்கிறேன்.

முப்பது ஆண்டுகள் முன்பு இப்போது உள்ளதுபோல் சுலபமான போக்குவரத்து வசதிகள் கிடையாது.

இப்போது உள்ளதுபோல் இணைய வசதிகள் கிடையாது. தேடித்தேடி புத்தகங்கள் வாங்கித் தருவோம்.

நான் எந்த ஒரு சூழலிலும் படிப்பதை மட்டும் நிறுத்தவே இல்லை.

எது ஒன்றையும் புதிதாய்க் கற்றுக்கொள்ளத் தயங்கியதும் இல்லை.

பள்ளி, வங்கி, மின் கட்டணம், கடைகள் என்று வெளி வேலைகள் செய்யவும் அலுத்துக்கொண்டதே இல்லை.

என்னைப் பொறுத்தவரையில் எப்போதும் நேரம் வேகமாகவே ஓடிக்கொண்டு இருக்கிறது.

ஆனால், பல ஆண்டுகள் கழித்து சந்திக்கும் நட்புகள், "என்ன..! வீட்டுல சும்மாதான் இருக்கியா?'' என்று கேட்கும்போது சிரிப்புதான் வருகிறது!

என் ஆசிரியை என்னைக் கேட்டார்,

"உனக்கு உன் திறமையை வீணாக்குறோம்னு தோணவே இல்லயா? எப்படி சம்பாதிக்கப் போகாம இருக்க?"

நான் சொன்னேன், "இல்ல டீச்சர்! நான் ஆசைப்பட்டதை எல்லாம் செய்துக்கிட்டே இருக்கேன்.

என் பிள்ளைகளுக்கு மட்டும் இல்ல, வாய்ப்புக் கிடைக்கும் போதெல்லாம் மற்ற குழந்தைகளுக்கும் சொல்லித்தரேன்.

என்னைச்சுற்றி இருக்கும் எல்லாருக்கும் ஏதோ ஒரு விதத்தில் உதவியா இருக்கணும்னு நினைக்கிறேன்.

நான் ரொம்ப சந்தோஷமா எப்பவும் சுறுசுறுப்பா இருக்கேன்.

இது போதாதா டீச்சர்?"

என் ஆசிரியை என்னை அணைத்துக்கொண்டார்.

"உன் வீட்டுக்கு உள்ளே வரும்போது வீடு அழகா இருக்குன்னு சொன்னேன். உன் வீட்டுக்காரர் நீதான் முன்னாடி நின்னு கட்டினதா சொன்னார். எனக்கு ரொம்பப் பெருமையா இருக்கு!" என்றார்.

ஒரு புதுத்தோழி கேட்டார், "நீங்களேவா சமையல் செய்யறீங்க?!"

ஆம். என் வீட்டாரின் உணவை என்னைவிட அக்கறையாய் வேறு யார் செய்துவிட முடியும்!

இன்னும்கூட நிறைய கேள்விகளைத் தாண்டி வந்து கொண்டிருக்கிறேன்."

"கவிதை எழுதுவியே... ஏன் விட்டுட்ட?"

"பட்டிமன்றம் ஏன் பேசறதை விட்டுட்ட?"

"உன் திறமை எல்லாத்தையும் விட்டுட்டு எப்படி சும்மா சமைச்சுக்கிட்டு இருக்க?"

சரி..! இவை அத்தனையும் செய்து இறுதியில் எனக்குக் கிடைக்கப்போவது என்ன?

மனத்திருப்தி..? சந்தோஷம்..? என்றுதானே அவர்கள் நினைக்கிறார்கள்?

அத்தனையும் விட்டதால்தான் இன்று மனத்திருப்தியுடன் சந்தோஷமாய் இருப்பதாய் நான் நினைக்கிறேன்.

ஒருவருக்கு எத்தனை கலைகள் வேண்டுமானாலும் தெரிந்திருக்கலாம். எல்லாவற்றையும் செய்ய வாழ்நாள் போதாதே!

எனக்கு எது தேவை என்று தீர்மானிக்கும் உரிமை என்னிடம் இருந்தது. எனக்குப் பிடித்தவாறு வாழும் சுதந்திரம் எனக்கு இருந்தது.

அந்த வாழ்வில் சமைக்கவும் பிள்ளை வளர்க்கவும் வீட்டின் மொத்தப் பொறுப்பையும் ஏற்றுக்கொள்ளவும் எனக்குப் பிடித்திருக்கிறது.

வாழ்க்கை அவ்வளவுதான்!

சம்பாதிப்பதே உயர்வு என்றோ சமையல் செய்வது தாழ்வு என்றோ நான் நினைத்ததே இல்லை.

சம்பாதிக்கும் வேலையை கணவரும் வீட்டையும் பிள்ளைகளையும் நிர்வாகம் செய்வதை நானும் என்று பொறுப்புகளைப் பகிர்ந்து கொண்டதாகவே உணர்கிறேன்.

பணிக்குச் செல்லாத படித்த பெண்கள், யாராவது கேள்வி கேட்கும்போது தன்னுள்ளே ஒடுங்கிப் போகிறார்கள்.

"என்னது! வீட்டுல சும்மா இருக்கியா?"

அடுத்தமுறை தலை நிமிர்ந்து புன்னகையுடன் சொல்லுங்கள்.

"நான் சும்மா இல்லை!" என்று!

நான் அப்படித்தான் சொல்கிறேன்..!